நுட்பம்

இது ஒரு
மெட்ராஸ் பேப்பர்
தயாரிப்பு

நுட்பம்

தி.ந.ச. வெங்கடரங்கன்

மெட்ராஸ் பேப்பர்

Title: Nutpam
Author's Name: Thi.Na.Sa.Venkatarangan

Published by MadrasPaper

மெட்ராஸ் பேப்பர்

MadrasPaper
(An imprint of Zero Degree Publishing)
No. 55(7), R Block, 6th Avenue,
Anna Nagar,
Chennai - 600 040

Website: www.madraspaper.com
www.zerodegreepublishing.com
E Mail id: zerodegreepublishing@gmail.com
Phone: 89250 61999

Nutpam First Edition: October 2023
ISBN: 978-93-95511-95-7
TITLE NO MP: 14

Cover Design & Layout: Vijayan, Creative Studio

பொருளடக்கம்

1. தூக்கி எறிவதற்கு முன் தூக்கிக் கொஞ்சுங்கள்!

புதிய செல்பேசி வாங்கிவிட்டால் பழையதை அப்படியே தூக்கிப் போட்டுவிடுவோமா என்ன? செய்ய மாட்டோம். ஒன்று... பழைய செல்பேசியை அப்படியே உள்ளே வைத்துவிடுவோம்; இல்லை கடைக்காரரிடம் ஒருசில நூறு ரூபாய்களுக்குக் கொடுத்துவிடுவோம். சிலபேர் நண்பர்கள் மூலம் தெரிந்தவர்களுக்கு அல்லது தெரியாதவர்களுக்கு நேரடியாகவும் செகண்ட்ஸில் விற்கிறார்கள். இவற்றில் சில ஆபத்துகள் உள்ளன.

ஐ.எம்.இ.ஐ. ரசீது

ஒவ்வொரு செல்பேசியிலும், கார் நம்பர் போன்ற முக்கிய அடையாளக் குறியீடு ஒன்று அதன் நினைவுச் செல்களில் இருக்கிறது. அதற்கு IMEI எண் என்று பெயர். நீங்களோ, இல்லை வேறு யாரோ உங்கள் பழைய செல்பேசியில் புதிய சிம் கார்டு போட்டு, வேறு தொலைபேசி எண்ணைப் பயன்படுத்தினாலும், இந்த ஐ.எம்.இ.ஐ. எண்ணை வைத்து அந்தச் செல்பேசியை முதலில் வாங்கியது நீங்கள்தான் என்பதைக் காவல் துறையினரால் கண்டுபிடிக்க முடியும். அதை நம்மால் மாற்ற முடியாது; அப்படியே மாற்றினாலும் அது 2017-இல் அமல்படுத்தப்பட்ட சட்டப்படி இந்தியாவில் குற்றம் (மூன்று ஆண்டுகள் வரை சிறை).

எப்படி காரை, ஸ்கூட்டரை விற்றால், வாங்கியவர் இந்த தேதியில், நேரத்தில் அதை நம்மிடம் இருந்து பெற்றுக் கொண்டார் என்று எழுதிக் கையெழுத்து வாங்கிக் கொள்கிறோமோ... அதைப் போலவே, பழைய செல்பேசியைத் தள்ளுபடிக்கு விற்ற கடைக்காரரிடம் ஒரு காகிதத்திலோ, அல்லது புது செல்பேசியின் ரசீதிலோ பழைய ஐ.எம்.இ.ஐ.யைக் குறிப்பிட்டு எழுதி வாங்கிக் கொள்வது உத்தமம்.

இணையத்தில் ஃப்ளிப்கார்ட்-அமேசான் போன்ற நம்பகமான தளங்களில் விற்றால், அவர்களின் கிடங்கிற்குப் பொருள் போய்ச் சேர்ந்து, அதை அவர்கள் சோதித்துப் பார்த்தவுடன் நமக்குக் குறுஞ்செய்தியாக அனுப்புவார்கள். நண்பருக்கோ அல்லது உறவினருக்கோ கொடுத்தால்கூட இப்படிச் செய்வது இன்றைய காலக்கட்டத்தில் நல்லது. சில காலத்திற்குப் பின் அவர் யாரிடம் அதைக் கொடுப்பார் என்று நாம் சொல்லமுடியாது. குறைந்தபட்சம் யாருக்கு, எந்த செல்பேசியை எப்போது கொடுத்தோம், அதன் ஐ.எம்.இ.ஐ. எண் என்ன என்தையும் சேர்த்து நாமே எழுதிவைத்துக் கொள்ளலாம் - அப்படியும் செய்யவில்லையா? பழைய போனையும், அதன் ரசீதையும் படம் எடுத்து கூகுள் போட்டோவில் சேமிப்பது நல்லது.

படங்களை அழித்தால் போதுமா?

பழைய செல்பேசியில் இருந்து, நம் சிம் கார்டை எடுத்துவிட்டு, நம் புகைப்படங்களை கூகுள் போட்டோ அல்லது காலரி செயலிக்குப் போய் அழித்துவிட்டுக் கொடுத்துவிடுவோம். அப்படி உடனே கொடுத்துவிடக் கூடாது. கொடுக்கும் முன் செய்ய வேண்டியவை பல.

முதலில் பழைய செல்பேசியில் இருக்கும் முக்கியமான தகவல்கள் எல்லாம் கூகுள் கணக்கில் சேமிக்கப்பட்டுவிட்டனவா என்று உறுதி செய்து கொள்ளவும். இதற்குச் சுலபமான வழி, கணினியில் க்ரோம் ப்ரவுசரில் நம் கூகுள் கணக்கிற்குப் போய், நாம் செல்பேசியில் சேமித்த தொலைபேசி எண்கள் கூகுள் காண்டாக்ட்ஸ் செயலியில் இருக்கின்றனவா, நாம் எடுத்த படங்கள் கூகுள் போட்டோ செயலியில் இருக்கின்றனவா என்பதைப் பார்க்க வேண்டும். அடுத்து, வாட்ஸ்-ஆப்பினுள் போய் மிக முக்கியமான படங்களை நாமாகவே கூகுள்

போட்டோவிற்கு அனுப்ப வேண்டும். பிறகு வாட்ஸ்-ஆப் சாட்டை எல்லாம் (மொத்தமும் நமக்கு முக்கியமென்றால்) கூகுள் டிரைவுக்கு அனுப்ப வேண்டும்.

பொறுமை. பழைய செல்பேசியில் இருக்கும் எதையும் இப்போது அழிக்க வேண்டாம்.

புதிய செல்பேசி

இப்போது, பழைய செல்பேசியில் இருந்து சிம் கார்டை புதுச் செல்பேசியில் போட்டு, அடிப்படை செட்டிங்ஸ்ஸை முடித்து, நம் கூகுள் கணக்கினுள் சென்று, பின்னர் கூகுள் போட்டோ, வாட்ஸ்-ஆப் போன்ற தேவையான செயலிகளை நிறுவி, எல்லாம் ஒழுங்காக இயங்குகின்றனவா, நம் தகவல்கள் எல்லாம் வந்துவிட்டனவா என்பதை உறுதி செய்து கொள்ளவும்.

இப்போது பழைய செல்பேசியின் செட்டிங்ஸ், அக்கவுண்டஸ் (கணக்கு) என்கிற பக்கத்தில் முன்பு நீங்கள் உள்ளிட்டிருந்த உங்களின் கூகுள் கணக்கை அழிக்க வேண்டும். இது மிக முக்கியம். இதைச் செய்யாவிட்டால், நம்மிடம் இருந்து போனை வாங்கிக் கொள்பவரால் நம் அனுமதி இல்லாமல் உள்ளே செல்ல முடியாது. செல்பேசித் திருட்டைத் தடுக்க கூகுள் நிறுவனத்தின் எளிய பாதுகாப்பு இது. நுணுக்கம் தெரிந்தவர்களால் இதை நொறுக்க (hack) செய்ய முடியும். ஆனால் அப்படிச் செய்வதும் சட்டப்படி குற்றம்.

கடைசியாக, பழைய செல்பேசியில் முழுக்க சார்ஜ் இருப்பதை உறுதி செய்து, அதன் செட்டிங்ஸ், சிஸ்டம் செட்டிங்ஸ் (செல்பேசிக்கு செல்பேசி இந்தப் பெயர் சற்று வேறுபடும்), பேக்அப்-அண்ட்-ரீசெட் (Backup and Reset), ரீசெட்-போன் (Reset Phone) பக்கத்தில் இருக்கும் எரேஸ்-ஆல்-டேட்டா (Erase All data) என்கிற பட்டனை அழுத்தவும். இது முடிய ஒரு பத்து நிமிடங்கள் எடுக்கும். கவனம், இதை அழுதிய பின்பு யாராலும் அதனுள் நாம் வைத்திருந்த எந்தத் தகவலையும் இனி எடுக்க முடியாது. நமக்கே வேண்டும் என்றால்கூட.

அவ்வளவு தான். இப்போது நீங்கள் நிம்மதியாக உங்கள் பழைய செல்பேசியை யாருக்கு வேண்டுமாலும் கொடுக்கலாம்; அல்லது தலையைச் சுற்றி (யார் மேலும் படாமல்) விட்டெறியலாம்.

கொசுறு

பழைய செல்பேசியைக் கொடுக்கும்போது அதன் சார்ஜர், வாங்கிய போது வந்த டப்பா, பின்னாளில் நாம் வாங்கிய பல உறைகள் என்று எல்லாவற்றையும் சேர்த்தே கொடுத்துவிடலாம். அதை எதற்கு வைத்திருக்க வேண்டும், வீணாக இடத்தை அடைத்துக்கொள்ள?

2. நீலப் பல் மகாராஜா

ஜெர்மனிக்கு வடக்கே, நார்வேக்குத் தெற்கே இருக்கும் ஒரு சிறிய நாடு, டென்மார்க். இங்கே, பத்தாம் நூற்றாண்டில் ஆட்சியில் இருந்த மன்னர் ஒருவரின் பெயர், ஹரால்ட் புளூடூத். இவர் அருகில் இருக்கும் தீவுகளுக்குச் செல்ல வசதியாகப் பல பாலங்களை அமைத்தார். அதற்கென்ன இப்போது என்று கேட்காதீர்கள். இன்று நாம் பாடல் கேட்கப் பயன்படுத்தும் இயர்போன்களை நம் செல்பேசியோடு இணைக்கும் புளூடூத் தொழில்நுட்பத்தின் பெயர் இந்த மன்னரின் நினைவாக வைக்கப்பட்டதுதான். வைத்தவர் ஓர் இன்டெல் நிறுவன ஆய்வாளர். நம் ஊரில் மரம் நட்ட அசோகரை நினைவுகூர்வதில்லையா? அந்த மாதிரி அவர் பாலம் கட்டிய பரதேச மன்னரை நினைவுகூர்ந்து அவருடைய பெயரை வைத்திருக்கிறார்.

புளூடூத் தரநிலை

புளூடூத் என்பது கம்பி இல்லாமல், ரேடியோ அலைவரிசையின் மூலமாக மிகக் குறைந்த சக்தியில் அருகிலிருக்கும் மின்சாதனங்களை ஒன்றோடு ஒன்று இணைக்கும் ஒரு தரநிலை (ஸ்டாண்டர்ட்). ஒவ்வொரு ஆண்டும் தயாரிக்கப்படும் ஐந்நூற்றுப் பத்து (510) கோடிக்கும் மேலான மின்னணுக் கருவிகளில் இந்த புளூடூத் நுட்பம் இருக்கிறது.

ஐபோன்-7 என்கிற வில்லன்

2016-ஆம் ஆண்டுவரை செல்பேசியில் பாட்டுக் கேட்பது எளிதாக இருந்தது. நூறு ரூபாய்க்கு இயர்போன் வாங்கி, அதன் வயரின் (கம்பி) முனையில் இருக்கும் பின்னை எடுத்து செல்பேசியின் பொருத்துக் குழியில் (போர்ட்) சொருகினால் வேலை முடிந்தது. சொகுசாகப் பாட்டுக் கேட்டுக்கொண்டே என்ன வேண்டுமானாலும் செய்யலாம்.

விடுவார்களா புண்ணியவான்கள்? அந்த ஆண்டு ஆப்பிள் நிறுவனம் ஐபோன்-7ஐ வெளியிட்டது. ஆனால் அந்த போனில் இயர் போனுக்கான போர்ட் இல்லை. அகற்றிவிட்டார்கள்.

அவ்வளவுதான். அதன் பிறகு வந்த அனைத்து செல்பேசிகளிலும் புளூடூத் மூலமாக மட்டும்தான் இயர்போனை இணைக்க முடியும் என்றாகிவிட்டது. பல நிறுவனங்கள் இதற்கு வினோதமாக ஒரு காரணம் சொல்லின. நாங்கள் ஒவ்வொரு ஆண்டும் செல்பேசிகளை இளைக்க வைத்துக் கொண்டே இருக்கிறோம். ஒல்லியாக, இலியானா, பூஜா ஹெக்டே போல ஆக்கிக் கொண்டிருக்கிறோம். அதனால் இயர்போன் பொருத்துக் குழிக்கு இடமில்லை. இயர்போனைக் காதுக்குள் மாட்டிக் கொண்டு ஓடும்போது, வெளியில் தொங்கும் கம்பி துணியில் மாட்டிக் கொள்கிறது. மேலும் செல்பேசியில் இதற்காகக் குழி வைத்தால் அதன் மூலம் தண்ணீர் உள்ளே செல்வதையும் தடுக்க முடிவதில்லை. இதனால் இனி இயர்போன் போர்ட் கிடையாது. ப்ளூ டூத் ஒன்றுதான் வழி.

இந்தக் காரணங்களில் நியாயமிருந்தாலும் உண்மையான காரணம், கம்பி இயர்போனைவிட புளூடூத் இயர்போன்களின் விலை அதிகம் என்பதுதான். அதனால் நிறுவனங்களுக்கு வருவாய் அதிகம். ஒரு கம்பி இயர்போனை வாங்கினால் சில ஆண்டுகள் பயன்படுத்தலாம். அப்படியே அவை பழுதானாலும் அவற்றைச் சரிசெய்வதும் சுலபம். அருகில் இருக்கும் ஆல்-இன்-ஆல் அழகு ராஜாக்களே நொடியில் சரி செய்துவிடுவர். ஆனால் புளூடூத் இயர்போன்களின் கதையே வேறு.

அளவில் சிறியவை என்பதால் அவற்றின் உள் கட்டமைப்புகள் மிக நுட்பமானவை. பல சிலிக்கான் சில்லுகள் உள்ளுக்குள்

இருக்கும். சிறந்த பொறியாளர்களால்தான் அவற்றின் வடிவமைப்பைப் புரிந்து கொள்ள முடியும்.

மேலும் அவற்றினுள் பேட்டரிகள் இருப்பதால் அவை சீக்கிரமே வற்றிப் போகும். இதனாலெல்லாம் நீங்கள் வாங்கும் புளூடூத் இயர்போன்களை இரண்டொரு ஆண்டுக்கு மேல் வைத்துக் கொள்ள முடியாது. புதுசு வாங்க வேண்டும். தயாரிக்கும் நிறுவனங்களுக்கு மேலும் மேலும் வியாபாரம்.

ஆப்பிள் நிறுவனத்தின் ஏர்-பாடை பற்றி இங்கே விட்டுவிடலாம். அவற்றின் ஆரம்ப விலையே பதினான்காயிரம் ரூபாய். அவர்களின் மேல்தட்டு வடிவமான ஏர்-பாட்ஸ் மாக்ஸ் ரூபாய் அறுபத்தி ஆறாயிரம். சொக்கா, அது நமக்கில்லை!

போர்கள் ஓய்வதில்லை

இவற்றை இவ்வளவு விரிவாகச் சொல்ல ஒரு காரணம் உண்டு. இந்த புளூடூத் இயர் போன்களுக்கும் எனக்கும் பல வருடங்களாகக் கடும் போர் நடந்துகொண்டிருக்கிறது. அதைக் குறித்துச் சிறிது சொல்ல வேண்டும்.

கடந்த ஐந்தாறு ஆண்டுகளில் மட்டும், நான் வாங்கிய புளூடூத் இயர்போன்களின் எண்ணிக்கை பதின்மூன்றுக்கும் மேல் இருக்கும். சுமாராக ஒவ்வொரு வருடத்திலும் இரண்டு வாங்கியிருக்கிறேன். குறிப்பாக வீட்டிலேயே முடங்கியிருந்த இரண்டாயிரத்து இருபது, இருபத்தி ஒன்றில் மட்டுமே நான் வாங்கியவை ஆறுக்கும் அதிகம். ஏன் இவ்வளவு? என்ன சொதப்பல்? நீங்கள் வாங்கும் போது பார்க்க வேண்டியது என்னென்ன? பார்க்கலாம்.

2017-இல் நான் வாங்கியது ஒரு சோனி தயாரிப்பு. கழுத்தின் பின்புறம் ஒரு கயிறு வந்து (மாலை மாதிரி) இரண்டு காது மடல்களின் மேல் மாட்டிக் கொள்ளும் இயர்போன். விலை இரண்டாயிரத்து சொச்சம். இதில் ஒலி தெளிவாகக் கேட்டது; ஆனால் பேட்டரி நிற்கவில்லை. இதை மாட்டிக் கொண்டு சாலையில் நடந்துகொண்டே பேசினால், அந்த முனையில் இருப்பவருக்கு நாம் பேசுவதைவிட நம்மைச் சுற்றியுள்ள இரைச்சல்தான் அதிகமாகக் கேட்டது.

இப்படியிருக்க, ஒரு நாள் ஆட்டோவில் போகும் போது ஓட்டுநர் தம்பி யாரோடோ (காதலியாக இருக்கலாம்) இயர்போனில் பேசிக் கொண்டே வந்தான். பேசுவது பின்னால் இருக்கும் எனக்கே சரியாகக் கேட்கவில்லை. அவ்வளவு சத்தம்.

இறங்கும் போது கேட்டேன், "இந்த இரைச்சலில் எப்படிப் பேசமுடிகிறது? என்ன இயர்போன் வைத்திருக்கிறாய்? விலையுயர்ந்த சரக்கா?"

"அதெல்லாம் இல்லை சார். சைனீஸ் மேக். ரிச்சி தெருவில் வாங்கினேன்; எழுநூறு ரூபாய்தான்" என்றான்.

கடுப்பாகிப் போனேன். சோனியெல்லாம் நம்மூருக்குச் சரிவராது என்று முடிவு செய்து, வீட்டுக்கு வந்தவுடன் சீனாவின் அலி-எக்ஸ்பிரஸ் தளத்தில் ஒரு காதில் மட்டும், காது மடலின் மேல் வளையல் போல மாட்டி, மீசை வரை நீண்டு வரும் ஒரு இயர்போனை ரூபாய் ஆயிரத்திற்கு வாங்கினேன்.

முதல் மாதம் நன்றாக வேலை செய்தது. அழைப்பவருக்கும் நான் பேசுவது ஓரளவு தெளிவாகக் கேட்டது. அடுத்த மாதத்திலிருந்து செல்பேசிக்கும் இயர்போனுக்கும் அடிக்கடி பேச்சு வார்த்தை விட்டுப் போனது. எல்லாவற்றையும் அழித்து மீண்டும் இணைத்தால் ஒருசில நாட்கள் வேலை செய்யும். மீண்டும் நின்று போகும். மின்னணுத் துறையில் இருக்கும் நண்பரைக் கேட்டேன். விலை கம்மி, சைனீஸ் தயாரிப்பு என்றால் அப்படித்தான் என்று வெந்த புண்ணில் வேலைப் பாய்ச்சினார்.

முன் வைத்த காலைப் பின் வைப்பது, தமிழர் பண்பாடு இல்லையென்பதால் ஒரு நல்ல இயர்போன் வாங்கியே தீருவது என்று தொடர்ந்தேன். இணையத்தில் பலநூறு கருத்துகளைப் படித்து புளூடூத் இயர்போன்களில் புகழ் பெற்றது ஜாப்ரா நிறுவனத்தின் படைப்புகள் என்பதைத் தெரிந்து கொண்டேன். அவர்களின் டாக் என்னும் பதிப்பை ரூபாய் எட்டாயிரம் கொடுத்து வாங்கினேன்.

மிக லேசாகவும், மிகமிகச் சிறிய அளவிலும் இருந்தது, இந்த ஜாப்ரா டாக். இதில் பேச்சுத் தரம் ஓரளவு பரவாயில்லை. ஆனால் பாடல்கள் தகர டப்பாவிலிருந்து வருவது போல

இருந்தது. சின்னஞ் சிறிய பேட்டரி என்பதால் இரண்டு மணி நேரம் பேசினால் அணைந்து போகும். இதோடு நான் விட்டுவிடவில்லை. விக்கிரமாதித்தன் பாணியில் தொடர்ந்தேன்.

அடுத்ததாக, ஜாப்ரா நிறுவனத்தின் விலையுயர்ந்த எலைட் பதிப்பை வாங்கினேன். இதன் விலை டாக்கைவிட இரண்டு மடங்கு. ஆப்பிள் நிறுவனத்தின் ஏர்-பாட் போல இருக்கும் இந்த எலைட், இரண்டு காதுகளுக்குத் தனித் தனியான காதணிகளைக் கொண்டது. ஒரு வயதில் காது குத்தியிருப்பார்கள். அப்போது கடுக்கன் மாட்டாத குறையை இப்போது தீர்த்துக்கொண்டேன்.

மேற்படி காதணிகளைச் சேமித்து வைக்க மற்றும் சார்ஜ் செய்ய மோதிரப் பெட்டி போன்ற ஒரு சிறிய டப்பாவும் உடன் வந்தது. இதில் பாடல்களின் தரம் நன்றாக இருந்தது. (டப்பாவில் அல்ல. உள்ளே இருந்த சரக்கில்தான்.) பேசும் போது இரைச்சலை நீக்கும் நாய்ஸ்-கான்செலேஷன் என்னும் வசதி சுமார் தான். இருந்தாலும் பேட்டரி அரை நாளுக்கு மேலாக வந்தது.

ஒரு முறை டெல்லி சென்றிருந்தபோது, டெல்லி மெட்ரோவில் கை தவறி ஒரு காதணியைத் தொலைத்துவிட்டேன். விமானத்தில் திரும்பும் போது சார்ஜ்-பெட்டியை விமானத்தில் முன்சீட் நாற்காலியின் பையில் வைத்து மறந்து இறங்கி வந்துவிட்டேன். நிலையத்திற்கு வந்தவுடன் நினைவு வரப்போய்க் கேட்டதற்கு, அங்கே இருந்த பணிப்பெண் சிரித்தே விட்டார். 'அவனவன் பெண்டாட்டியையே விமானத்தில் விட்டுவிட்டு வந்து தேடுகிறான். கேவலம், ஒரு இயர்போன் சார்ஜர் டப்பாவை உங்களுக்காகத் தேடிக் கொடுக்கணுமா?' என்பது போல ஒரு பார்வை பார்த்து, விமானம் அடுத்த ஊருக்குக் கிளம்பிப் போயாச்சு என்றாள். நமக்குக் கொடுத்து வைத்தது அவ்வளவுதான்.

லாக்-டவுனில் வேறு எதுவும் கிடைக்காததால் இந்தியாவில் தயாரித்த பீட்டெல் நிறுவனத்தின் நெக்-பாண்டு என்ற கழுத்தைச் சுற்றி கயிறு வந்து இரண்டு காது மடல்களின் மேல் மாட்டிக் கொள்ளும் இயர்போன் (முதலில் வாங்கிய சோனியைப் போன்ற மாடல்) வாங்கினேன். ஆயிரத்து சொச்சம்தான். என்ன காரணம் என்று தெரியவில்லை.

இதுவரை வாங்கியவற்றிலேயே இதுதான் சிறப்பாக வேலை செய்தது. கடந்த ஆண்டு ஹாங்காங்கில் இருந்து வரும் அங்கர் என்கிற நிறுவனத்தின் சவுண்ட்-கோர் என்கிற இயர்போன்களை வாங்கினேன். அவையும் நன்றாக உள்ளன. இப்போது நாயிஸ், போட், ஜெப்ட்ரோனிக்ஸ் போன்ற நிறுவனங்களின் படைப்புகளும் நன்றாக உள்ளதாகக் கேள்வி.

என் அனுபவத்தில் நான் தெரிந்து கொண்டது இதுதான். செல்பேசி வாங்குவதை விடக் கடினமானது புளூடூத் இயர்போனைத் தேர்வு செய்வது. வாங்கும் முன் நமக்கு என்ன தேவை, எவ்வளவு செலவு செய்ய முடியும் என்று யோசித்து, தற்போது கிடைக்கும் மாடல்களை இணையத்தில் ஆராய்ந்து பின்னர் வாங்க வேண்டும். பெரிய நிறுவனத்தின் தயாரிப்பு என்பதால், விலையுயர்ந்தது என்பதால் அது நம் சூழ்நிலைக்கும் நன்றாக வேலை செய்யும் என்பது அவசியமில்லை.

இயர்போன் காதணிகளின் அளவு ஓரளவுக்கு மேல் குறையக் குறைய அதில் வரும் பாடல்களின் தரம் குறையும். பேட்டரியும் குறைவாக இருக்கும். அதைக் கவனிக்கவும். கழுத்தைச் சுற்றி மாலை போல மாட்டிக் கொள்ளும் மாடல்கள் பார்க்க இடைஞ்சலாக இருந்தாலும் மற்றதைவிட எவ்வளவோ பரவாயில்லை. விலையும் குறைவு; தொலைந்து போவதும் அரிது.

ஹெட்செட்

காதொலிக் கருவிகளில் அளவில் பெரியதாக, எடையும் அதிகம் இருக்கும் - காது மடல்களின் வெளியே (பாட்டில் மூடியைப் போல) மாட்டிக் கொள்ளும் வகைக்கு ஹெட்செட் என்று பெயர். இந்த வகையிலும் புளூடூத் வசதி உண்டு. இவற்றில் பெரிய அளவு ஒலி பெருக்கிகள் இருக்கும். பாடல்கள் நன்றாகக் கேட்கும். நம் காதின் உறுப்புகளுக்கும் அழற்சி குறைவு. பேட்டரி இரண்டு நாட்கள் வரும். உங்களுக்குப் பிடித்திருந்தால் இவற்றை நீங்கள் தேர்வு செய்யலாம். நீங்கள் கேட்பவை உங்களை ஒட்டியிருப்பவருக்கு ஓரளவு கேட்கும், ரகசியம் வேண்டாம்.

புளூடூத் 5.3

இறுதியாகப் பார்க்க வேண்டியது, நீங்கள் வாங்கும் இயர்போன் இப்போது புளூடூத் *5.3* என்கிற புதிய தரநிலையில் வேலை செய்யுமா என்பது. இது இருந்தால் செல்பேசிக்கும் இயர்போனுக்கும் இணைப்பு அடிக்கடி துண்டிக்கப்படாது.

பின்குறிப்பு: மன்னர் ஹரால்ட் புளூடூத்தான் டென்மார்க் நாட்டுக்கு கிறிஸ்தவத்தை அறிமுகம் செய்தார் எனக் கூறப்படுகிறது. அஃப்கோர்ஸ், இதற்கும் இயர்போனுக்கும்கூடத் தொடர்பில்லை.

3. எது உங்கள் செல்லப் பெட்டி?

செல்பேசியின் மூலமாகவே இன்று வங்கிப் பரிமாற்றங்கள் தொடங்கி, ஷாப்பிங், சினிமா பார்ப்பது வரையில் அனைத்தையும் செய்வது பழகிவிட்டது. அந்தச் சிறிய திரையைப் பலமணி நேரம் கண்ணும் கையும் வலிக்கப் பயன்படுத்துவது கடினம் என்பதும் நமக்குப் புரிந்துதானிருக்கிறது. இதற்கு நமக்குத் தேவையான மாற்று, ஒரு மடிக்கணினி.

உங்களுக்கேற்ற மடிக்கணினியை(லேப்டாப்)த் தேர்வு செய்வதற்கான மூன்று யோசனைகள் இங்கே:

1. ஐ-பேடு எளிதானது

உங்களுடைய கணினிப் பயன்பாடு, யூ-ட்யூப் மற்றும் ஹாட்-ஸ்டாரில் திரைப்படங்களைப் பார்ப்பது, ஃபேஸ்புக் படிப்பது, பாட்டுக் கேட்பது, நண்பர்கள் அனுப்பிய படங்களைப் பார்த்து அவற்றுக்கு மொக்கையாகக் கமெண்ட் போடுவது - இவ்வளவுதான் என்றால் உங்களுக்கு ஏற்றது ஆப்பிள் ஐ-பேடு. ஒன்பதாவது தலைமுறை ஐ-பேடு 2021-ன் விலை 31,000 ரூபாய்தான்.

ஐ-பேடில் தரமான காமெரா மற்றும் ஒலிபெருக்கிகள் இருப்பதால் காணொலி நிகழ்வுகளை நன்றாகக் காணலாம்.

நாமும் பங்கேற்கலாம். நம் முகமும் நாம் பேசுவதும் தெளிவாகக் கேட்கும். ஒரு ஸ்டாண்ட் வாங்கிவிட்டால் கையில் பிடித்துக் கொண்டிருக்க வேண்டாம். கூகுள் மீட், ஜூம் செயலிகள் ஐ-பேடிலும் வேலை செய்யும். அன்றாடம் பயன்படுத்தும் மைக்ரோசாஃப்ட் ஆபீஸ், கூகுள் டாக்ஸ் போன்ற ஆக்கத்திறன் செயலிகளும் ஐ-பேடில் இருக்கின்றன. இவற்றைக் கொண்டு நம் அலுவலகப் பணிகளையும் செய்ய முடியும். தட்டச்சு செய்ய ஒரு புளூடூத் விசைப்பலகையை இணைத்துவிட்டால் டைப்பிங் செய்வதும் சுலபமாகிப் போகும்.

ஐபோனில் கிடைக்கும் பல ஆயிரம் விளையாட்டுகளை ஐ-பேடின் பெரிய திரையில் வசதியாக விளையாடலாம். நேரம் மட்டும் இருந்தால் போதும். அடோப் லைட்-ரூம், அடோப் போட்டோஷாப், ஆப்பிள் ஐ-மூவிஸ் செயலிகள் எல்லாமே ஐ-பேடில் இருப்பதால் நீங்கள் புகைப்படக் கலைஞராக இருந்தாலும் பல சூழ்நிலைகளில் இதுவே போதும். விண்டோஸ், ஆப்பிள்-மாக் கணினிகளைக் காட்டிலும் ஐ-பேடைப் பராமரிப்பது, செயலிகளைப் புதுப்பிப்பது (அப்டேட்) மிகமிக எளிது. வாங்கியதிலிருந்து குறைந்தது ஆறு, ஏழு ஆண்டுகள் வரை பயன்படுத்தலாம். சீக்கிரத்தில் தொய்ந்துவிடாது.

2. கூகுள் க்ரோம்-புக் மடிக்கணினி

எனக்கு ஐ-பேடு போன்ற டேப்லெட்டுகள் சரிவராது, மேஜையில் வைத்து (மடியில் ரொம்ப நேரம் வைப்பது கணினிக்கு நல்லதில்லை) பல மணி நேரம் வேலை செய்ய வசதியான மடிக்கணினி தான் வேண்டும், ஆனால் அதிகம் செலவு செய்ய முடியாதென்றால் உங்களுக்கானது இது. முப்பத்தி-இரண்டாயிரம் ரூபாய்க்கு லெனோவா நிறுவனத்தின் க்ரோம்-புக் கிடைக்கிறது. எச்.பி. மற்றும் அசுஸ் நிறுவனங்களும் சில வகைகளை விற்கிறார்கள்.

நான் பொழுதுபோக்குக்காக கணினியைப் பயன்படுத்துவது குறைவு; அலுவல் பணிகளுக்காகத்தான் தேவை அல்லது கல்லூரிப் படிப்புக்கு பயன்படுத்தப் போகிறேன் என்றாலும் உங்களுக்குத் தேவை இந்த கூகுள் க்ரோம்-புக் மடிக்கணினி.

இது பார்ப்பதற்கு விண்டோஸ், ஆப்பிள்-மாக் மடிக்கணினிகளைப் போன்றே இருக்கும். இதிலும் ஒரு முழுநீள விசைப்பலகை, சுட்டிக்கான பெரிய தடமும் (டிராக்-பாட்) இருக்கும். நமக்குப் பழகிய வலை உலவியான அதே கூகுள் க்ரோம் மட்டுமே இயங்கும் ஒரு கணினி இது. உங்கள் வங்கித் தளமாகட்டும், அலுவலக வலைத்தளமாகட்டும், கூகுள் க்ரோமில் வேலை செய்யும் எல்லா இணையதளங்களும் எந்தச் சிக்கலுமின்றி இதிலும் வேலை செய்யும்.

இதில் விண்டோஸ், ஆப்பிள்-மாக் போன்று இயங்கு தளங்கள் எதுவும் கிடையாது. புதுப்பிக்கச் செயலிகள் எதுவும் கிடையாது. எனவே, நாம் பராமரிக்க மென்பொருட்கள் எதுவுமில்லை. அவ்வப்பொழுது வரும் புதிய க்ரோம் பதிப்பை, அடியில் இருக்கும் லினிக்ஸை, கணினி தானாகவே புதுப்பித்துக் கொண்டுவிடும். நமக்குச் சொல்லக்கூட சொல்லாது. நாம் எதுவும் செய்ய வேண்டியதும் இல்லை. இந்த கணினியில் நாம் உருவாக்கும் தரவுகள் எல்லாம் கூகுளின் சேவை மையங்களில் சேமிக்கப்படுவதால் காவலாளி மென்பொருட்கள் (ஆன்ட்டிவைரஸ்) எதுவும் வேண்டியதில்லை. பாதுகாப்பைப் பற்றிக் கவலைப்பட தேவையில்லை. இந்த வகைக் கணினிகளின் முக்கிய பலம் இது. உங்கள் நிறுவனம் மைக்ரோசாஃப்ட் 365 கணக்கைப் பயன்படுத்துகிறார்கள் என்றால் மைக்ரோசாஃப்ட் ஆபீஸ், மைக்ரோசாஃப்ட் டீம்ஸ் போன்றவற்றையும் இந்தக் கணினியைக் கொண்டு பயன்படுத்தலாம்.

புதிதாக வாங்கும் க்ரோம்-புக்குகளில் கூகுள் நிறுவனத்தால் தேர்ந்தெடுக்கப்பட்ட சில ஆயிரம் ஆன்ட்ராய்ட் செயலிகளைப் பதிவிறக்கி உபயோகிக்கலாம். வலைத்தளங்களைப் போல் இல்லாமல், இணையத் தொடர்பு இல்லா சூழ்நிலைகளிலும் இவை இயங்கும். அதேபோல, சிறு சரிக்கட்டல் செய்தால், பைதான் போன்ற கணினி மொழிகளைக் கொண்டு எளிய மென்பொருட்களையும் இதில் உருவாக்கலாம். அதற்கும் மேல் செய்ய வேண்டுமென்றால் கிட்-ஹப் கோட்-ஸ்பேசஸ் (Git-Hub Codespaces) போன்ற மேகக் கணிமை தளங்களைப் பயன்படுத்தலாம்.

க்ரோம்-புக் மடிக்கணினிகளின் முக்கியமான குறைபாடு, அவற்றிலிருக்கும் மைய செயலகத்தின் (சி.பி.யு.) திறன் மிகக் குறைவு என்பதே. எனவேதான் இவை குறைந்தவிலையில் கிடைக்கின்றன. அடுத்த குறைபாடு, இவற்றில் பெரிய விளையாட்டுகள் வேகமாக இயங்காது. திரையின் அளவு சின்னதாக (11 அல்லது 12 இன்ச்), திரையின் திறனும் சாதாரணமாகத் தான் இருக்கும். இதில் படங்களைத் திருத்துவது, மூவி-எடிட்டிங் போன்றவற்றை செய்வது கடினம் - அப்படியான தேவையிருந்தால் க்ரோம்-புக்கைத் தவிர்த்துவிடவும்.

3. விண்டோஸ் மடிக்கணினிகள்

இந்தியாவில் பலருக்கும் பிடித்த, அதிகம் விற்பனையாகிற, எங்கே வேண்டுமானாலும் பழுது பார்க்க கூடிய, விலை அதிகமில்லாத கார்கள் என்றால் அவை மாருதி நிறுவனத்தின் அல்டோ, ஸ்விஃப்ட் வகையறாக்கள். இவற்றைப் போன்றவைதான் விண்டோஸ் மடிக்கணினிகள். முப்பது ஆண்டுகளாகப் பல நிறுவனங்களால் தயாரிக்கப்படும் இவை எங்கேயும் கிடைக்கும். பலப்பல வகையிலும், எல்லா விலையிலும், எல்லாத் திரை அளவுகளிலும் கிடைக்கும். அவற்றில் விலை மலிவானவற்றை மட்டும் இந்தக் கட்டுரையில் பார்ப்போம்.

எச்-பி, லெனோவா நிறுவனங்களின் விண்டோஸ் மடிக்கணினிகள் முப்பத்தி ஒன்பதாயிரம் ரூபாயில் இருந்து கிடைக்கிறது - இதற்குக் கீழேயிருப்பதைத் தான் வாங்க முடியுமென்றால் தெரிந்த கடையில் புதுப்பிக்கப்பட்ட பழையதை வாங்கலாம்.

இந்த முப்பத்தி ஒன்பதாயிரம் ரூபாய் விண்டோஸ் மடிக்கணினியில் ஏ.எம்.டி. நிறுவனத்தின் ரைஜேன்-3 (AMD Ryzen-3) என்கிற மையச் செயலகம் இருக்கும் - இது இன்டெல்லின் கோர் ஐ-3க்கு (Intel Core i3) நிகரானது. அதோடு 8 ஜீபி நினைவகம், 512 ஜீபி சேமிப்பகம், 15.6 இன்ச் எச்-டி திரையும், சத்தமான ஒலிபெருக்கியும், தெளிவான ஒலிவாங்கியும், சுமாரான காமெராவும் இருக்கும். கணினியுடன் விண்டோஸ்-11 மற்றும் மைக்ரோசாஃப்ட் ஆபீஸ் (வோர்டு, எக்செல், பவர் பாயிண்ட்) செயலிகளின் நிரந்தர உரிமையும்

வந்துவிடும். வேண்டுமென்றால் மைக்ரோசாஃப்ட் ஒன்-டிரைவ் போன்ற மேக-கணிமை சேமிப்புக் கணக்குகளுக்குத் தனியாகச் சந்தா செலுத்திக் கொள்ளலாம். அன்றாடம் பயன்படுத்த எந்தக் கூடுதல் செலவும் கிடையாது.

இந்த வகை மடிக்கணினிகளை எல்லாவகையிலும் பயன்படுத்தலாம் - அலுவலக வேலைக்கு, பொழுதுபோக படங்கள் பார்க்க, மைன்-க்ராஃப்ட் (MineCraft), ரோபிளாக்ஸ் (Roblox) போன்ற பெரிய சமூக விளையாட்டுகளை இயக்க, டாலியில் (Tally) கணக்குகளை பதிய, காணொலிகளில் பங்கேற்க, மூவி-எடிட்டிங் செய்ய... எல்லாம்.

விண்டோஸ்-11 இயங்குதளம் முழுமையாக இருப்பதால் இதில் எல்லாவகைப் பிரபலச் செயலிகளையும் இயக்கலாம். கூகுள் க்ரோம் வலை உலவி அருமையாக வேலை செய்யும். ஓ.டி.டி. சேவைகளில் ஆரம்பித்து எல்லா இணையத் தளங்களுக்கும் செல்லலாம். எல்டன்-ரிங் (Elden Ring) என்கிற புத்தம் புதிய விளையாட்டைக்கூட இதில் சுலபமாகப் பயன்படுத்தலாம். பலவகை மென்பொருட்களை ஜாவா (Java), சி-ஷார்ப் (C#), சி++ (C++), பைதான் கணினி மொழிகளைக் கொண்டு இந்தக் கணினியிலேயே உருவாக்கலாம். பொறியியல், மருத்துவம் படிக்கும் கல்லூரி மாணவர்களுக்கு ஏற்றவை இந்த வகைக் கணினிகள்.

மேலே விவரித்த மூன்று வகைகளும் பொதுவான பயனாளர்களுக்கானவை. உங்களுக்குச் சக்திவாய்ந்த செயலிகளை நிறுவ வேண்டிய தேவை இருந்தாலோ, அல்லது அதிக கணினித் திறன் வேண்டுமென்றாலோ இன்டெல்லின் கோர் ஐ-7 அல்லது ஏ.எம்.டி. ரைஜேன்-7 இருக்கும் மடிக்கணினிகளை வாங்கலாம். இவற்றின் விலை நாம் கடைசியாகப் பார்த்த விண்டோஸ் மடிக்கணினிகளை விட இரண்டு மடங்கில் (எண்பதாயிரம் ரூபாயில்) இருந்து தொடங்கும்.

எந்த விண்டோஸ் மடிக்கணினியைத் தேர்வு செய்தாலும் முக்கியமான இரண்டு விஷயங்களை உறுதி செய்யுங்கள்.

1. குறைந்தது 8 ஜிபி மெமரி இருக்கிறதா?

2. SSD எனப்படும் சிலிக்கான் சில்லுகளால் ஆன டிரைவ் (சேமிப்பகம்) இருக்கிறதா?

இன்னொன்றும் முக்கியம்தான். ஆனால் உங்கள் விருப்பம். ஒரு வருட வாரண்டி இருக்கும். அதனோடுகூடக் கொஞ்சம் செலவு செய்தால் இரண்டு அல்லது மூன்று வருட வாரண்டி நீட்டிப்பு பேக்கேஜ் கிடைக்கும். இந்த ஒரு சில ஆயிரம் கூடுதல் செலவு, பல விதங்களில் நமக்கு லாபமே. முக்கியமாக, எப்போதாவது கணினி கீழே விழுந்து திரை உடைந்தாலும் அதை இலவசமாக மாற்றித் தருவார்கள். (பொதுவாக வாரண்டி காலம் முடிந்த பிறகுதான் இதெல்லாம் நடக்கும். அதனால்தான் கூடுதல் வாரண்டி தேவை என்பது.)

ஆப்பிள் ஐ-போனுக்கு செயலிகள் உருவாக்க அவர்களின் மாக் கணினிகள் தேவை. விண்டோஸ் கணினியில், க்ரோம்-புக்கில் அவற்றை எழுத (பொதுவாக) முடியாது. இதற்கு நீங்கள் குறைந்தது தொண்ணூறாயிரம் செலவு செய்ய வேண்டும். ஆப்பிள் என்றால் சும்மாவா! இவற்றுக்கு மேல் வொர்க்-ஸ்டேஷன் எனப்படும் கணினிகளும் இருக்கின்றன. அதுபற்றி விளக்க தனிக் கட்டுரைதான் எழுத வேண்டும்.

4. அழியக் கூடாத நினைவுகள்

அரண்மனை (2014) திரைப்படத்தில் பால்சாமியாக வரும் நடிகர் சந்தானத்தை நினைவிருக்கிறதா? அதில், பெரிய ஜமீன் சொத்துக்கு வாரிசு என நிரூபிக்க இருந்த ஒரே ஆதாரம் அவரது ஆயாவின் பழைய போட்டோ. அதில் 'ஏதோ' பட்டு அழிந்துவிட அதைத் தேடி, பேய் மாளிகைக்கு வந்து படாதபாடு படுவார். இதுபோல உங்களுக்கு நடக்காமல் இருக்க நம்முடைய பெற்றோர், மூதாதையர்கள் வாழ்வின் முக்கியமான தருணங்களில் எடுக்கப்பட்ட படங்களைப் பாதுகாப்பது அவசியம்.

போட்டோ ஸ்டுடியோ

பழங்காலத்துப் படங்கள் கணினியில் இருக்காது. காகிதமாக இருக்கும் அல்லது போட்டோ-நெகட்டிவ்களாக இருக்கும். இப்படி நம் வீட்டில் இருக்கும் பழைய போட்டோக்களை நாமே மொபைலில் படமெடுத்துக் கணினியில் சேமிக்கலாம். அதற்கு கூகுள் போட்டோ-ஸ்கேன் (Google Photoscan) என்ற சிறப்புச் செயலி இலவசமாகக் கிடைக்கிறது. ஆனால் இப்படி ஒவ்வொன்றாகச் செய்ய அதிக நேரம் பிடிக்கும். நெகட்டிவ்களை வீட்டில் அல்லது அலுவலகத்தில் இருக்கும் சில பிரிண்டர்-ஸ்கானர்களில் (Printer-Scanner) அதற்கான

செயலிகளைக் கொண்டு படமாக மாற்றிக் கணினியில் (அல்லது மேகக் கணிமையில்) சேமிக்க முடியும். ஆனால் அதுவும் கடினமான காரியம். நுட்பம் தெரிந்திருக்க வேண்டும்.

இந்த வேலைகளை நாம் வாழ்வில் சிலமுறைதான் செய்யப் போகிறோம், அதனால் கஷ்டப்பட்டுக் கற்பது வீண். என்ன செய்யலாம்?

என் பரிந்துரை, அருகிலிருக்கும் போட்டோ ஸ்டுடியோவில் - இந்தக் கடைகள் இன்னும் நம்மூர்களில் இருப்பது நம் அதிர்ஷ்டம் - கொடுத்தால் அவர்கள் சிறப்பாகப் பிரதி எடுத்துக் கொடுப்பார்கள். படங்களும் தெளிவாக இருக்கும். இதற்குச் செலவு அதிகம் ஆகாது. அவர்களிடம் ஒரு புது யு.எஸ்.பி. எக்ஸ்டர்னல் டிரைவைக் கொடுத்தால் அதில் பத்திரமாகப் பதிவேற்றித் தந்துவிடுவார்கள். வாங்கி உங்கள் கணினியில் பொருத்தி (அல்லது அவர்களின் கணினியில் இருந்தே) உங்களின் கூகுள் போட்டோஸ் கணக்கில் ஏற்றி விடலாம். அந்த யு.எஸ்.பி. டிரைவையும் ஒரு ஜிப்-லாக் நெகிழி உறையில் போட்டு, படங்களின் பெயர்களை, தேதியை எழுதி பத்திரமாகப் பாதுக்காக்கலாம். போட்டோ ஸ்டுடியோவில் உங்கள் கூகுள் கணக்கின் கடவுச்சொல்லைப் பகிர்ந்திருந்தால், வீட்டுக்கு வந்தவுடன் அதை மாற்றிவிடவும்.

நீங்கள் சென்னையில் இருந்தால், இதைச் செய்ய சிறந்த போட்டோ ஸ்டுடியோ கோனிகா நிறுவனத்தின் நுங்கம்பாக்கத்தில் இருக்கும் கிளை (ஸ்ரீ மிட்டாய் கடைக்கு அருகில்) தான். அவர்களிடம் இதற்காகவே நிறுவப்பட்ட அதிஉயர் தொழில்முறை இயந்திரங்கள் இருக்கின்றன. அதில் உங்களின் படங்களை, நெகட்டிவ்களை வருடி, மெருக்கேற்றியும் (அதற்கு கூடுதல் கட்டணம்) கொடுப்பார்கள்.

கல்யாண வீடியோக்கள்

நம்மைத் தவிர வேறு யாருமே ரசித்துப் பார்க்க முடியாத ஒரு டிவிடி உண்டென்றால் அது நம் கல்யாண டிவிடியாகத்தான் இருக்கும். ஆனாலும் அது நமக்கு முக்கியம் அல்லவா? இன்ன பிற வீட்டு விசேஷ வீடியோக்களும் அப்படித்தான். ஆர்வமுடன் வீடியோ எடுத்து டி.வி.டி.யாகப் போட்டு வைத்திருப்போம்.

ஆண்டுகள் கடக்கும்போது அது பழையதாகி, செயல்படாப் பொருளாகிவிடும். இன்று டி.வி.டி. ப்ளேயர் எங்கே உள்ளது? அது வழக்கொழிந்த ஒன்றாகிவிட்டது. கல்யாண வீடியோவை தூக்கிப் போடவும் மனமின்றி, போட்டுப் பார்க்கவும் வழியின்றி சும்மாப் போட்டு வைத்திருப்போம். இதைத் தவிர்க்க என்ன செய்யலாம்?

உங்களிடம் கணினி இருந்தால், அதில் யு.எஸ்.பி. மூலமாக இணைக்கக் கூடிய டி.வி.டி. டிரைவ்கள் இரண்டாயிரம் ரூபாய்க்கு கிடைக்கிறது. அதை வாங்கிப் பொருத்தி, இலவசமாகக் கிடைக்கும் செயலிகளைக் கொண்டு சுலபமாக டி.வி.டி. தட்டுகளில் இருக்கும் வீடியோக்களைக் கணினியில் பதிவெடுக்கலாம். இதைச் செய்யப் பல செயலிகள் இருந்தாலும் என் பரிந்துரை, ஹாண்ட்-பிரேக் என்கிற திறமூல மென்பொருள். இது எல்லா கணினி வகைகளுக்கும் (மேக், விண்டோஸ், லினக்ஸ்) இலவசமாக handbrake.fr என்கிற தளத்தில் கிடைக்கிறது - கவனம், அந்தத் தளத்தில் இருந்து மட்டுமே இதை இறக்கவும். போலித் தளங்களைக் கண்டு ஏமாறாதீர்கள். இந்தச் செயலி கொஞ்சம் கடினம். ஒன்றிரண்டு செயல்முறை வீடியோக்களை யூ-ட்யூபில் பார்த்து கற்றுக் கொள்ளலாம்.

இப்படி டி.வி.டி. தட்டுகளில் இருந்து பதிவிறக்கிய காணொலிகளை மொத்தமாக உங்கள் ஒன்-டிரைவ் அல்லது கூகுள்-டிரைவ் கணக்கில் சேமிக்கலாம். முன்பே நாம் சொன்ன மாதிரி, ஒரு புது யு.எஸ்.பி. டிரைவ் வாங்கி அதில் பதிவேற்றி, உறையில் போட்டு, பெயர்களை, தேதியை எழுதி பத்திரமாகப் பாதுக்காக்கலாம். இப்படி ஒன்-டிரைவ் அல்லது கூகுள்-டிரைவ் கணக்கில் பதிவேற்றியிருந்தால் உங்களின் நண்பர்களோடு, உறவினர்களோடு வீடியோக்களை இணைய முகவரியைக் கொண்டு சுலபமாக பகிரலாம் - பார்த்து பதில் போடாதவர்களை அந்தந்த வாட்ஸ்-ஆப் குழுவில் கடிந்து கொள்ளலாம்.

வண்ணமயமாக்குங்கள்

உங்களின் பழைய கருப்பு-வெள்ளைப் படங்களை வண்ணமாகப் பார்க்க விரும்பினால் myheritage.com/incolor என்கிற தளத்தைப் பயன்படுத்தலாம். இதில் இலவசமாகவே பல படங்களை வண்ணமாக்கலாம். நீங்கள் மென்பொருளாளர் என்றால் இவர்கள் செயலின் மூலத்தை deoldify.ai என்கிற முகவரியில் பார்க்கலாம். சமீபத்தில் என் பெற்றோரின் அறுபதாண்டுகளுக்கு முந்தைய திருமணப் புகைப்படங்களை இத்தளத்தின் மூலம் நிறம் கூட்டி வண்ணமயமாக்கிப் பார்த்தேன். நானடைந்த அப்பரவசம் உங்களுக்கும் அவசியம் கிடைக்கும். முயற்சி செய்து பாருங்கள்.

5. களவாணிகளிடம் கவனமாக இருங்கள்!

'பேகசஸ் ஒட்டுக்கேட்பு வழக்கு' என்று கூகுளில் ஒரு நிமிடம் தேடிப் படியுங்கள். பிறகு இந்தக் கட்டுரைக்கு வாருங்கள். இந்த வழக்கில் உச்சநீதிமன்ற உத்தரவின் பேரில் ஆய்வு மேற்கொண்ட தொழில்நுட்பக் குழு, ஐந்து செல்பேசிகளில் மால்வேர் பதுங்கியிருக்கிறது; ஆனால் அவை பயனர்களின் கவனக் குறைவால், குறைந்தபட்ச இணைய பாதுகாப்பறிவுகூட இல்லாததால்தான் நடந்தது எனச் சொல்லியிருக்கிறது.

அது என்ன குறைந்தபட்ச இணையப் பாதுகாப்பறிவு?

முதலில் பேகசஸ் மால்வேர் (தீச்செயலி). இன்று உலகம் முழுக்க இருக்கும் கணினிகளும் செல்பேசிகளும் ஏன்.... நம் கார்களும்கூட இணையம் வழியாக ஒன்றோடொன்று இணைக்கப்பட்டிருக்கின்றன. ஆதலால் ஒன்றில் வைரஸ் அல்லது மால்வேர் வந்தால் மிக விரைவில் அனைத்திலும் பரவிவிடும். லினக்ஸில் வைரஸ் வராது, ஐபோனில் இருந்து தகவல்களைத் திருட முடியாது என்பதெல்லாம் ஓரளவுக்குதான். உங்களிடம் முக்கியமான தகவல் இருக்கிறது அல்லது நீங்கள் ஒரு பெரிய பிரபலம் என்பதால், உங்களின் கருவியைக் கைதேர்ந்த வல்லுநர் குழு குறி வைத்துவிட்டால் உங்களால் செய்ய கூடியது ஒன்றும் கிடையாது.

அமெரிக்கா, ரஷ்யா, வடகொரியா போன்ற நாடுகளின் அரசுகளே இந்த மாதிரி செல்பேசிகளைக் குறி வைத்து திருடும் வேலைகளைச் செய்கின்றன. அப்படியான வேலைகளுக்கு உதவும் மென்பொருள் தான் ஓர் இஸ்ரேல் நிறுவனப் படைப்பான பேகசஸ். இதைப் பல ஆயிரம் கோடிகளுக்கு அரசுகளுக்கு மட்டும்தான் அவர்கள் விற்றார்கள்.

இந்த பேகசஸ்ஸை வாங்கிய அரசுகளின் காவல்துறைகள், அதைக் கொண்டு ஒரு சில சிறப்புக் குறுஞ்செய்திகளை அல்லது வாட்ஸ்-ஆப் படங்களைத் தங்களின் இலக்கான நபர்களின் செல்பேசி எண்களுக்கு அனுப்புவார்கள். அதைப் பெற்ற செல்பேசிகள் ஒலியெழுப்பாது. அந்த செய்தி எங்கேயுமே பயனர் கண்ணுக்குத் தெரியாது. ஆனால் செல்பேசிக்குள் இருக்கும். அதில் இருக்கும் கட்டளைகள் அவ்வப்பொழுது தானாகவே இயங்கி, இருக்கும் தகவல்களை, படங்களை மால்வேரை அனுப்பியவரின் இணைய முகவரிக்கு ரகசியமாக அனுப்பி கொண்டேயிருக்கும். போனை உடைத்துப் போட்டால் மட்டுமே பேகசஸ்ஸை அழிக்க முடியும்.

இது எப்படிச் சாத்தியம் என்று கேட்கலாம். எல்லாக் கணினிகளையும் - செல்பேசி உள்பட இயங்கச் செய்வது மென்பொருள் கட்டளைகள் (நிரல்கள்). இவை பெரும்பாலும் மனிதர்களால் எழுதப்படுபவை. அவற்றில் பிழைகள் நிச்சயம் இருக்கும். குறையில்லா மனிதனே இல்லை என்பது போல், பிழையில்லா மென்பொருளே (செயலியே) இல்லை என அடித்துச் சொல்லலாம். அப்படியான பிழைகளைப் பேகசஸ் போன்ற நிறுவனங்கள் தேடித்தேடிக் கண்டுபிடித்து அந்த பலவீனத்தைப் பயன்படுத்தி தங்களின் கட்டளைகளை நிறுவிக் கொள்கிறார்கள்.

பல சமயம், அமெரிக்க அரசின் என்.எஸ்.ஏ. புலனாய்வுப் பிரிவு இந்தப் பிழைகளை விலை கொடுத்து திருட்டு சந்தையில் வாங்கிப் பதுக்கி வைக்கிறது. தேவையிருப்பின் தங்களின் எதிரிகளுக்கு எதிராகப் பயன்படுத்தத் தயாராக. இது ஒரு மாபெரும் உலகச் சந்தை. இவற்றுக்கு ஜீரோ-டே-எக்ஸ்பிலாய்ட் என்று பெயர். அதாவது இன்னும் இந்த ஓட்டைகளைப் பற்றி, அந்தந்த மென்பொருட்களைப் படைத்த நிறுவனங்களுக்கு

(உதா. பேஸ்புக், ஓலா) தெரியாது. அவற்றை அவர்கள் இன்னும் அடைக்கவில்லை என்று அர்த்தம்.

நான் என்ன செய்ய?

பயமுறுத்தியது போதும். நம் கருவிகளைப் பாதுகாப்பது நம் பொறுப்பு என்பது புரிந்து விட்டது. இதற்கு நாம் என்ன செய்ய..? பள்ளிகளில் பொது அறிவு என சொல்லிக்கொடுத்தது போல், இன்று இணையப் பாதுகாப்பறிவு என்பதையும் சேர்த்துச் சொல்லித்தர வேண்டும்.

1. கடவுச்சொல் ரகசியம்

முதலில் செய்ய வேண்டியது உங்களுக்கு என்று, உங்களின் சொந்தச் செல்பேசிகளில் மட்டும் பயன்படுத்த ஒரு ஜி-மெயில் (அல்லது ஆப்பிள்) கணக்கு. அதைக் குடும்பத்தினரோடுகூடப் பகிர்ந்து கொள்ள வேண்டாம். அடுத்து அதன் கடவுச்சொல் (பாஸ்வேர்டு) உங்களுக்கும் உங்களின் மனைவிக்கோ (அல்லது கணவனுக்கோ) மட்டும் தெரிந்திருக்க வேண்டும். சி.பி.ஐ. உங்களின் வீட்டுக்கு வராது என்றால் கடவுச்சொல்லை எழுதி சீல் வைத்த உறையில் போட்டுப் பீரோவில் வைக்கலாம். உங்களின் செல்பேசி திருடுபோய் விட்டது என்றால், உடனே கடவுச்சொல்லை மாற்றிவிடவும். மற்றபடி இந்த கடவுச்சொல்லை அடிக்கடி மாற்ற வேண்டும் என்றெல்லாம் அவசியமே இல்லை. அது பழைய அறிவுரை. யாருக்கும் எப்போதும் தெரியாமல் இருந்தால் போதும்.

2. இரண்டடுக்கு உறுதிப்பாடு

அடுத்து, டூ-பாக்டர்-ஆதெண்டிகேஷன் எனப்படும் இரண்டடுக்கு உறுதிப்பாடு என்கிற வசதியை உங்களின் ஜி-மெயில் கணக்கில் நிறுவிக் கொள்வது. இது ஒரு இலவச வசதி. இதைச் செய்வதால் உங்களின் கடவுச்சொல் எனக்குத் தெரிய வந்தாலோ, அல்லது நான் அதை ஹேக் செய்து தெரிந்து கொண்டிருந்தாலும் ஒரு பயனுமில்லை. உங்களின் செல்பேசிக்கு குறுஞ்செய்தியாக வரும் ஓ.டி.பி. என்கிற ஒரு முறை ரகசிய எண் இருந்தால்தான் என்னால் எதுவும் செய்ய முடியும்.

குறுஞ்செய்தியாக இதைப் பெறுவதால் சிம்-கார்டு ஐ-ஜாக் என்கிற திருட்டு இந்த முறையில் சாத்தியம். ஆனால் இதைச்

செய்யத் தொலைபேசி நிறுவன ஊழியரின் கூட்டு வேண்டும். அதனால் அது அவ்வளவு எளிதில்லை. இதிலிருந்து பாதுக்காக்க ஆதென்டிகேட்டர் என்கிற சிறப்புச் செயலியை குறுஞ் செய்திக்கு பதிலாகப் பயன்படுத்த முடியும். இருப்பினும், பொதுவாக எல்லோரும் குறுஞ்செய்தியாக வரும் டூ-பாக்டர்-ஆதென்டிகேஷன் முறையைப் பயன்படுத்தினாலே போதும்.

3. பாத்திரம் அறிந்து பிச்சையிடு

இலவசம் என்பதால் பார்க்கும் எல்லாச் செயலிகளையும் நிறுவிக் கொள்ளக் கூடாது. தெரிந்த நிறுவனப் படைப்புகளை மட்டும், அதுவும் கூகுள் பிளே ஸ்டோரில் கருத்துக்களைப் படித்துப் பார்த்த பின்னர் நிறுவவும். எப்போதும் செயலியை கூகுள் பிளே ஸ்டோரில் இருந்து மட்டுமே நிறுவவும். ஆப்பிளர்கள் என்றால் ஆப் ஸ்டோரில் இருந்து மட்டும்.

முதல் முறை இயக்கும் போது செயலிகள் தங்களுக்கு என்ன என்ன உரிமைகள் வேண்டும் என ஆன்ட்ராய்ட் மூலமாகக் கேட்கும். எல்லாவற்றுக்கும் ஆம் ஆம் என்று தட்டக்கூடாது. படித்துப் பார்க்கவும். யோசிக்கவும். ஒரு வானிலைச் செயலி, ஒலி வாங்கியை (மைக்ரோஃபோன்) கேட்கும் உரிமை வேண்டும் என்று கேட்டால் சந்தேகம் கொள்ளவும் - இது வீட்டுக்கு வரும் கொரியர் ஆள் வீட்டின் படுக்கை அறை எங்கே என்று கேட்டால் எப்படியிருக்குமோ அதற்கு ஈடானது.

சில செயலிகளை ஒரு குறிப்பிட்ட வேலைக்காக நிறுவியிருந்து அந்த வேலை முடிந்து விட்டால், அந்தச் செயலியை உடனே அழித்துவிடவும். அது நம் செல்பேசியில் இருந்தால்தானே அதனால் வரக்கூடிய ஜீரோ-டே-எக்ஸ்பிலாய்ட் நம்மை தாக்கும்?

4. கடவுச்சொல் பாதுகாப்பு

கடவுச்சொற்களைத் தேர்வு செய்வது என்றால் நம் பிறந்த நாள் அல்லது பிறந்த ஊரின் பெயர், மகளின் பெயர் போன்ற எல்லோருக்கும் தெரிந்த, எளிதில் யூகித்துக் கொள்ளக் கூடியவற்றை வைப்பதில்லை. அப்படிச் செய்வது வீட்டின் முன் வாசல் கதவுக்கு கம்பியைப் பூட்டாக மாட்டிவிட்டுப் போவது போன்றது.

நம்மில் ஒவ்வொருவரும் குறைந்தது பத்தில் இருந்து பதினைந்து செயலிகளை அல்லது இணைய சேவைகளைப் பயன்படுத்துகிறோம். ஒவ்வொன்றும் ஒரு கடவுச்சொல்லைக் கேட்கும். நினைவில் வைத்துக் கொள்ள வசதி என்று எல்லாவற்றுக்கும் ஒரே கடவுச்சொல்லை வைக்கக் கூடாது. அப்படிச் செய்தால் ஏதாவது ஒரு இணைய நிறுவனம் ஹேக் செய்யப்பட்டு நம் கடவுச்சொற்கள் பொதுவெளியில் வந்தால் அதைக் கொண்டு திருடர்கள் நம்முடைய மற்ற இணையக் கணக்குகளை சுலபமாக திறந்துவிடுவார்கள். வீட்டில் இருக்கும் எல்லா கதவுக்கும், பீரோவுக்கும் சேர்த்து ஒரே சாவியைப் பயன்படுத்துவது போன்றது இது.

ஆனால் ஒவ்வொரு சேவைக்கும் ஒரு கடவுச்சொல் என்றால் எத்தனை கடவுச்சொற்களை நினைவில் வைத்து கொள்வது?

அதற்காகவே இருக்கிறது சிறப்புச் செயலிகள். அதில் பிரபலமானது லாஸ்ட்-பாஸ். ஒரே ஒரு செல்பேசியில் பயன்படுத்த இந்த செயலியின் இலவச அடுக்கு கிடைக்கிறது. அதைக் கொண்டு நீங்கள் பல நூறு கடவுச்சொற்களை ஒரே காப்புப் பெட்டகத்தில் வைக்கலாம். அந்த நிறுவனத்தின் மேகக் கணினிகளில் இந்த காப்புப் பெட்டகம் ரகசியமாகப் பாதுகாக்கப்படும். இந்த மொத்த காப்புப் பெட்டகத்திற்கென்று சேர்த்து ஒரே ஒரு கடவுச்சொல்லை நினைவில் வைத்திருந்தால் போதும். அதைக் கொண்டு தேவையான சேவையின் கடவுச்சொல்லை வெளியில் எடுத்து கொள்ளலாம். பிரம்ம மந்திரம் போன்ற இந்த முதன்மை கடவுச்சொல்லை முன்னே சொன்னது போல, எழுதி சீல் வைத்த உறையில் போட்டு பீரோவில் வைத்து கொள்ளலாம்.

இந்த லாஸ்ட்-பாஸ் போன்றது கீ-பாஸ் என்கிற திறன்மூலச் செயலி. நான் பல ஆண்டுகளாக இதைத்தான் பயன்படுத்துகிறேன். இது ஒரு நிறுவனத்தின் படைப்பில்லை. அதனால் கீ-பாஸ் உருவாக்கும் காப்புப் பெட்டகத்தை (கோப்பை) மைக்ரோசாஃப்ட் ஒன்-டிரைவ்வில் அல்லது கூகுள்-டிரைவ்வில் சேமித்துப் பாதுகாப்பது நம் (பயனரின்) பொறுப்பு. இது உங்களால் முடியும் என்றால் இது தான் சிறந்த முறை.

5. இருட்டில் தெரியாத இடத்திற்குப் போகாதே

ஒவ்வொரு ஊரிலும் ஒருசில இடங்கள் ஆபத்தானவை. அனுபவத்தில் நமக்கே அவை எவை என்று தெரியும். அப்படியான இடங்களை நாம் தவிர்த்துவிடுவோம். அதுபோலவே, தெரியாத இணையத் தளங்களுக்குச் செல்வதைத் தவிர்க்கவும். பல சமயங்களில் இவை ஆபாசத் தளங்களாகவும், உடனே பணக்காரரர்ராக வழி சொல்லும் தளங்களாகவும் இருக்கும். இதைக் கவனத்தில் கொள்ளவும்.

கடைசியாக, தெரியாதவர்களிடம் இருந்து வரும் அல்லது சந்தேகமான முறையில், படத்தோடு வரும் மின்-அஞ்சல், குறுஞ்செய்தி அல்லது வாட்ஸ்-ஆப் செய்திகளில் இருக்கும் முகவரிகளை, இணைப்புகளைத் திறக்காமல் இருப்பது மிகமிக முக்கியம். இதன் உள்ளே இருப்பது பல சமயங்களில் ட்ரொஜன் எனப்படும் உள்குத்து நச்சு மென்பொருட்கள். நச்சு கொல்லும். நமக்கு எதற்கு வம்பு?

6. எல்லாம் ‘சிம்’ மயம்

சமீபத்தில் என் ஐபோனின் சிம் கார்டை ‘இ-சிம்’மாக, அதாவது சிலிகான் அட்டையாக இல்லாமல் மென்பொருளாக மாற்ற ஒரு தொலைபேசி நிறுவனத்தின் கடைக்கு சென்றேன். என் ஆதார் அட்டை, ஆள்காட்டி விரல் ரேகை, புகைப்படம் என்று (பாஸ்போர்ட் புதுப்பிப்பில் கேட்கும் தகவல்களை போன்று) யாவற்றையும் விரிவாகக் கேட்டு இருபது நிமிடங்களுக்கு மேல் எடுத்துக் கொண்டு செய்து முடித்தார்கள். நான் பொறுமையாகக் காத்திருந்தேன். வேலை முடிந்தவுடன் அந்த ஊழியரிடம் நன்றி கூறினேன். அவர் ஆச்சரியத்துடன், “பொதுவாக இந்த அளவுக்கு நாங்கள் கேள்வி கேட்பதற்கு எல்லோரும் கோபித்துக் கொள்வார்கள். நீங்கள் ஒருவர்தான் சிரித்துக் கொண்டு எல்லாவற்றுக்கும் பதில் கொடுத்தீர்கள்!” என்றார். ஏன் பொறுமையுடன் இருந்தேன் என்பதற்கான காரணத்தை இப்போது பார்க்கலாம்.

செல்பேசியின் ஆத்மா சிம்-கார்டு

வங்கியில் இருந்து பணம் எடுக்க, அடுத்தவருக்குப் பணம் அனுப்ப, கடையில் காசு கொடுக்க, இவ்வளவு ஏன்... போன வாரம் கத்தார் நாட்டுக்குச் சென்றபோது நான் விசா பெற்றதுகூட... அனைத்தையும் செல்பேசி மூலமாகத்தான்

செய்கிறோம். இப்படியான செல்பேசியில் நமது தொலைபேசி எண்ணை வேலை செய்ய வைப்பது, நமது கணக்கை வாங்கியவுடன் செல்பேசியினுள் போடும் சிறிய சிலிகான் அட்டையான சிம்-கார்டு என்னும் மின்னணு நினைவுச் சேமிப்பகம். இதனுள் மிகப் பாதுகாப்பான முறையில் ஐ.எம். எஸ்.ஐ. என்கிற சந்தாதாரரின் எண்ணும், அதனுடைய ரகசியச் சாவியும் இருக்கும். செல்பேசியில் கார்டைப் பொருத்தித் தொடங்கியவுடன், சிம் கார்டில் இருக்கும் இந்த ஐ.எம்.எஸ்.ஐ. மற்றும் ரகசியச் சாவி விவரங்கள் தொலைபேசி நிறுவனத்தின் கணினிகளுக்கு செல்லும். ஏற்கனவே நமது தொலைபேசி எண்ணுக்கு நேராக இவைகள் அவர்களின் பதிவேட்டில் இருக்கும். எல்லா விவரங்களும் ஒத்துப்போனால் இந்தச் செல்பேசியை இந்த எண்ணுக்கான செல்பேசியாக இயங்க அனுமதிப்பார்கள். இப்படித்தான் உங்களது தொலைபேசி எண்ணை மற்றவரால் எடுத்துக் கொள்ள முடிவதில்லை.

ஆள் மாறாட்டம்

இந்தத் தொழில்நுட்பப் பாதுகாப்புகள் இருந்தாலும், சில சமயங்களில் நமது தொலைபேசி எண்ணைக் கெட்டவர்கள் திருடிவிடுகிறார்கள். அதை ஏதோ ஹேக்கிங் வழியாகவெல்லாம் செய்வதில்லை. பழைய காலத்தைய ஆள் மாறாட்ட முறைதான். உங்களின் ஆதார் அட்டையின் பிரதி அல்லது வருமான வரி பான் கார்டு பிரதியைப் பெற்று உங்களின் கையெழுத்தையும் பொய்யாகப் போட்டு தொலைபேசி நிறுவனத்தின் கடைக்குப் போய், உங்களைப் போல ஆள் மாறாட்டம் செய்து புது சிம் கார்டைப் பெற்றுக் கொள்வார்கள். இதனால்தான் அரசாங்கம் தொலைபேசி நிறுவனங்களைக் கவனமாக இருக்கும்படி அறிவுறுத்தியிருக்கிறார்கள். சிம்-கார்டை வழங்கப் பல விதிகளைக் கட்டாயப்படுத்தியுள்ளார்கள்.

இவற்றையெல்லாம் சரியாகப் பார்க்காமல், நீங்கள் சென்றவுடன் சிம் கார்டை வழங்கினால் அந்த நிறுவனத்திலிருந்து உங்கள் தொலைபேசிக் கணக்கை மாற்றிவிடவும் - இவர்கள் உங்களுக்கும் நாட்டுக்கும் ஆபத்தானவர்கள். நான் போன நிறுவனம் கட்டாயம் சந்தாதாரர் வர வேண்டும், விரல் ரேகையில்லாமல் கொடுக்கமாட்டோம் என்று சொன்னது

எனக்கு நம்பிக்கையாக இருந்தது. அதனால் அவர்கள் எவ்வளவு கேள்வி கேட்டாலும் என் நல்லதற்கே என்பதை அறிந்து ஒத்துழைத்தேன்.

உங்களின் பான்-கார்டு பிரதி எப்படி திருடப்படுகிறது.?

உதாரணமாக ஜெராக்ஸ் கடையில் நீங்கள் கவனமில்லாமல் கிழிந்திருக்கிறது என்று தூக்கிப் போட்ட நகலாக இருக்கலாம், அல்லது தேவையில்லாத இடத்தில் நகல்களைப் பகிர்ந்த இடத்தில், அங்கே இருப்போரிடம் லஞ்சம் கொடுத்துப் பெறப்பட்டதாக இருக்கலாம்.

பொக்கிஷத் திறப்பு!

இப்படி நம் தொலைபேசி எண்ணுக்கான மாற்று சிம் கார்டு திருடரின் வசம் வந்தவுடன், அவரால் நம் வாழ்க்கையின் பல விஷயங்களை நம்மிடமிருந்து பிடுங்கிக் கொள்ள முடிகிறது. நமது வாட்ஸ் ஆப் கணக்கை அவரின் செல்பேசியில் நிறுவி நம்மைப் போன்றே நமது குடும்பத்தினரிடம், நண்பர்களிடம் அரட்டை அடிக்கவும் தகவல்களை பெறவும் முடிகிறது. நமது பேஸ்புக் கணக்கையும் சில நுட்பங்களைச் செய்து அவர் வசம் எடுத்துக் கொள்ளலாம். மிக முக்கியமாக நமது வங்கியின் செயலியை நிறுவி, அதை இயங்கச் செய்யும் ஓ.டி.பி. என்ற ஒரு முறை பயன்படுத்தும் ரகசிய எண்களைப் பெற்று, கணக்கில் இருக்கும் பணத்தை எடுக்கலாம். அது கடன் அட்டைக் கணக்காக இருக்கலாம். கூகுள் பே மூலம் இணைத்த யு.பி.ஐ. கணக்காகவும் இருக்கலாம். அனைத்தும் இன்று ஓ.டி.பி.யை வைத்துத்தான் திறக்கப்படுகிறது.

திருடரின் கையில் நமது எண்ணுக்கான சிம் கார்டு கிடைத்தால், அதற்கு வரும் அனைத்து ஓ.டி.பி.யும் கிடைத்துவிடும். இதைத் தவிர்க்கத்தான் எப்போது நாம் மாற்று சிம்-கார்டை வாங்கினாலும் தொலைபேசி நிறுவனம் அடுத்த ஒருநாளுக்கு (இருபத்தி நான்கு மணி நேரத்திற்கு) அந்த செல்பேசிக்கு எந்தவொரு ஓ.டி.பி. எண்ணையும் அனுப்பாது. இது ட்ராய் (TRAI) என்கிற இந்திய அரசு அமைப்பின் விதி. அதை அனைவரும் பின்பற்ற வேண்டும். இந்த இருபத்தி நான்கு மணி நேரத்தில் நம் கையில் இருக்கும் செல்பேசியில்

தொடர்பு துண்டிக்கப்பட்டிருக்கும். மேல் வலது கோடியில் ஒரு கோடுகூட இருக்காது. அழைப்பு போகாது, வராது. இப்படியானால் உடனே தொலைபேசி நிறுவனத்தைத் தொடர்பு கொள்ள வேண்டும், தாமதம் கூடாது.

உண்மையில் சிம்-கார்டு உங்களுக்குத் தெரியாமல் மாற்றப் பட்டிருப்பின் உங்களின் வங்கிகளுக்கும் சொல்லிவிடவும். தாமதமில்லாமல் தெரிந்தால் அவர்கள் வல்லுனர்களும் கெட்டவர்களைப் பிடிக்க, அவர்களின் திருட்டைத் தடுக்க வேண்டிய முயற்சிகளைச் செய்வார்கள் - பல சமயம் உங்களிடம் எதுவும் சொல்ல மாட்டார்கள். ஆனால் நிச்சயம் உங்களுக்கு உதவிதான் செய்து கொண்டிருப்பார்கள். தாமதமில்லாமல் சொல்வதால் உங்களின் கணக்கில் இருந்து எடுக்கப்பட்ட பணத்தைத் திரும்பப் பெறவும் உதவுவார்கள். உங்களின் இழப்பாவது குறையும். நீண்ட நேரம் கழித்துத்தான் நீங்கள் கவனித்திருந்தீர்களெனில் காவல்துறையின் சைபர்-செல்லில் புகார் கொடுப்பது அவசியம்.

இதற்காகத்தான் நீங்கள் கையில் வைத்திருக்கும் செல்பேசி எண்ணை, எப்போதும் பயன்படுத்தும் எண்ணை- வங்கிக்கு, ஆதார் அட்டைக்கு, குடும்ப அட்டைக்கு என்று முக்கியமான விஷயங்களுக்குக் கொடுக்கவும். எப்போதாவது பயன்படுத்தும் எண்ணை கொடுத்தால், அது திருடப்பட்டது உங்களுக்குத் தெரியாமலே இருக்கும். இதே காரணத்திற்காகவே பல தொலைபேசி எண்களை வைத்திருக்க வேண்டாம் - எதற்கு எதைக் கொடுத்தோம் என்று தெரியாது, பாதுகாக்கவும் முடியாது.

மேலும் தேவையற்ற இடத்தில், கண்டவர்கள் கேட்டால் தொலைபேசி எண்ணைப் பகிர வேண்டாம் - இப்படி அதிக உபயோகமே இல்லாத இடங்களில் (கடைகளில் நுகர்வோர் புள்ளிகள் பெற, மால்களில் காரை நிறுத்த) கொடுக்க நான் இரண்டாம் எண் ஒன்றை வைத்துள்ளேன். அந்த எண்ணில் என் முக்கிய விஷயங்கள் எதுவுமே சம்பந்தப்பட்டி ருக்காது.

ஏன் 'இ-சிம்'..?

தொடக்கத்தில் பார்த்த விஷயம், நான் ஏன் என் ஐபோனின் சிம் கார்டை 'இ-சிம்'மாக மாற்றினேன்..? இரண்டு காரணங்கள். முதலாவது, ஐபோனில் இரண்டு எண்ணைப் பயன்படுத்த ஒன்று 'இ-சிம்'மாக இருத்தல் அவசியம். 'இ-சிம்'மாக மாற்றிவிட்டால் ஒரே ஐபோனில் பல எண்களை நிறுவலாம். அவற்றில் ஒன்றுதான் ஒரு சமயத்தில் இயங்கும். இரண்டாவது.... சிலிகான் அட்டையைவிட 'இ-சிம்' (மென்பொருளாக) பாதுகாப்பானது, பழுதடையவும் (தேய்ந்து போகும்) வாய்ப்பில்லை.

நினைவில் கொள்க, செல்பேசியின் ஆத்மா என்பது அதன் சிம்-கார்டு. அதை பாதுகாப்பது நம் பொறுப்பு.

7. wife-இனும் முக்கியம், wifi

இன்று வீட்டிற்கு விருந்தினர் வந்தால், 'காஃபி வேண்டுமா, டீ வேண்டுமா?' என்று கேட்டால், 'அதெல்லாம் வேண்டாம், உங்கள் வீட்டு வைஃபை கடவுச்சொல் போதும்' என்கிறார்கள். அந்தளவுக்கு வாழ்வில் ஓர் அங்கமாகி, பிறகு வாழ்வே அதுதான் என்றும் ஆகிவிட்டது.

வைஃபை என்றால் என்ன?

கம்பியில்லாத் தொடர்பில் பலவகைகள் இருக்கின்றன. ஆனால் எல்லாமே அடிப்படையில் மின்காந்த அலைகளைக் கொண்டு தகவல்களைப் பரிமாறும் தொழில்நுட்பங்கள்தாம். நம் செல்பேசியில் அழைப்புகளைச் செய்ய, பொதுவெளியில் இருக்கும்போது தொடர்புகொள்ளப் பயன்படுத்தப்படுபவையும் கம்பியில்லாத் தொடர்பு நுட்பம்தான். இதில் ஒவ்வொரு ஊரையும் பல பிரிவுகளாகப் பிரித்து, ஒவ்வொரு பிரிவுக்கும் ஒரு செல் கோபுரம் அமைத்திருப்பார்கள். நம் செல்பேசி எந்தச் செல் கோபுரத்திற்கு அருகிலிருக்கிறதோ அதோடு தொடர்புகொள்ளும். ஒரு தொலைபேசி நிறுவனத்தின் செல் கோபுரமானது அதன் அருகேயிருக்கும் மற்ற செல் கோபுரங்களோடு மற்றும் அவர்களின் மத்திய நிலையத்தோடு இணைப்பிலிருக்கும்படி ஒரு வலையமைப்பை (நெட்வொர்க்) ஏற்படுத்தும்.

இந்த முறையின் சிறப்பு இதில் பயன்படுத்தும் அலைவெண்கள் (frequency) பல கிலோமீட்டர் தூரங்களைக் கடந்து செல்லக்கூடியவை, கட்டிடங்களின் சுவர்களைத் துளைத்துச் (ஓரளவுக்கு) செல்லக் கூடியவை என்பதே. குறிப்பிட்ட அலைவெண்களைக் கூட்டாகச் சேர்த்து 2ஜி, 3ஜி, 4ஜி என்கிற பெயர்களில் சீர்தரம் செய்யப்படுகிறது. இந்தக் கூட்டான மின்காந்த அலைவெண்களை, ‘அலைக்கற்றை’ (ஸ்பெக்டரம்) என வல்லுநர்கள் அழைக்கிறார்கள். இவை நாட்டின் பொதுச் சொத்து. அதனால் அவற்றைப் பயன்படுத்த நிறுவனங்கள் அரசாங்கத்தின் அனுமதியைப் பெறவேண்டும். அந்த உரிமைக்காக பல ஆயிரம் கோடிகளை வரியாகத் தரவேண்டும்.

மேற்சொன்னவற்றில் இருந்து மாறுபட்டது வை-ஃபை என்கிற கம்பியில்லாத் தொடர்பு முறை. இதில் பயன்படுத்தப்படும் குறிப்பிட்ட அலைவெண்கள் சில நூறு அடிகள்தான் செல்லக் கூடியவை. அதைத் தாண்டி அவை சக்தியை இழந்துவிடும். இவை தடிமனான தடுப்புகளையும் சுவர்களையும் துளைத்துச் செல்ல இயலாதவை, ஆனால் அதிகமான தகவல்களை வேகமாக எடுத்துச் செல்லக் கூடியவை. வைஃபையில் பயன்படுத்தப்படும் அலைவெண்கள் நம் வீட்டைத் தாண்டி அதிக தூரம் செல்ல முடியாது என்பதால் அரசாங்கத்தால் இலவசமாகக் கிடைக்கும் வகையில் பொது உடைமையாக்கப்பட்டுள்ளது. யார் வேண்டுமானாலும் பயன்படுத்தலாம்.

வைஃபை ரவுட்டரைப் புரிந்து கொள்ளுங்கள்

நமது வீட்டுக்கு அதிவேக இணையத் தொடர்பு வாங்கியவுடன், தொலைத்தொடர்பு நிறுவனம் அவர்களின் வலையமைப்பிலிருந்து நமது வீட்டுக்குக் கண்ணாடி இழைக் கம்பியை அமைத்து, அதன் ஒரு முனையை வைஃபை ரவுட்டர் (Router) என்னும் சாதனத்தோடு இணைப்பார்கள். நம் சந்தாவின் விலையைப் பொறுத்து இந்தக் கம்பியின் மூலம் நாம் அனுப்பக்கூடிய தகவல்களின் வேகமும் அளவும் கட்டுப்படுத்தப்படும்.

நம் வீட்டிலிருக்கும் எல்லா வைஃபை சாதனங்களில் (கணினி, செல்பேசி, ஐ-பேட்) இருந்து வரும் கோரிக்கைகளை உலகளாவிய இணையத்தில் கொண்டு சேர்ப்பது, திரும்ப

வருவதைக் கேள்வி அனுப்பிய கணினிக்கு அனுப்புவது என்கிற வழி சொல்லும் முறையின் பெயர் ரவுட்டிங் (Routing). இதைச் செய்வது ரவுட்டர் என்கிற சாதனம். இதையே வைஃபை ரவுட்டர் என்றால் இந்த ரவுட்டிங் வேலையோடு, வரும் தகவல்களைக் கம்பியில்லாமல் வைஃபை முறையில் பரிமாறும் வேலையையும் செய்யக்கூடியவை. ரவுட்டிங் இல்லாமல் வைஃபை முறையில் தகவல்களை அனுப்ப / பெற மட்டுமே செய்யும் சாதனத்தின் பெயர் வைஃபை அணுகு நிலைகள் (Wi-Fi Access Points).

ஏன் பல வைஃபை சாதனங்கள் வேண்டும்?

பெரும்பாலான காணொலி அழைப்புகளில் யாராவது ஒருவர் சரியாகத் தெரியமாட்டார், அவர் பேசுவது தெளிவாக இருக்காது. கேட்டால் என் வீட்டில் வைஃபை (Wi-Fi) பிரச்சனை என்பார். வீட்டில் அகண்ட அலைவரிசை (பிராட்பேண்ட்) என்னும் அதிவேக இணையத் தொடர்பு இருந்தும் ஏன் இந்தச் சிக்கல்..?

முன்பே பார்த்தது போல வைஃபையில் உபயோகப்படுத்தப்படும் மின்காந்த அலைகளின் சக்தி குறைவு. அதனால் வீட்டின் ஒரு கோடியில் வைஃபை ரவுட்டரை வைத்துவிட்டு நாம் வேறு கோடியில் இருக்கும் கணினியின் (அல்லது செல்பேசியின்) மூலம் தொடர்பு கொண்டால் மெதுவாகத்தான் இருக்கும். கணினிக்கும் வைஃபை ரவுட்டருக்கும் நடுவில் சில சுவர்கள் இருந்தால் இன்னும் மோசம். இதே காரணத்தால்தான் கீழ் மாடியில் இருக்கும் வைஃபை இணைப்பு முதல் மாடியில் கிடைக்காது.

வைஃபை வேகத்தை அதிகரிக்க என்ன செய்ய வேண்டும் என்று இணையத்தில் தேடினால் வரும் விடைகள் பலவும் அமெரிக்காவில் இருக்கும் மரவீடுகளுக்கான பரிந்துரைகளாக இருக்கும். மரத்தைத துளைத்து மின்காந்த அலைகள் ஓரளவுக்குச் செல்லும். ஆனால், நம்மூரில் இருப்பது செங்கல் மற்றும் சிமெண்டுச் சுவர்கள். இவற்றை மின்காந்த அலைகள் துளைத்துச் செல்வது மிக கடினம். இதனால் நம் வீடுகளுக்கு கூடுதலான எண்ணிக்கையில் வைஃபை அணுகுநிலைகள் வேண்டும். ஒரு பிராட்பேண்ட் கணக்குக்கு ஒரு வைஃபை ரவுட்டர்

போதும். ஆனால் வீட்டிலிருக்கும் எல்லா அறையிலும் இணைப்புப்பெற பல வைஃபை அணுகுநிலைகள் வைக்கலாம். இவை அனைத்தையும் ஒரு பொதுவான வைஃபை ரவுட்டரோடு இணைத்துவிடலாம்.

கம்பியே சிறந்தது

இப்படி வைஃபை ரவுட்டரோடு பல வைஃபை அணுகு நிலைகளைக் கம்பியில்லாமலேயே அதையும் வைஃபை முறையிலே இணைக்கலாம் என்றாலும், முடிந்தளவு ஈதர்நெட் (Ethernet) என்ற கம்பி இணைப்புகளைக் கொண்டு செய்தால், உங்களின் இணையத் தொடர்பின் வேகம் அதிகமாக இருக்கும்.

நினைவில் கொள்க, நீங்கள் எப்படி பொது உடைமையாக்கப்பட்ட வைஃபையைப் பயன்படுத்துகிறீர்களோ, அதே அலைவெண்களை உங்களின் பக்கத்து வீட்டுக்காரரும் பயன்படுத்துவார். சில இடங்களில் உங்களின் செல்பேசி அவரின் வைஃபை அணுகுநிலைக்கு அருகே இருக்கலாம். அதனால் உங்களின் வைஃபை அணுகு நிலையத்திலிருந்து வரும் மின்காந்த அலைகள் பக்கத்து வீட்டுக்காரரின் அலைகளோடு மோதிக் கொண்டு சக்தியிழந்து வேகம் குறைந்துவிடும். கூட்டமான சாலையில் வாகனங்கள் மெதுவாகப் போவது போல. அப்படியிருந்தாலும் பயப்பட வேண்டாம். உங்களின் தகவல்கள் எல்லா சமயங்களிலும் உங்களின் வைஃபை கடவுச்சொல்லைக் கொண்டு மறைக்கப்பட்டு, பாதுகாப்பாகதான் இருக்கும்.

இந்த கண்ணுக்குத் தெரியாத சாலை நெருக்கடியைத் தவிர்க்கச் சிறந்த வழி நம் வைஃபை ரவுட்டருக்கும் நம் வைஃபை அணுகுநிலைகளுக்கும், தனியாக ஒரு சிறப்புச் சாலையை அமைப்பதுதான். அதைச் செய்ய சிறந்த வழி இரண்டையும் யு.டி.பி. என்ற வயர்களைக் கொண்டு ஈதர்நெட் முறையில் அமைப்பது. இதைத் தொலைதொடர்பு நிறுவனத்தின் பொறியாளர் செய்ய மாட்டார். உங்கள் வீட்டுக்கு அருகிலிருக்கும் மின்நுட்பரே (எலெக்ட்ரீஷியன்) இதைச் செய்து கொடுப்பார்.

இந்த ஈதர்நெட் வயர்களைத் தவறுதலாக தொட்டால் 220V மின்சாரம் போல ஆபத்தில்லை, ஒன்றுமாகாது. வாங்கும் போது

“யு-டி-பி.6” என்கிற அதிவேக சக்தி கொண்ட வயர்களை வாங்கவும். இது ஒரு அடி சுமார் இருபது ரூபாய் இருக்கும். மேலும் இரண்டு முனைகளிலும் கிரிம்பிங்க் செய்து இணைப்புப் பொருத்திகளையும் மாட்டக் கூடுதல் செலவாகும். ஆனால் ஒருமுறை செய்துவிட்டால் பல ஆண்டுகள் வரும். நல்ல தரமான வைஃபை இணைப்புக் கிடைக்கும். தலைவலி வராது.

வைஃபை மேஷ்

பல வைஃபை அணுகுநிலைகளை அமைக்க சிறந்தது வைஃபை மேஷ் (Wi-Fi Mesh) என்ற சாதனங்கள். நம் வீட்டின் அளவையும், எத்தனை அறைகள் என்பதையும் பொறுத்து, நமக்கு வேண்டிய எண்ணிக்கையில் வாங்கலாம். ஆயிரத்து இருநூறு சதுரஅடிக் குடியிருப்புக்கு இரண்டு போதும். இரண்டாயிரம் சதுர அடி என்றால் மூன்று, மாடி வீடு என்றால் ஒவ்வொரு மாடிக்கும் ஒன்று என்ற தோராயமான கணக்கில் அமைக்கலாம். அருகேயிருக்கும் கடையில் அல்லது இணையச் சந்தைகளில் இரண்டு மேஷ் சாதனங்கள் ஒரு கூட்டாக எட்டாயிரம் ரூபாயிலிருந்து கிடைக்கும். புதிய வைஃபை தரமான “வைஃபை 6” (IEEE 802.11ax என்ற குறியீடு இருக்கும்) மேஷ் சாதனங்களின் விலை இன்னும் சில ஆயிரம் கூடவே இருக்கும். ஆனால் அதிக வேகம் கிடைக்கும். ஆப்பிள் ஐ-போனில் நன்றாக வேலை செய்யும். நெட்ப்ளிக்ஸில் 4K துல்லியத் தரத்தில் பார்க்க உதவும்.

மேஷ் சாதனங்களின் வசதிகள்: அதோடு வரும் செல்பேசி செயலியைக் கொண்டு முதல் வைஃபை அணுகு நிலையத்தை அமைத்துவிட்டால் போதும். கூடுதல் வைஃபை அணுகுநிலைகளை இணைக்கும் போது அவற்றை இயக்கி ஒரு பொத்தானைத் தட்டினால் போதும். நாம் முதலில் கொடுத்த வைஃபை வலையமைப்பின் (SSID) பெயர், கடவுச்சொல் என்று எல்லாத் தேர்வுகளும் புது வைஃபை அணுகுநிலைக்கு ஒரேயடியாக வந்துவிடும். அதேபோல, புது இயங்குதளங்களை அந்தந்த மேஷ் உற்பத்தியாளர்கள் வெளியிட்டவுடன் புதுப்பித்துக் கொள்வதும் ஒரே செயலில் முடிந்துவிடும். வீட்டில் இருக்கும் ஒவ்வொரு கணினியும், செல்பேசியும் எந்தளவு இணைய தொடர்பைப் பயன்படுத்துகிறார்கள் என்பதை அறிந்து

அவற்றின் வேகத்தையும் தனித்தனியாகக் கட்டுப்படுத்தலாம். குழந்தைகளின் செல்பேசிகளில் இருந்து அவர்கள் போகக்கூடிய இணையத்தளங்களைக் கண்காணிக்கலாம், கெட்டதைத் தடுக்கலாம்.

அடிக்குறிப்பு

வைஃபை வலையமைப்பின் (SSID) பெயரையும், கடவுச் சொல்லையும் தேர்வு செய்வதில் கவனம் செலுத்தவும். அடுக்கு மாடிக் குடியிருப்பு என்றால், நம் வைஃபை வலையமைப்பின் பெயர் அருகில் இருப்போரின் செல்பேசிகளில் தெரியும். அதனால் ஒரு தனிப்பட்ட பெயரைத் தேர்வு செய்யவும். தொலைபேசி எண்ணைப் பெயராக வைக்க வேண்டாம். அதே போல ராஜேஷ், ஜேம்ஸ், முகமது என்கிற பொதுப் பெயர்கள் வேண்டாம். குறிப்பாக வீட்டுப் பெண்களின் பெயர்களைக் கண்டிப்பாகத் தவிர்க்கவும். கடவுச் சொல்லை எவ்வளவு பெரிதாக வைக்க முடியுமோ அந்தளவு வைக்கலாம். எளிதாக ஊகிக்கக் கூடிய "*123456*", "Rajnikanth", பிறந்தநாட்கள் போன்றவற்றைத் தவிர்க்கவும்.

முக்கியமாக வைஃபை சாதனத்தின் அமைப்பில், WPA2-Personal (AES) அல்லது புதிய WPA3-Personal (சிறந்தது) என்கிற பாதுகாப்பான நெறிமுறையைத் தேர்வு செய்யவும். இவை இல்லாமல் WPA Personal அல்லது WPA Personal போன்றவை மட்டுமே இருந்தால் அந்த வைஃபை சாதனத்தை உடனே மாற்றிவிடவும், ஆபத்து.

அடுத்தது வைஃபை சாதனத்தின் அமைப்பில் 2.4Ghz அல்லது 5Ghz எந்த அலைவெண்ணை தேர்வு செய்வது..? இது வைஃபையின் தகவல் வேகத்தைக் குறிப்பிடுவதில்லை. அதனால் இரண்டையுமே பயன்படுத்திக் கொள்ளும் வசதிகள் புதிய சாதனங்களில் வருகிறது, அதுவே சுலபமானது.

கடைசியாக... உங்களின் வீட்டுக்கு விருந்தாளிகள் அடிக்கடி வருவார்கள். அவர்களுக்கு வைஃபை பகிர வேண்டுமென்றால் அவர்களுக்காக 'விருந்தினர்கள்' (Guest) என்று தனியாக ஓர் வைஃபை வலையமைப்பை (SSID) உருவாக்கி, அதற்குத் தனியாக ஒரு கடவுச்சொல்லையும் வைக்கலாம். இதனால்,

அந்தக் குறிப்பிட்ட வலையமைப்பில் இணையும் கருவிகளின் வைஃபை பயன்பாட்டை, வேகத்தை கட்டுப்படுத்தலாம். அவர்களின் செல்பேசிகளில் பூச்சிகள் (Virus) இருந்தால் நமது சாதனங்களில் அவை தொற்றிக் கொள்ளாமல், நமது செல்பேசியை அவர்கள் உளவு பார்க்காமல் பாதுகாக்கலாம்.

8. அரசாங்க இணையத்தளங்கள் மொக்கையாவது ஏன்?

ஒவ்வொரு வீட்டு உரிமையாளரும் அவரது மின்சார வாரியக் கணக்கை ஆதாருடன் இணைக்க வேண்டும் என்பதற்காக ஓர் இணைய முகவரியைக் கொடுத்தார்கள். ஒரு சிலர் மின்சாரக் கணக்கையும் ஆதாரையும் இணைக்கும் பணியை எளிதாகச் செய்தபோதிலும் பெரும்பாலானவர்களுக்குச் சிக்கல்தான். அரசு உத்தரவு என்பதால் வேறு வழியின்றிப் பலர் நேரடியாகச் சென்று இணைப்பு வைபவத்தை நிறைவேற்றிவிட்டு வந்தார்கள். இது ஒன்றிரண்டு இடங்களில் நடந்ததல்ல. மாநிலம் முழுதும்.

விஷயம் என்னவென்றால் இது இப்போது நடக்கும் பிரச்னை அல்ல. அரசுத் துறை சார்ந்த எந்த ஒரு இணைய நடவடிக்கையும் சிக்கலுக்குரியதாகத்தான் உள்ளது. சென்ற ஆண்டு இந்திய அரசின் நேரடி வருவாய்த் துறையின் இணையத் தளத்தை இந்தியாவின் இரண்டாவது பெரிய மென்பொருள் நிறுவனமான இன்போசிஸ் தயாரித்தது. என்ன பயன்? பல மாதங்கள் வரை அந்தத் தளம் தொங்கிக்கொண்டுதான் இருந்தது. ஐ.ஆர்.சி.டி.சி என்கிற இந்திய இரயில்வே பதிவுத் தளத்தைப் பயன்படுத்த நீங்கள் ஒரு முனைவர் பட்டமாவது பெற்றிருக்க வேண்டும். இன்னொரு உதாரணம். ஆதாரில்

திருத்தங்கள் செய்வதை நாமே செய்ய முடியும் என்கிறார்கள். அதற்கொரு இணையத்தளம் இருக்கிறது. அதில் ஆங்கிலத்தில் டைப் செய்தால் தமிழ்ப் பிரதி தனியே அருகில் வரும். ஆனால் தப்பும் தவறுமாக மட்டுமே வரும். அதில் திருத்தம் செய்தால் ஆங்கிலத்தில் சொதப்பும். இரண்டையும் பிழையில்லாமல் டைப் செய்து உள்ளிட இன்றுவரை ஒரு வழி கிடையாது. முகவரியிலோ, பெயரிலோ ஒரு பிழையுமே இல்லாத ஆதார் அட்டை கொண்ட ஓர் இந்தியர் இருப்பாரானால் அவருக்கு முடிசூட்டியே விடலாம்!

இன்னும் சொல்லிக்கொண்டே செல்லலாம். நிகரம் ஒன்றுதான். அரசுத் தளங்கள், அரசுச் செயலிகள் எல்லாம் பொதுமக்கள் எளிதில் பயன்படுத்தும்படியாக இருப்பதில்லை.

பராக் ஒபாமா அமெரிக்க அதிபராக இருந்தபோது ஏழைகளுக்கான காப்பீட்டுத் திட்டம் ஒன்றைக் கொண்டு வந்தார். அதற்கொரு இணையத்தளம் தொடங்கப்பட்டது. ஆனால் ஆரம்பத்தில் அது செயல்பட முடியாமல் திணறித் திண்டாடிப் போனது. பின்னர் சிலிகான் பள்ளத்தாக்கிலிருந்து ஒரு தொழில்நுட்ப வல்லுநரை வெள்ளை மாளிகையின் தலைமைத் தொழில்நுட்ப அதிகாரியாக நியமித்துச் சில மாதங்களில் சரிசெய்தார்கள். இந்த இணையத் தளத்தின் குளறுபடிகளை அலசி ஹார்வர்ட் பல்கலைக்கழக முதுகலை வணிக மேலாண்மை மாணவர் ஓர் ஆராய்ச்சிக் கட்டுரையே எழுதியுள்ளார் என்றால் பார்த்துக் கொள்ளுங்கள்!

உலகளவிலும் ஏன் இப்படி அரசாங்கங்களின் இணையத் தளங்கள் தடுமாறுகின்றன? அதற்கு முக்கியக் காரணங்கள் என்ன? தடுமாறும் செயலிகளைத் தட்டிக் கொடுத்து நம் வேலையை முடித்துக் கொள்ள ஏதாவது வழிகள் உண்டா? ஒழுங்காக வேலை செய்யும் அரசுச் செயலிகள் என்று ஏதாவது இருக்கிறதா? பார்க்கலாம்.

மென்பொருள் என்பது மனிதர்களால் எழுதப்படுவதுதான். அதில் பிழைகள் இருப்பதில் ஆச்சரியமில்லை. மென்பொருள் துறையில் அதை வாழும் - மூச்சுவிடும் பொருள் என்ற அர்த்தத்தில் பேசி கொள்வார்கள். எப்படி ஒவ்வொரு உயிரும் நாட்கள் ஆக ஆக, வாழ்க்கையின் அனுபவங்கள் சேரச் சேர

முன்னேறுகிறதோ அது போலத் தான் மென்பொருளும். பிழைகள் கண்டுபிடிக்க, கண்டுபிடிக்க அதைச் சரிசெய்து கொண்டேயிருப்பார்கள். ஒரு நிலையில் அது நன்றாக வேலை செய்யும். இதற்குப் பல மாதங்கள் (ஏன் ஆண்டுகள் கூட) ஆகும். இதனால் தான் பெரிய நிறுவனங்கள் தங்களின் செயலிகளின் அடுத்தடுத்த பதிப்புகளின் வெளியீட்டுத் தேதிகளை முன்கூட்டியே சொல்லமாட்டார்கள். அவர்களின் எதிர்பார்த்த தரத்திற்கு வரும்வரை காத்திருப்பார்கள்.

அடுத்து, குறிப்பிட்ட மென்பொருளின் எல்லா அம்சங்களையும் ஒரேயடியாக வெளியிட மாட்டார்கள். திட்டமிடும் சமயத்திலேயே ஒவ்வொரு அம்சமாக எழுதி, சோதித்து, சரிசெய்ய நேரம் ஒதுக்கித்தான் செய்வார்கள். பல சமயங்களில் அரசாங்க அதிகாரிகளிடம் இந்த மென்பொருள் உருவாக்கத்தில் இருக்கும் சூட்சுமப் புரிதல் இல்லாத காரணத்தால் அல்லது தலைவர்கள் வாக்கு வங்கிக்காக அவசரப்படுத்துவதால் அரைகுறைத் தயாரிப்புக்கள் வெளியிடப்பட்டு நம்மை சாவடிக்கின்றன. இளைஞர்கள் அரசுத் துறையில் சேரச்சேர, அவர்களிடம் இந்தப் புரிதல் இயற்கையாக இருப்பதால், வரும் காலங்களில் இந்தச் சூழ்நிலை படிப்படியாக மாறக்கூடும்.

வீடோ, பாலமோ எதுவாக இருந்தாலும் அஸ்திவாரம் நன்றாக இருக்க வேண்டும். அது போல ஒரு மென்பொருளைத் தயாரிக்க, முதலில் அதன் வடிவமைப்பு சிறப்பாக இருத்தல் வேண்டும். இதற்கு நிறைய நேரமும் பணமும் செலவாகும். அதோடு, மென்பொருள் எழுதத் தொடங்கி முதல் சில அம்சங்களை வடிவமைக்க நேரமாகும். போகப் போக வேகம் கூடும். ஆனால் இந்தத் தாமதத்தால் கவலை கொண்டு, செய்ய வேண்டியதை அரைகுறையாகச் செய்து பின்னர் பார்த்துக் கொள்ளலாம் என விட்டுவிட்டுப் போகிறதன் பெயர் தொழில்நுட்பக் கடன் (Technical Debt). கடன் நட்பை முறிக்கும், அதைவிடக் கொடியது இந்த தொழில்நுட்பக் கடன். முதலில் செய்ய வேண்டியதைச் சிறப்பாகச் செய்யாமல் போனதால் பின்னர் செய்த அனைத்து அம்சங்களுமே சுமாராகத்தான் வரும். அரசாங்கச் செயல்திட்டங்களில் இதற்கான முக்கியத்துவத்தை உரியவர்கள் யாரும் புரிந்துகொள்வதில்லை. நாம் முன்பு பார்த்த அமெரிக்க ஒபாமா-கேர் தளத்தின் ஆரம்பத்திட்ட

பட்ஜெட் இந்திய ரூபாயில் முன்னூறு கோடி. கடைசியாக முழுவதையும் சரி செய்து வெளியிட்ட போது அதன் செலவு பதினைந்தாயிரம் கோடி ரூபாய்.

மென்பொருள் துறையில் நேற்று இருந்த நுட்பமோ, நிரலாக்கக் கட்டமைப்போ நாளைக்குப் பழையதாகிவிடும். பல திறமூலக் கட்டமைப்புகள் காணாமலே போயிருக்கும். அதன் இடத்தில் புதியது வந்திருக்கும். இந்த மாறுதலுக்கு ஏற்ப எழுதப்படும் மென்பொருளை மாற்றிக் கொண்டே இருக்க வேண்டும் - ரஜினி கோச்சடையான் பாடலில் சொன்ன "மாற்றம் ஒன்றே மாறாதது", மென்பொருள் துறைக்கு அப்படியே பொருந்தும். அரசுத் துறையில் வாங்கப்படும் பெரும்பாலான மென்பொருட்கள் ஒப்பந்தப் புள்ளிகள் முறையில் பெறப்படுவதால் இந்த மாறுதலுக்குத் தேவையான பணம் கிடைக்காது. கூடுதல் பணமில்லை என்றால் தனியார்த் துறையென்றால் திட்டமிட்ட அம்சங்களில் சிலவற்றைக் கழித்துவிடுவார்கள். அதில் மிச்சமாகும் பணத்தைக் கொண்டு செய்வதைச் சிறப்பாக செய்வார்கள். இதையும் ஒப்பந்தப் புள்ளிகள் முறை என்பதால் செய்யமுடியாது. அதனால் முதலில் திட்டமிட்ட, அது காலாவதியாகியிருந்தாலும் அதே கட்டமைப்பில்தான் செயல்திட்டங்களில் செய்யப்படும். இதனால் நாம் இந்த செயல்திட்டங்களிலிருந்து வந்த செயலிகளைப் பயன்படுத்தும் போது, நம்முடைய நிகழ்கால இயங்குதளங்களில் அவை பொருந்துவதில்லை.

இன்றைக்குத் தனியார் நிறுவனங்கள் பல அசத்துகிறார்கள். உதாரணமாக ஸ்விகி (Swiggy) செல்பேசிவழி சாப்பாடு செயலியை அறியாதார் இல்லை. மேகக்கணிமை நுட்பத்தை முழுவதும் பயன்படுத்தி அவர்களின் மென்பொருட்களை உருவாக்கியிருக்கிறார்கள். அதனால் பயனர்கள் எண்ணிக்கை எதிர்பாராவிதமாக எவ்வளவு வந்தாலும் அதை எதிர்கொள்ள முடியும் - கூடுதல் பணம் செலவாகும், அவ்வளவுதான்.

ஆனால் அரசுத் துறையில் மேகக்கணிமை முறைக்கு வருவதில் தாமதமாகிவிடுகிறது. பல மேகக்கணிமை கூடங்கள் அமெரிக்கா அல்லது சீன நிறுவனங்களின கட்டுப்பாட்டில் இருப்பதால் அரசுக்குத் தேவையான ஒரு தயக்கமும் இருக்கிறது. சமீப

ஆண்டுகளாக சில அமெரிக்க நிறுவனங்கள் தங்களின் மேகக்கணிமை கூடங்களை இந்தியாவிலேயே அமைப்பது மட்டுமில்லாமல் இந்தியப் பெருநிறுவனங்களோடு (உதாரணமாக ஏர்டெல், ரிலையன்ஸ்) சேர்ந்து அரசுத் துறைகளின் தேவைகளுக்கு ஏற்ப வழங்குகிறார்கள்.

கடைசியான, ஆனால் முக்கியமான காரணம்: மற்ற பல துறைகளில் தனியார் நிறுவனங்களைவிட அரசுத் துறைகளில்தான் ஒரு வேலைக்கு அதிகச் சம்பளம். உதா: அரசுப் பள்ளி, கல்லூரி ஆசிரியர்கள். ஆனால் அரசுத் துறையில் ஒரு திறமையான மென்பொருள் பொறியாளருக்கு இலட்சக் கணக்கில் ஆண்டுச் சம்பளமென்றால், அதுவும் இந்தியாவில் இருக்கும் அமெரிக்க நிறுவனங்களில் கோடிக்கு மேல்கூட சம்பளம் கிடைக்கும். அதனால் திறமையானவர்களை அரசால் ஈர்க்க முடிவதில்லை.

இதிலிருந்து நாம் முதலில் புரிந்து கொள்ளவேண்டியது, ஓர் அரசாங்கச் செயலியோ, இணையத் தளமோ சரியாக வேலை செய்யவில்லை என்றால், நமக்கு மென்பொருள் புரியவில்லை என்று அர்த்தமில்லை. தவறு பல பல சமயங்களில் அவர்களிடம்தான்.

சரியாக வரவில்லை என்றால் நாம் என்ன செய்யலாம், அரசின் கவனத்துக்கு அதை எப்படி எடுத்துச் செல்வது என்று கவலை வேண்டாம். ஓர் அரசு இணையத் தளம் வேலை செய்யவில்லையென்றால் உடனே படமெடுத்து அதை டிவிட்டர் போன்ற சமூக தளங்களில் சம்பந்தப்பட்ட அமைச்சரைக் கோத்து ஒரு கீச்சு போடலாம். இன்று பல அரசுத் துறைகளும், பத்திரிகைகளும் இவற்றைக் கவனிக்கிறார்கள்.

இன்றைக்கு பேஸ்புக், ஊபர் போன்றவர்கள் செயலிகளை முதலில் செல்பேசிகளுக்குத் தான் உருவாக்குகிறார்கள். ஏனென்றால் இன்றைக்கு பெரும்பாலான பயனர்கள் அவற்றில் இருந்து தான் வருகிறார்கள். பிறகு வேண்டாவெறுப்பாகத் தான் மேஜை/மடிக் கணினிகளுக்கு அவற்றை மாற்றுகிறார்கள். ஆனால் அரசுத் துறைகள் இன்னும் கணினி யுகத்திலேயே இருக்கின்றன. நீங்கள் பயன்படுத்த முயலும் தளம் செல்பேசியில் சரியாக வரவில்லையென்றால் கணினியில் இருந்து முயற்சி செய்யவும். கணினியிலும் ஒரு வலையுலாவியில் (கூகுள் க்ரோம்)

சரியாக வரவில்லையென்றால் ஃபயர்ஃபாக்ஸ் போன்ற பிற வலையுலாவியில் முயலவும்.

பெரும்பாலான அரசு இணையத் தளங்களை மைக்ரோசாப்ட் விண்டோஸ் இயங்குதளத்தில் மட்டுமே சோதித்துப் பார்த்துவிட்டு வெளியிடுகிறார்கள். அவர்களிடம் ஆப்பிள் மேக் கணினியோ, லினக்ஸ்ஸோ கிடையாது - உங்களிடம் இருப்பது இந்தவகை கணினிகள் என்றால், நண்பரின் மைக்ரோசாப்ட் விண்டோஸ் கணினியில் அதுவும் கூகுள் க்ரோம் வலையுலாவியில் இருந்து அதே இயங்குதளத்தை இயக்கிப் பார்க்கவும். அதோடு செல்பேசி இணையத் தொடர்பைப் பயன்படுத்தாமல் வீட்டில் இருக்கும் அதிவேக வைஃபை இணையத் தொடர்பில் முயற்சி செய்யவும்.

கடைசியாக, நம் பெற்றோர்கள் சொன்ன யோசனை தான். பண்டிகைக் காலங்களில் பொருட்கள் வாங்க காலையிலேயே சீக்கிரம் போனால் கூட்டமிருக்காது,. பார்த்துப் பொறுமையாக நல்ல பொருளை வாங்கலாம். அதேபோல, முக்கிய நிகழ்வுகளுக்காக அரசு இயங்குதளங்களுக்குச செல்ல வேண்டியிருந்தால் முன்பே திட்டமிட்டு, அதிகாலையிலோ, இரவிலோ பயனர்கள் அதிகமில்லாத போது இயக்கலாம். உதாரணமாக நேரடி வருவாய் வரி படிவத்தை உள்ளிட ஜூன் 15 கடைசி நாளென்றால், ஜூன் 10 ஆம் தேதிக்கு முன்பே செய்துவிடுவது நல்லது.

எல்லாம் சரி. ஒழுங்காக வேலை செய்யும் அரசு செயலிகள் என்று ஏதேனும் இருக்கிறதா?

இருக்கிறது. முதலில் கொஞ்சம் தடுமாறினாலும் இந்திய அரசின் கோ-வின் இணையத தளம் பல லட்சம் டோஸ் தடுப்பூசி வழங்கலைச் சரியாகப் பதிவிட்டு, சான்றிதழ்களையும் வழங்கியது. அமெரிக்கா போன்ற மேலை நாடுகளிலும்கூட காகிதச் சான்றிதழ்கள் தான் வழங்கப்பட்டது. யு-பி-ஐ என அழைக்கப்படும் ஒருவர் வங்கிக் கணக்கிலிருந்து மற்றொருவருக்குப் பணம் செலுத்தும் இணையச் சேவை - இதைக் கொண்டு ஒவ்வொரு நாளும் பல கோடி பரிமாற்றங்களைச செய்கிறது. இதைச் செய்வது நேரடி அரசு நிறுவனமில்லை, ஆனால் அரசு வங்கிகள் பல இந்த நிறுவனத்தின் பங்குதாரர்கள்.

9. கலையலங்காரா, திரும்பவும் ஆஸ்பத்திரி செட்டா!

அலுவலகத்திற்குச் செல்லாமல் வீட்டிலிருந்தபடியே காணொலிகள் மூலமாக வேலை செய்யும் முறை மீண்டும் வரலாம். இந்த நிலையில், எப்படிச் சிறந்த முறையில் வீடியோக்களில் பங்கு பெறலாம்?

வைஃபை இணையத் தொடர்பு

அது செல்பேசியோ கணினியோ வெளியுலகத்தோடு தொடர்பு கொள்ள நல்ல இணையத் தொடர்பு வேண்டும். அதனால் செல்பேசியில் இருக்கும் 4ஜி, 5ஜி இணைப்புகளைத் தவிர்த்து வீட்டில் அகண்ட அலைவரிசைக் கணக்கை நிறுவி, வைஃபை மூலமாகக் காணொலிகளில் இணையவும். இதனால் அவ்வப்போது நீங்கள் பேசுவது கேட்காமல் உங்கள் மேலாளர் கோபம் கொள்ள மாட்டார்.

அழுக்கில்லா பின்புலம் வேண்டும்

இன்று பலரும் காமெராவை நிறுத்திவிட்டு, வீடியோக்களில் குரலை மட்டும் காட்டுகிறார்கள். கேட்டால் வீட்டில் தனியாக இடமில்லை, இதே அறையில் இன்னும் சிலர் அவர்களின் வேலையைச் செய்து கொண்டிருக்கிறார்கள் அதனால் என்கிறார்கள். சுலபமான முறையில் நண்பர் ஒருவர் இதைத் தீர்த்துள்ளார். ஓர் அடுக்குமாடி குடியிருப்பில் இருக்கிறார் அவர். இரண்டு படுக்கை அறைகள், இரண்டு பிள்ளைகள்,

பெற்றோர் என ஆறு பேர் வீட்டில் இருக்கிறார்கள். நண்பர் கணினியில் வேலை செய்வது வீட்டின் வரவேற்பறையில் (அதுவே அவர்களின் சாப்பாடு அறையும்) இருந்து. அந்த அறையின் ஒரு மூலையில் சிறிய மேஜை போட்டுவிட்டார். மேஜையின் பின்னும், இடது பக்கத்திலும் சுவர்கள் இருப்பதால் மற்ற இரண்டு பக்கத்திலும் சில அடிகள் (பின்புறம் நாற்காலியைத் தாண்டி) இடைவெளி விட்டு மேல் சுவரில் இருந்து ஒரு திரைச்சீலையைத் தொங்கவிட்டு விட்டார். இதனால் காணொலிகளில் அவரைச் சுற்றி வீட்டில் மற்றவர்கள் இருந்தாலும் தெரியாது.

புத்திசாலியான நண்பர் தனக்குப் பின்புறம் தொங்கவிட்ட திரைச்சீலையை பச்சை வண்ணத்தில் வாங்கி இருந்தார். இதனால் ஜூம், மைக்ரோசாஃப்ட் டீம்ஸ் போன்ற செயலிகளில் இருக்கும் "மெய்நிகர் பின்னணிச் சூழல்" என்கிற பின்புறச் சுவரை மாற்றும் வசதியைக் கொண்டு தான் அலுவலக அறையில் இருப்பது போன்ற படத்தை அமைத்துவிட்டார். உங்களுக்குப் பின் பச்சை வண்ணத்தில் சீலை இருப்பதால், செயற்கை நுண்ணறிவு முறையில் ஜூம் மென்பொருள் அந்த நிறத்தை மட்டும் கண்டறிந்து, வெட்டி, அந்த இடத்தில் நீங்கள் கொடுத்துள்ள படத்தை வரைந்துவிடும் - இது பத்திரிகையில் வரும் விஜய், அஜீத் படத்தை மட்டும் வெட்டி நமது அறைச் சுவரில் ஒட்டுவது போன்றது.

வெளிச்சம் பாய்ச்சவும்

வெளிச்சம்... நூறு ஆண்டுகளாகப் புகைப்படக் கலைஞர்கள் பயன்படுத்து தந்திரம் இது.

காணொலி அழைப்புகளில் பலரும் செய்யும் பிழை, ஜன்னலுக்கு முன் அமர்ந்து பேசுவது. இதனால் காமெராவில் உங்கள் முகத்தைவிடப் பின்னால் இருக்கும் ஜன்னலின் ஒளி பளிச்சென்று தெரியும். இதைத் தவிர்த்து ஜன்னல் உங்களுக்கு முன்னர் (அதாவது முகத்தில் வெளி வெளிச்சம் விழ வேண்டும்) இருக்கும்படி அமரவும் (அல்லது நிற்கவும்). ஜன்னல் இல்லாவிட்டால் அல்லது இரவில் பேச வேண்டியிருந்தால் உங்களின் முகத்துக்குமுன், அதாவது கணினிக் காமெராவுக்குப் பின், நல்ல மின்சார விளக்கை

அமைக்கவும். இது ட்யூப்லைட்டாக இருக்கலாம், அல்லது எல்.இ.டி. குண்டு பல்பாக இருக்கலாம், அல்லது மின்சாரச் சந்தைகளில் கிடைக்கும் மேஜையில் வைக்கும் வட்ட விளக்காக (Ring light) இருக்கலாம் - முந்நூறு ரூபாயில் இருந்து கிடைக்கும் இதைக் கணினியின் யு.எஸ்.பி. பொருந்துக்குழியில் இணைக்கலாம், தனியாக மின்சார இணைப்பு வேண்டாம்.

காமெரா (மின்கண்) முக்கியம்

இன்று பத்தாயிரம் ரூபாய்க்கு அதிகமாக இருக்கும் செல்பேசிகளில் தரமான காமெராக்கள் வருகிறது. அதைக்கொண்டு காணொலிகளில் பேசும் போது உங்கள் முகம் தெளிவாகத் தெரியும். ஆனால், மடிக்கணினிகளில் வரும் காமெராக்கள் மிகப் பழைய வடிவங்கள். அதைக்கொண்டு பேசும் போது புள்ளி புள்ளியாகத் தெரியும். இதைச் சரிசெய்ய இரண்டாயிரம் ரூபாயில் கிடைக்கும் வெப்-காமெராக்களை வாங்கி கணினியின் யு.எஸ்.பி. பொருந்துக்குழியில் இணைக்கலாம். பெயர் தெரியாத சீனத் தயாரிப்புகளைத் தவிர்த்து லெனோவா, ஜெப்ரோனிக்ஸ், ஹெச்பி போன்றவற்றை வாங்கவும், *1080*பி (1080p) என்ற காட்சி அளவிலிருக்கும் காமெராக்களை வாங்கவும்.

நம்மூர் டி.வி.எஸ். நிறுவனமும் TVS-E WC 103 என்கிற நல்ல கேமராவை விற்கிறார்கள். இவற்றில் எல்லாமே தரமான ஒலிவாங்கியும் உடன் வரும். இது நம் பேச்சைத் தெளிவாகப் பதித்துக் கொள்ளும். வெப்காம்களில் லாஜிடெக் நிறுவனத்தின் படைப்புகள் தான் சிறந்தது. ஆனால் அவர்களின் *1080*பி காமெராவின் ஆரம்ப விலை ரூபாய் பத்தாயிரம். உங்களிடம் சில வருடங்களுக்கு முன் வாங்கிய நைக்கான் அல்லது கேனன் டி-எஸ்-எல்-ஆர் (DSLR) பெரிய காமெரா இருந்தால், அதன் புதிய மென்பொருளை நிறுவி, அவர்கள் தனியாக விற்பனை செய்யும் யு.எஸ்.பி. கேபிளைக் கொண்டு கணினியில் இணைத்து வெப்காமாகப் பயன்படுத்தலாம். இது மிகத் துல்லியமான காட்சியைத் தரும் - யூட்யூபில் பிரபலங்கள் பேசும் வீடியோக்கள் இப்படித்தான் பதிவாகின்றன.

வெப்காமோ அல்லது டி-எஸ்-எல்-ஆர் பெரிய காமெராவோ... அதை நம் கணினித் திரைக்கு முன், ஒரு முக்காலிச் சட்டத்தின்

(Tripod) மேல் வைத்தால் நம் கண்ணின் விழி அடுத்தவரை நேராகப் பார்ப்பது போன்ற உயரத்தில் தோன்றும், நன்றாக இருக்கும். இதில் ஒரு சிக்கல்... இந்த முறையில் காமெரா, திரையின் ஒரு பகுதியை மறைக்கும், அதனால் அழைப்பு முடிந்தவுடன் முக்காலிச் சட்டத்தையும், காமெராவையும் ஓரமாக நகர்த்திவிடலாம்.

ஒலிவாங்கியைக் கேட்கவும்

உங்கள் காணொலிகளில் ஒலி முக்கியம் என்றால், உதாரணம் நீங்கள் பாடுகிறீர்கள் அல்லது இசைக் கருவிகளை வாசிக்கிறீர்கள் என்றால் பிரத்தியேக ஒலிவாங்கி வேண்டும். இதற்காகவே ஜெப்ரோனிக்ஸ் (Zebronics) போன்ற நிறுவனங்கள் மேஜையில் வைத்து யு.எஸ்.பி.யில் இணைக்கும் மைக்குகளை எண்ணூறு ரூபாயிலிருந்து விற்கிறார்கள். இதற்கு அடுத்த நிலையில் இருப்பவை கண்டன்சர் ஒலிவாங்கி (Condenser Mic) என்கிற மேஜை அல்லது நிற்கும் ஒலிவாங்கிகள். இவற்றின் விலை சில ஆயிரம் ரூபாய்கள். இவற்றின் சிறப்பு ஒலிவாங்கிக்கு முன்னிருந்து வரும் ஒலியை மட்டும்தான் இவை உள்வாங்கும். இதனால் நாம் பேசுகிறது தெளிவாக அடுத்த முனையில் இருக்கும் நபருக்குக் கேட்கும், ஆனால் நம்மைச் சுற்றியிருக்கும் சத்தங்கள் அவ்வளவாகப் போகாது.

ஓ.பி.எஸ். ஸ்டுடியோ

மேலே கூறியதையெல்லாம் செய்துவிட்டு அதற்கும் அடுத்த நிலைக்கு, வல்லுநர்கள் செய்யும் வீடியோக்களைப் போன்று செய்ய விரும்பினால் ஓ.பி.எஸ். ஸ்டுடியோ (OBS Studio) என்கிற இலவச, திறமூலச் செயலியைப் படித்துப் பழகிப் பயன்படுத்தலாம். இதைக் கற்கச் சில வாரங்கள் ஆகலாம், கொஞ்சம் கடினமானதுதான். பல கேமராக்களில் இருந்து வரும் காட்சிகளை இணைத்துக் காட்டலாம். படங்களுக்கு மேல் எழுத்துக்களைப் போடலாம் என்று பலப்பல மாயங்களை, ஜாலங்களைத் திரையில் செய்யலாம். யூ-ட்யூபில் இதற்கான பயிற்சி வீடியோக்களைப் பார்த்து, பிடித்திருந்தால் கற்கலாம்.

10. செல்போனுக்குக் கல்யாணம் செய்து வைப்பது எப்படி?

செல்லற்ற நல்லோர் என்று அநேகமாக இன்றைக்கு உலகில் யாருமில்லை. செல்பேசி ஓர் அத்தியாவசியப் பொருளாகிவிட்டது. அதுவும் குறுந்தொழில் - சிறுதொழில் செய்பவர்களுக்கு அதுதான் அலுவலகமே. பல்போன தாத்தா, பாட்டிகளுக்கும் செல் அவசியம். அதுதான் வெளிநாட்டில் இருக்கும் அவர்களின் பேரன், பேத்திகளோடு பேசி, விளையாட உதவும் மந்திரக் கருவி. அப்படிப்பட்ட முக்கியக் கருவிக்குக் கையேடுகள் எதுவும் வருவதில்லை, பள்ளி கல்லூரிகளில் அதைப் பற்றி கற்றுத் தருவதுமில்லை. எல்லோருக்கும் எல்லாம் தெரியும் என்று எல்லோரும் நினைத்துக்கொண்டுவிடுவதன் விளைவு.

இப்போதுதான் முதன் முதலாக ஒரு திறன்பேசி (ஸ்மார்ட் போன்) வாங்கியிருக்கிறீர்கள் என்றால் இன்னும் மோசம். தெரியாமல் அதில் எதையாவது அழுத்திவிட்டால் கெட்டுப் போய்விடுமோ என்ற பயம் வேறு பாடாய்ப் படுத்தும். நமது பிள்ளைகளிடம் குரு தட்சிணை கொடுத்துக் கற்கலாம். பொதுவாக அதை யாரும் செய்வதில்லை. இளைய தலைமுறையும் பெற்றோருக்கு இதனை நாம்தான் கற்றுத்தர வேண்டும் என்று நினைப்பதில்லை. அவர்களுக்குப் பொறுமைப் பற்றாக்குறை. என்ன செய்ய?

வாங்கியது சரியாக இருக்கிறதா? திறந்ததும் முதலில் என்ன செய்ய வேண்டும்? எளிய விஷயம்தான். இருந்தாலும் எல்லோருக்கும் இது தெரிந்திருப்பது அவசியம்.

1. இணையம் மூலம் நீங்கள் செல்போன் வாங்கியிருந்தால் கூரியர் உறையில் இருந்து எடுத்தவுடன் ஒரு படம் எடுத்துக் கொள்ளவும். ஏதாவது பிரச்சனை என்றால் அவர்களுக்கு அனுப்பி, புகார் அளிக்க உதவும். போன் இருக்கும் டப்பாவின் சீல்கள் பிரித்திருந்தால், மேலும் தொடர வேண்டாம். உடனே திருப்பி அனுப்பவும். இதே போல் கடையில் வாங்கியது என்றால், ஊழியர் சீலை உங்கள்முன் தான் உடைக்க வேண்டும். அடுத்து சார்ஜர், கேபிள் போன்றவை இருப்பதையும், சரியாக இருப்பதையும் உறுதி செய்து கொள்ளவும்.

2. ரசீதை ஒன்றிரண்டு பிரதி எடுத்துப் பத்திரப்படுத்திக் கொள்ளவும். அதில் இருக்கும் ஐ.எம்.இ.ஐ (IMEI) எண், கார் நம்பர் போன்றவை முக்கிய அடையாளக் குறியீடு. ரசீதில் இருக்கும் ஐ.எம்.இ.ஐ எண்ணும், செல்பேசியின் செட்டிங்ஸ்-இல் (ஆன்ட்ராய்ட் விவரங்கள்) இருப்பதும் ஒன்றாகவே இருத்தல் வேண்டும். இல்லையென்றால் கடையின் தவறாக இருக்கலாம்; திருட்டு போனாகவும் இருக்கலாம். ஜாக்கிரதை!

3. போன் கீழே விழுந்து உடைந்தாலோ, அல்லது திருட்டுப் போனாலோ அந்த நஷ்டத்தை ஈடு செய்யக் காப்பீடுகள் உண்டு. பொருளை வாங்கிய கடைகளிலேயே சிறு தொகை கூடுதலாகக் கொடுத்து சுலபமாக வாங்கிக் கொள்ளலாம். வெளியில் வாங்குவது கடினம். இதோடு சேர்த்து, கூடுதல் கால உத்தரவாதம் (வாரண்டி) என்று பலவற்றைத் தலையில் கட்டப் பார்ப்பார்கள். அதையெல்லாம் நைசாகத் தவிர்த்துவிடலாம்.

4. போனை வாங்கும் முன்பே தெரிந்தவர் உதவியைப் பெற்று, அல்லது நண்பரின் செல்பேசியைக் கடன் கேட்டு உங்களுக்காக ஒரு ஜிமெயில் மின் முகவரியை உருவாக்கிக் கொள்ளவும். மனைவி, மகள் இவர்களின் முகவரியை மறு சுழற்சி செய்ய வேண்டாம். அதே போல உங்கள் அலுவல் ரீதியிலான மின்னஞ்சல் முகவரியையும் போனுக்குத் தரவேண்டாம் - இவற்றை கூகுள் நிறுவனம் இலவசமாகக் கொடுக்கிறது, அதனால்

கஞ்சத்தனம் வேண்டாம். இந்த ஜி-மெயில் முகவரியையும், அதன் கடவுச்சொல்லையும் (பாஸ்வர்டு) பத்திரமாக வைத்துக் கொள்ளவும். எழுதி சட்டைப் பையில் வைக்க வேண்டாம். உங்களுக்கு அந்த முகவரியில் முக்கிய விஷயங்கள் எதுவும் இல்லாமல் இருக்கலாம். ஆனால் கெட்டவர்கள் அதைப் பயன்படுத்தி அனுப்பும் எல்லா தகவலுக்கும் நீங்கள் தான் பொறுப்பு - எப்படி உங்கள் ஸ்கூட்டரைக் கொண்டு யார் மீது யார் மோதினாலும் காவலர்கள் உங்களைத்தான் சந்தேகிப்பார்களோ, அதுபோல.

இது, நீங்கள் வாங்கிய செல்பேசி கூகுள் நிறுவன ஆன்ட்ராய்ட் இயங்குதளத்தில் வேலை செய்வது என்ற அனுமானத்தில் சொல்லப்பட்டது. அதுவே நீங்கள் வாங்கியது ஐபோன் என்றால் ஜிமெயில் என்பதற்கு பதிலாக ஆப்பிள் ஐ-கிளவுட் என்று மாற்றிப் புரிந்துகொள்ளவும்.

5. புதிதாக வாங்கிய போனை டப்பாவில் இருந்து வெளியில் எடுத்து இயக்கியவுடன், முதலில் திறந்த ஜி-மெயில் முகவரியைப் பயன்படுத்தி உள் செல்லவும். இப்படிச் செய்யாமல் அநாதையாகவே பயன்படுத்தத் தொடங்கினால், அதில் இருக்கும் பல வசதிகளை நீங்கள் இழப்பீர்கள். உதாரணமாக, உங்கள் போனை மறந்து எங்கேயாவது வைத்துவிட்டால், அது எங்கே இருக்கிறது என்பதை இணையத்தில் உங்கள் ஜி-மெயில் முகவரியைக் கொண்டு பார்க்கும் வசதியை.

6. நீங்கள் முன்பு வைத்திருந்த போனில் இதே ஜி-மெயில் முகவரியைப் பயன்படுத்தி தகவல்களைச் சேமித்து வைத்திருந்தால், அதே முகவரியை வைத்துப் புது போனை இயக்கினால் முந்தைய போனில் இருந்து எல்லா செயலிகளையும், படங்களையும், தொலைபேசி எண்களையும், குறுஞ் செய்திகளையும் கொண்டு வரட்டுமா என்றுக் கேட்கும். இது உங்கள் வேலையைச் சுலபமாக்கும். பயன்படுத்திக் கொள்ளவும்.

7. உங்களுக்குத் தேவையான வாட்சப் போன்ற செயலிகளை இறக்கம் செய்யும் முன், போனைத் தயாரித்த நிறுவனத்தின் எஸ்.எம்.எஸ். (குறுஞ்செய்தி), காலரி (போட்டோ / படங்கள்), மெயில் போன்ற செயலிகளுக்கு பதிலாக கூகுள் நிறுவனத்தின் இணையான செயலிகள் அதே பெயரில்

இலவசமாகக் கிடைக்கிறது; அதை இறக்கிக் கொள்ளவும். அடுத்து, அவற்றை ஒவ்வொன்றாக இயக்கி, கேட்கும் போது உங்களுடைய அதே ஜி-மெயில் முகவரியை உள்ளிடவும். குறிப்பாக கூகுள் போட்டோ செயலியின் அமைப்புகள் (செட்டிங்ஸ்) பக்கத்திற்குச் சென்று பேக்அப்-அண்ட்-ஸிங்க் (Backup-and-Sync) என்னும் பொத்தானை ஆம் (yes) நிலையில் வைக்கவும். இப்படியாக கூகுள் நிறுவனத்தின் செயலிகளைப் பயன்படுத்துவதால் செல்பேசியில் இருக்கும் உங்கள் தரவுகளும் படங்களும் இணைய வழியாக உடனுக்குடன் தாமாகவே கூகுள் நிறுவனத்தின் மேகக் கணினிகளில் உங்கள் கணக்கில் சேமிக்கப்படும். இவற்றை உங்கள் ஜி-மெயில் கணக்கைக் கொண்டு எந்த கணினியில் இருந்தும், எப்போது வேண்டுமானாலும் உங்களால் பார்க்க முடியும்.

8. அடுத்து, வாட்சப் செயலியை இறக்கம் செய்து அதன் செட்டிங்ஸ், சாட், சாட் பேக்அப் பக்கத்திலும், பேக் அப் (சேமிப்பு) என்கிற பொத்தானை (பொதுவாக இது பச்சை நிறத்தில் இருக்கும்) அழுத்தவும். கீழேயுள்ள கூகுள்-டிரைவ் செட்டிங்ஸ், பேக்அப்-டூ-கூகுள்-டிரைவ் என்கிற இடத்தில் தினம்/வாரம்/மாதம் என்பதிலிருந்து ஒன்றைத் தேர்ந்தேடுக்கவும். அது வாரம் என்றால், வாரத்திற்கு ஒரு முறை தான் வாட்சப்பில் இருக்கும் தரவுகள் மேகத்தில் சேமிக்கப்படும். நடுவில் உங்கள் செல்பேசி உடைந்துவிட்டால், போன சேமிப்பு நாளின் அடுத்து வந்த நாட்களின் செய்திகள் கிடைக்காமல் போய்விடும்.

9. இறுதியாக, போனின் அமைப்புகள் (செட்டிங்ஸ்), கூகுள், பேக்அப் என்ற பக்கத்திற்குச் சென்று பேக்அப்-பை-கூகுள் (Backup by Google) என்னும் இடத்தில் இருக்கும் பேக்அப்-நௌ (Backup Now) என்கிற பொத்தானை ஆம் (yes) நிலைக்குத் தள்ளவும். இது உங்கள் செல்பேசியில் இருக்கும் பெரும்பாலான தகவல்களை கூகுள் மேகத்தில் சேமித்துவிடும்.

10. போனோடு அதற்கான ஓர் உறையையும் வாங்கிக் கொள்வது புத்திசாலித்தனம். விலை குறைந்த உறை போதும். அதைப் போட்டபின் போன் அதிகம் சூடாகாமல் இருக்கிறதா என்று மட்டும் பார்த்துக் கொள்ளவும். கூடுதலாக ஒரு இருநூறு, முந்நூறு செலவு செய்ய முடியுமானால் கையிருப்பாக இந்த

போனுக்கான ஒரு சார்ஜர் மற்றும் கேபிளை வாங்கிப் பத்திரமாக வைத்துக் கொள்ளவும். அவசர காலத்தில் இது பெரும் உதவியாக இருக்கும்.

மேலே கண்டவற்றில் எங்கே சந்தேகம் வந்தாலும் அந்தந்தத் தலைப்பை யூடியூபில் போட்டுத் தேடிப் பார்த்தால், விவரமான விளக்கங்கள் கிடைக்கும்.

11. பாட்டிகளுக்கு ஜீன்ஸ் மாட்டுங்கள்!

நண்பர் ஒருவரது தாத்தா, ஐம்பதுகளில் வெளியான ஒரு தமிழ் மாத இதழின் பதிப்பாளராக இருந்திருக்கிறார். இப்போது அவரது தாத்தாவும் இல்லை; அந்தப் பத்திரிகையும் இல்லை. நண்பர் தன் சொந்த ஆர்வத்தில் அந்தப் பத்திரிகையின் சில பழைய பிரதிகளைப் பத்திரப்படுத்தி வைத்திருந்தார். படித்துப் பார்த்தபோது மிகவும் வியப்பாக இருந்தது. அந்தப் பத்திரிகை நின்றிருக்கக் கூடாது என்று தோன்றியது. கதைகளும் கட்டுரைகளும் அவ்வளவு நன்றாக இருந்தன.

நண்பருக்கும் அந்த வருத்தம் இருந்தது. ஆனால் என்ன செய்ய முடியும்? ஒன்று வேண்டுமானால் செய்யலாம். அந்தப் பழைய பத்திரிகைப் பிரதிகளை ஸ்கேன் செய்து இணையத்தில் போட்டு வைக்கலாம். ஆனால் செலவு அதிகமாகுமே என்று கவலைப்பட்டார். தவிர அவருக்கு அதெல்லாம் செய்யவும் வராது என்று சொன்னார்.

'அவசியமே இல்லை. இவற்றை உங்கள் கைப்பேசியில் கிடைக்கும் இலவசச் செயலிகளைக் கொண்டே ஸ்கேன் செய்து பி.டி.எப். கோப்புகளாக்கி வைக்கலாம்' என்றவுடன் குஷியாகிவிட்டார்.

என் நண்பரை விடுங்கள்... ஒவ்வொருவரிடமும் இத்தகைய அரிய பொக்கிஷங்கள் சில இருக்கும். பழைய புத்தகங்கள், பத்திரிகைகள், கடிதங்கள் கொள்ளுப்பாட்டி கையால் எழுதி வைத்த சமையல் குறிப்புகள் இப்படி. எல்லாம் பழுப்பேறிப் பாழாய்ப் போய்க்கொண்டிருக்கும். இவற்றை மின்-கோப்புகளாக மாற்றி பத்திரப்படுத்துதல் அவசியம். முன்பு அதற்கெல்லாம் வழி இல்லை; வசதி இல்லை. இன்று எல்லாமே இருக்கும்போது எதற்கு வீணடிக்க வேண்டும்?

நூறு ஆண்டுகளுக்கு முன்பு நம் தமிழ்த் தாத்தா உவே சாமிநாத ஐயர் செய்த தொண்டின் தொடர்ச்சியாகவே இந்தப் பணி இருக்கும்.

இதைச் செய்வதற்கு எதற்கு சிறப்புச் செயலி? மொபைல் போனில் உள்ள கேமராவைப் பயன்படுத்திப் புகைப்படமாக எடுத்துக் கொண்டே போய் விடலாமே என்று தோன்றலாம். சாதாரண காமெரா செயலியில் படம் எடுத்தால் ஒவ்வொரு பக்கமும் கோணல் கோணலாக, கலைந்து, தனித்தனிக் கோப்பாக வரும். நூறு பக்கப் புத்தகமென்றால் நூறு படம் வரும். அதைப் பகிர, சேமிக்கச் சிரமமாகும். இங்கே நாம் பார்க்கப் போகும் முறையில் அதெல்லாம் தானாகவே சரி செய்யப்பட்டிருக்கும்.

அடோபி ஸ்கேன்

முதலில், அடோபி ஸ்கேன் (Adobe Scan) செயலியை கூகுள் பிளே ஸ்டோரில் இருந்து நிறுவவும். முதல் முறை இயக்கும் போது, அடோபி கணக்கு ஒன்றைத் தொடங்கச் சொல்லிக் கேட்கும். இதை இலவசமாகவே செய்யலாம். உங்கள் மின்னஞ்சல் முகவரியையும், ஒரு புது கடவுச் சொல்லையும் கொடுத்துக் கணக்கைத் தொடங்கலாம். கவனம். பொதுவாக ஜி-மெயிலுக்குக் கொடுத்த கடவுச் சொல்லையே இதற்கும் கொடுப்பது பாதுகாப்பில்லை.

அடுத்து, சந்தா வேண்டுமா என்று கேட்கும். நாம் அடிப்படை வசதிகளை மட்டும்தான் பயன்படுத்தப் போகிறோம், அதனால் சந்தா அவசியமில்லை. இலவசக் கணக்கைக் கொண்டே எந்தக் கணினியில் இருந்தும், எப்போது வேண்டுமானாலும் நீங்கள்

வருடிய கோப்புகளை (இலவச வரம்பிற்குள் இருக்கும் வரை) சுலபமாகப் பார்க்கலாம்.

அடுத்து வரும் ஆன்ட்ராய்ட்டின் சம்பிரதாய பாதுகாப்பு அறிவிப்புகளைக் கடந்தவுடன், காமெரா இயங்கி, எதிரில் இருப்பதைக் காட்டும்.

இப்போது, உங்களிடம் இருக்கும் ஒரு புத்தகத்தைத் திறந்து மேசை மீது வைக்கவும் - காகித அட்டைப் புத்தகங்களில் இப்படிச் செய்வது சிரமம். ஒரு பக்கத்தை ஸ்கேன் செய்யப் பார்க்கையில் எதிர்ப்பக்கம் கம்பம் கண்ட நாய் கால் தூக்குவது போலத் தூக்கிக்கொண்டு இருக்கும். வேறு வழியில்லை. முடிந்தளவு சமம் செய்யவும். பக்கங்களின் மேல் நல்ல வெளிச்சம் படுவது முக்கியம். டியூப்-லைட்டை விடவும் சூரிய வெளிச்சம் சிறப்பு. செல்பேசியைப் பக்கவாட்டில் திருப்பி, புத்தகம் (Book) என்கிற வசதியை இயக்கி புத்தகத்தின் மேல் காட்டினால் நீங்கள் வைத்திருக்கும் இரண்டு பக்கங்களும், நடுவில் ஒரு இடைவெளிவிட்ட கோடும் தெரியும்.

முடிந்த அளவிற்கு இடது, வலது பக்கங்களின் நடுவில், தெரியும் அந்தக் கோட்டை நிறுத்தவும். ஒழுங்காக வந்தவுடன் கீழே இருக்கும் வட்ட (கேமரா) பட்டனை அழுத்தவும். அவ்வளவுதான். பக்கத்தில் இருக்கும் படத் தொகுப்பு பட்டனைத் தட்டினால் நாம் எடுத்த பக்கங்கள், தாமாகவே இரண்டு வெவ்வேறு பக்கங்களாக பிரிக்கப்பட்டு, ஓரங்கள் சரி செய்து, எழுத்துகள் பிரகாசப்படுத்தி இருப்பதைப் பார்க்கலாம். இப்படியே தொடர்ந்து பக்கங்களை ஒவ்வொன்றாகத் திருப்பி, படமெடுத்து முழுப் புத்தகத்தையும் முடித்துவிடலாம்.

இந்தப் பக்கங்களை Save as PDF என்கிற வசதியைக் கொண்டு ஒரே பக்கமாகவும் நாம் சேமித்துக் கொள்ளலாம். பி.டி.எப். கோப்பாகச் சேமித்ததை அடுத்தவரோடு வாட்ஸ்-அப்பில் ஒரே சொடுக்கில், ஷேர் வசதியைக் கொண்டு பகிரலாம். முக்கியமாக, உங்களது கூகுள் டிரைவ் அல்லது மைக்ரோசாப்ட் ஒன்-டிரைவ்வில் சேமித்து வைப்பது அவசியம். பழம் பிரதிகள் என்றென்றும் வாழ அதுதான் வழி.

vFlat

சில சமயங்களில், சில புத்தகங்களுக்கு அடோபி ஸ்கேனரைவிட vflat என்கிற மற்றொரு இலவசச் செயலி நன்றாகச் செயல்படுகிறது. குறிப்பாக, பக்கங்களின் ஓரங்களைச் சரியாகக் கண்டுபிடித்து துல்லியமாகப் பிரிப்பது, நம் கை விரல்கள் படத்தினுள் வந்திருந்தால் அதை நீக்குவது என்று பல வசதிகளில் சிறந்தது இந்தச் செயலி. இதைப் பயன்படுத்தும் முறையும் மேலே பார்த்தது மாதிரியே தான். தென் கொரியா நாட்டின் சியோல் நகரத்தில் தயாரிக்கப்பட்டது இந்தச் செயலி.

மைக்ரோசாஃப்ட் ஆபீஸ்

கடைசியாக நாம் பார்க்கப் போவது மைக்ரோசாஃப்ட் நிறுவனத்தின் ஆபீஸ் (Office) செயலி. நீங்கள் கணினியைப் பயன்படுத்தி இருந்தால், உங்களுக்குப் பழக்கப்பட்ட அதே ஆபீஸ்தான். சிறிய வடிவில் செல்பேசிகளுக்காக, இலவசமாகக் கிடைக்கிறது. இந்தச் செயலியைக் கொண்டும் நாம் புத்தகங்களை வருடி, கோப்புகளாகச் சேமிக்கலாம்.

இதில் இருக்கும் வேறொரு சிறப்பு வசதியைப் பார்க்கலாம். நமக்கு வேண்டிய ஒரு பக்கத்தில், பெரிய அட்டவணை, அதில் பல நூறு எண்கள் இருக்கும், அவற்றைக் கொண்டு கணக்கு ஏதாவது போட வேண்டும் என்றால் எல்லா எண்களையும் ஒவ்வொன்றாக மைக்ரோசாப்ட் எக்ஸெலில் தட்டச்சு செய்ய வேண்டும். அப்படிச் செய்யாமல் அந்தப் பக்கத்தின் மேல் கேமராவை காட்டி, அட்டவணையில் இருக்கும் எண்களை ஆபீஸ் செயலியே எக்ஸெலில் உள்ளீடு செய்து கொடுக்கும் வசதிதான் இமேஜ்-டு-டேபிள் (Image to Table). ஆபீஸ் செயலியில், ஆக்ஷன் (Action) என்கிற பக்கத்தில் இது இருக்கிறது. இந்த வசதியைப் பயன்படுத்தி எடுத்துள்ள படம் கீழே.

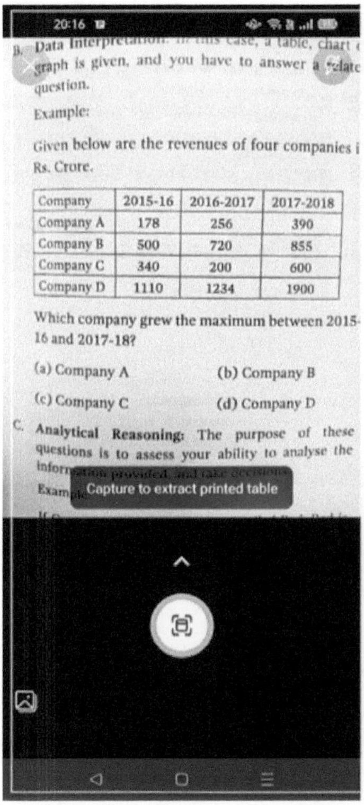

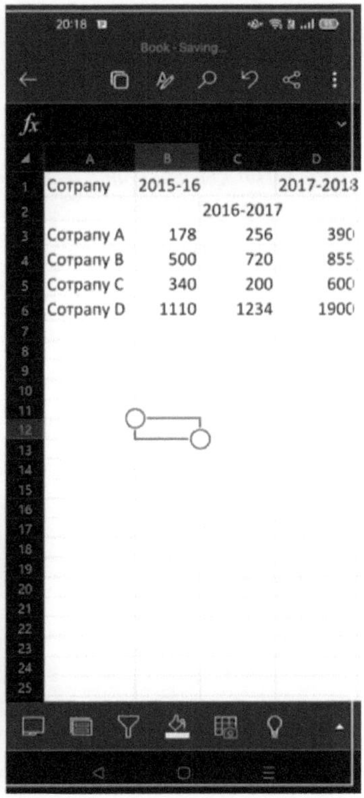

படத்தைக் கூர்ந்து கவனித்தால், வெளிவந்திருக்கும் எக்ஸெலில் ஒரு பிழையைக் காணலாம். இதற்குப்பின் இருக்கும் இயந்திரவழிக் கற்றல் தொழில்நுட்பம் வரும் காலங்களில் வளர வளர, இவை களையப்படும்.

மேலே நாம் பார்த்த மூன்று செயலிகளைப் போன்றே பலநூறு செயலிகள் கூகுள் பிளே ஸ்டோரில் இருக்கிறது. அவற்றைத் தயாரித்த நிறுவனங்கள் உங்களுக்குத் தெரிந்தவை என்றால் பதிவிறக்கவும். இலவசம் தானே, எல்லாவற்றையும் பதிவிறக்கிப் பார்த்துவிடுகிறேன் என்று செய்தால் அவை இடத்தை அடைப்பதோடு, பலப் பல விளம்பரங்களைக் காட்டித் தொல்லை தரலாம். சில நம் தரவுகளையும் திருடக் கூடும், ஜாக்கிரதை. இப்போது இருக்கும் நிலவரத்தில் சீனத் தயாரிப்பு என்றால் அதிக கவனம் தேவை.

இந்த முறைகளைக் கொண்டு அடுத்தவர் எழுதிய, காப்புரிமையின் கீழ் இருக்கும் புத்தகங்களை, இதழ்களைப் படமெடுப்பது சட்டப்படி 'திருட்டு' என்பதை நினைவில் கொள்க. நம்முடைய சொந்த எழுத்துகளைப் படமெடுத்து, பாதுகாப்பது அவை அடுத்தத் தலைமுறைக்குச் சென்றுசேர வசதியாக இருக்கும். கொள்ளுப் பாட்டியின் கையெழுத்து சமையல் குறிப்புகள் இன்று நமக்கு உதவுவதைப் போல.

12. ‘I’ யோவென அலறாதீர்கள்!

புதுப் போன் வாங்கக் கடைக்குப் போகிறோம். போன காரியம் முடிந்தது என்று போனை வாங்கிக்கொண்டு அங்கே இங்கே பார்க்காமல் திரும்பி வந்துவிடுவோமா? நமக்குக் கட்டுப்படியாகும் மாடல்களைப் பார்த்து, வாங்குவது ஒரு பக்கம் என்றால் ஓரக் கண்ணால் அங்கே இருக்கும் வெள்ளை மேடையில் பளபளக்கும் ஐபோன் வகையறாக்களைப் பார்த்துப் பெருமூச்சு விடுவோம். கிட்டேபோய் அதைத் தொட்டுப் பார்க்கலாமா, விலை என்னவென்று கேட்கலாமா என்று தோன்றும். தள்ளுபடி இருந்தால் முயற்சி செய்யலாமே என்று தோன்றும். ஆனால் அவன் என்றைக்குத் தள்ளுபடியெல்லாம் தந்திருக்கிறான் என்றும் தோன்றும். பெருமூச்சு விட்டபடி வத்தலோ தொத்தலோ சீன தயாரிப்பில் ஏதோ ஒரு ஆன்ட்ராய்ட் செல்பேசியை வாங்கிக்கொண்டு வீடு வருவோம். அதன்பின் அடுத்த போன் வாங்கக் கடைக்குப் போகும் வரை ஆப்பிளை நினைக்க மாட்டோம்.

சராசரி இந்தியர்கள் அனைவருமே இப்படித்தான். ஆப்பிள் நம் பட்ஜெட்டுக்குள் அடங்காத சரக்கு என்பது பல காலமாக நம் ஜீன்களில் கலந்து கரைந்துவிட்ட ஓர் எண்ணம். உண்மைதானே?

2023 இறுதியில் விற்பனையாகும் பதிப்புகளில் புதிது ஐபோன் 15. இந்த ஐபோன் 15 நான்கு வகைகளில் கிடைக்கிறது. ஆரம்ப வகையின் பெயர் ஐபோன் 15, அதன் விலை (வெறும்) ரூபாய் எண்பதாயிரம். இதற்கு அடுத்து இருப்பது ஐபோன் 15 ப்ளஸ். அது தொண்ணூறாயிரம் ரூபாய். ஐபோன் 15இல் இருக்கும் திரையின் அளவு 6.1 இன்ச், ஐபோன் 15 ப்ளஸ்ஸில் உள்ளது 6.7 இன்ச். இந்த ஒன்றைத் தவிர இரண்டுக்கும் வேறு வித்தியாசமில்லை. இரண்டிலுமே 128 ஜிபி அளவு நினைவகம்தான் இருக்கிறது. அரை இன்சுக்கு பத்தாயிரமா என்று கேட்கக் கூடாது. அதுதான் ஆப்பிள்.

அடுத்த இரண்டு வகைகள், ஐபோன் 15 ப்ரோ மற்றும் ஐபோன் 15 ப்ரோ மாக்ஸ். இன்று உள்ள ஐபோன் வகைகளிலேயே உச்சம் இதுதான். ஐபோன் 15 ப்ரோ மாக்ஸின் அதிகபட்ச இட வசதி 1 டிபி (1 டிபி என்பது எட்டு 128ஜிபி). இதன் திரையளவு 6.7 இன்ச். ஆரம்ப ஐபோன் 15ஐ விட இதில் அதிகமான பேட்டரி சக்தி, கூடுதலான ஒரு காமிரா மற்றும் சில வசதிகள் இருக்கின்றன. முக்கியக் குறிப்பு - மூச்சைப் பிடித்துக்கொள்ளுங்கள்; இதன் விலை இரண்டு லட்சம் ரூபாய். அதாவது, முப்பது கிராம் அளவு 24-காரட் தங்க பிஸ்கட் வாங்கும் விலை!

நம்மில் பலரும் இந்த நான்கு வகை ஐபோன்களைக் கனவில்தான் காண முடியும். உண்மையில் அவற்றில் பல சிறப்புகள் இருந்தாலும், நடைமுறையில் அவற்றுக்கு அந்தளவு கூடுதல் மதிப்பு இருப்பது அவை ஆடம்பரப் பொருட்கள் என்பதாலும், நமது அந்தஸ்தை வெளிக்காட்டும் அலங்காரப் பொருட்கள் என்பதாலும் தான்.

இதைச் சரியாகப் புரிந்துகொள்ள வேண்டும். விலை அதிகம்தான். பணக்காரப் போன்தான். ஆனால் அதை வாங்க முடிந்தால் அதைக் கொண்டு ஒரு முழு நீளத் திரைப்படமே எடுத்துவிட முடியும். ஆனால் செல்பேசிகள் வாங்குவோரில் லட்சத்தில் ஒருவருக்குத்தான் அந்த வகை மாடலின் உண்மையான தேவையிருக்கும். ஆப்பிள் நிறுவனமும் அப்படியானவர்களுக்குதான் அந்த போனைத் தயாரிக்கிறது; பரிந்துரை செய்கிறது.

ஆக, ஆப்பிள் நாம் நெருங்கக்கூடியது அல்ல. அப்படித்தானே?

என்றால் இல்லை. ஆப்பிளில் ஒரு பட்ஜெட் மாடலும் இருக்கிறது. இந்தியர்களுக்காகவே ஆப்பிள் நிறுவனம் ஐபோன் எஸ்.இ.2022 (மூன்றாவது தலைமுறை) என்று ஒரு வகையை, (அவர்களின் பார்வையில்) குறைந்த விலையான ரூபாய் 49,000க்கு விற்கிறார்கள். இது கையடக்கமான செல்பேசி. ஆனால் இதன் திரையின் அளவு 4.7 இன்ச்தான்.

நாம் முதலில் பார்த்த ஐபோன் 15ஐ இயக்குவது அதன் மையச் செயலகம் (சி.பி.யு). அதன் பெயர் "ஏ 17 பியோனிக்". கணினிக்கு, செல்பேசிக்கு இந்த சிலிகான் சில்லுகள்தான் மூளை. இன்று இருக்கும் செல்பேசி சிலிகான் சில்லுகளிலே அதிக திறன் கொண்டது, வேகமானது ஏ 17 பியோனி. கடந்த சில ஆண்டுகளில் ஆப்பிள் இந்தத் துறையில் அசுர சாதனைகள் செய்து வருகிறார்கள். ஏ 15 பியோனிக் ஐபோன் 15இல் பாதி விலையில் கிடைக்கும் எளியோர்களுக்கான ஐபோன் எஸ். இ. 2022யிலும் இருக்கிறது. அடுத்து இரண்டிலும் இயங்ககூடிய செயலிகளும் (ஆப்ஸ்) ஒன்றேதான்.

அப்புறம் ஏன் இவ்வளவு விலை வித்தியாசம் என்பீர்களானால் - ஐபோன் 15-இல் இருப்பது இரண்டு காமிரா. எஸ்.இ.யில் இருப்பது ஒரு காமிரா. எஸ்.இயில் இருக்கும் பாட்டரி தொடர்ந்து முழு நாளும் வேலை செய்யும். போனைக் கையில் எடுத்தவுடன் அதன் பூட்டைத் திறந்து திரையை இயக்க (அன்-லாக்), ஐபோன் 15-இல் நம்முடைய அழகிய முகத்தைக் காட்ட வேண்டும். இது பல சமயங்களில் உடனடியாகச் செயல்படுவதில்லை. குறிப்பாக மாஸ்க் அணிந்திருக்கும் போது - சில மாதங்களுக்கு முன் அதைச் சரிசெய்ய ஒரு புது மென்பொருள் பதிப்பை வெளியிட்டார்கள். அப்படியும் சுமார்தான். ஐபோன் எஸ்.இயில் இந்தத் தொந்தரவு இல்லை. அதைத் திறக்க நம் விரல் ரேகை போதும். இது நல்ல முன்னேற்றம் அடைந்த தொழில்நுட்பம். அதனால் மிக வேகமாகச் செயல்படும். பாதுகாப்பானதும் கூட.

மற்ற செல்பேசிகளைக் காட்டிலும் ஆப்பிள் நிறுவன ஐபோன்களின் சிறப்பு, அவை நீடித்து உழைக்கும். இன்று நீங்கள் வாங்கும் ஐபோன் எஸ்.இ. குறைந்தது நான்கு ஆண்டுகள்

மிக நன்றாக வேலை செய்யும். கீழே போடாமல், ஓரளவுக்கு நீங்கள் பாதுகாப்பாகப் பராமரித்தால் ஆறு ஆண்டுகள் கூட நிலைத்திருக்கும். இரண்டு அல்லது மூன்று ஆண்டுகளுக்கு ஒருமுறை இருபதாயிரம் செலவு செய்யாமல், ஐந்து ஆண்டுகளுக்கு நிலைக்கும் ஐபோன் நல்ல தேர்வு தானே!

அடுத்து, பிள்ளைகள் படிக்க அல்லது நீங்கள் வசதியாக ஓ.டி.டி.யில் திரைப்படங்கள் பார்க்க, செல்பேசியைவிடப் பெரிய திரையைக் கொண்ட டேப்லெட் (சிறுபலகை போன்ற கணினி) வாங்க வேண்டும் என்று யோசிக்கிறீர்களா? இப்போதெல்லாம் செல்பேசிகளின் திரையே ஆறு முதல் ஏழு இன்ச் அளவு வளர்ந்துவிட்டதால், சாதாரண மக்கள் டேப்லெட்களை வாங்குவதில்லை. அதனால் லெனோவா, ரியல்-மீ, ஷாவ்மீ போன்ற ஆன்ட்ராய்ட் டேப்லெட் தயாரிப்புகள் பல ஆண்டுகளாகப் புதுப்பிக்கப்படாமலே இருக்கின்றன. பலவற்றில் இன்னும் ஆன்ட்ராய்ட்-9 இயங்குதளம்தான் இருக்கிறது.

அதைத் தவிர இவற்றில் இருக்கும் சிலிகான் சில்லுகளின் திறன் மிகக் குறைவு. அதனால் செயலிகளை இயக்கும் போது தொங்கும். அதனால் தான் ஆன்ட்ராய்ட் டேப்லெட்களை வாங்கவேண்டாம் என்று சொல்வேன். யோசிக்காமல் ஆப்பிள் ஐபேடை வாங்கவும். ஐ-பேடு 2021-இன் (ஒன்பதாவது தலைமுறை) விலை வெறும் 31,000 ரூபாய் தான். இதில் இருப்பது ஏ13 பியோனிக் சிலிகான் சில்லு. இந்த வருடம் வரும் ஐபாட் ஓ.எஸ்.17 இயங்கு தளம்கூட இதில் வேலை செய்யும். இன்னும் ஆறு, ஏழு ஆண்டுகள் வரை எருமை மாட்டு அடி அடிக்கலாம். நீடித்து வரும்.

13. யானை வாங்குவோர் கவனத்துக்கு...

குசேலன் திரைப்படத்தில் நடிகர் வடிவேலு மிகவும் சிரமப்பட்டு ரஜினியுடன் ஒரு புகைப்படம் எடுத்துக் கொள்வார். உயிரைப் பணயம் வைத்து எடுத்துக் கொண்ட அந்தப் படம் உள்ள செல்பேசி தொலைந்து போய் விட்டால் எப்படியிருக்கும்? 2008-இல் அந்தத் திரைப்படம் வந்த காலத்தில் இன்றுள்ள அளவுக்குப் பலரிடம் திறன் பேசி கிடையாது. இப்போது நூற்றுக்குத் தொண்ணூற்றொன்பது சதவீதம் பேரை அதுதான் ஆள்கிறது.

வீட்டில் கணினி இருக்கும். கையில் போன் இருக்கும். அனைத்து ஆவணங்களுக்கும் மேக கணினிகளில் ஒரு பிரதி இருக்கும். இருந்தாலும் பலர் பலவற்றைத் தொலைத்துவிட்டுப் பைத்தியம் பிடிக்காத குறையாக அலைவதையும் காண்கிறோம். எதனால் இப்படி?

பெருந்தொற்றுக் காலத்தில் அநேகமாக எல்லா கிராமப்புற வீடுகளிலும்கூட கணினி அல்லது செல்பேசி வந்துவிட்டது. பிள்ளைகளின் படிப்பு அதற்குக் காரணம். வீட்டில் இருந்தே வேலை பார்க்க வசதியாகப் பல நிறுவனங்கள் தமது ஊழியர்களுக்குக் மடிக்கணினிகள் வழங்கின. இந்த இரு காரணங்களால் கணினி என்பது அரிசி, பருப்பு போன்றதொரு

பொருளாகிப் போனது. ஆனால் எவ்வளவு பேர் அதைச் சரியாகப் பராமரிக்கிறார்கள்? அலுவலகக் கணினி என்றால் அதற்கெனவே இருக்கும் விண்டோஸ் வல்லுநர்களின் கண்காணிப்பு இருக்கும்.

சரியாக இருக்கிறது, பாதுகாப்பான செயலிகள் மட்டும் இயங்குகின்றன, கணினியில் இருக்கும் முக்கியப் படங்கள், தரவுகள் எல்லாம் நிகழ் நேரத்தில் பதிவு எடுத்துப் பாதுகாக்கப்படுகிறது என்பதை எல்லாம் அவர்களே உறுதிசெய்து கொள்வார்கள். நாம் அவர்களின் பரிந்துரையைத் தாண்டி கணினிக்கு எதுவும் செய்யாமல் இருந்தாலே போதும். அது பாதுகாக்கப்பட்டு விடும்.

அதுவே நம் சொந்தக் கணினி என்றால் நிலைமை வேறு. நிறையப் பிரச்சனைகள் இருக்கும். எழுத்தாளர், புகைப்படக் கலைஞர், சமூக வலைத்தளப் பிரபலங்கள் பலருக்கும் கணினி மூலமாகத்தான் இன்றைக்கு வருமானமே. அவர்கள் தம் கணினி நல்ல முறையில் இயங்கப் பாதுகாப்புகளைத் தாமேதான் உருவாக்கிக் கொள்ள வேண்டும். அதில் உள்ள முக்கியத் தரவுகள் தொலைந்துவிடாமல் தாமே கண்காணிப்பாளராகவும் செயல்பட்டாக வேண்டும். எப்படி?

முதலில் உங்கள் கணினியின் இயங்குதளம் என்ன, அதன் பதிப்பு எண் என்ன என்பதைத் தெரிந்து கொள்ளுங்கள். அதை இங்கே நான்கு பிரிவாகப் பார்க்கலாம்.

1. விண்டோஸ் அப்டேட்

இந்தியாவில் பெரும்பாலான கணினிகளில் இருப்பது விண்டோஸ் இயங்குதளம் (ஆப்பரேடிங் சிஸ்டம்) சிறுபான்மையினர் மேக் ஓஎஸ்ஸில் வேலை பார்ப்பார்கள். இவற்றில் தற்போது புழக்கத்தில் இருப்பது விண்டோஸ் 10 மற்றும் 11 பதிப்புகள். மேக் ஓஎஸ் என்றால் Monterey 12.4. மேக் அப்டேட் என்பது இலவசம் என்பதால் பெரும்பாலானவர்கள் அதனை உடனுக்குடன் செய்துவிடுவார்கள். மிகச் சிலர் மட்டும் முந்தைய ஆப்பரேடிங் சிஸ்டத்தில் இயங்குவார்கள். சிக்கலெல்லாம் விண்டோஸ்காரர்களுக்குத்தான். முன் சொன்ன விண்டோஸ் 10 அல்லது 11 அல்லாமல் அதற்கும் முந்தைய

பதிப்பில் வேலை பார்ப்பவர் என்றால் அதை மாற்றியாக வேண்டிய நெருக்கடி எல்லைக்கு இப்போது வந்துவிட்டார்கள் என்று பொருள்.

ஏனெனில், நம் கணினி, நாம் சொல்லும் வேலையைச் சரியாகவே செய்கிறது, அதுபோதும் என்று சும்மா இருந்துவிட முடியாது. மேற்படி இரண்டு பெரு நிறுவனங்களும் தமது இயங்கு தளங்களைத் தொடர்ந்து செம்மைப்படுத்துகின்றன. அவ்வப்போது அதன் பயன்பாட்டில் கண்டறியப்படும் பிழைகளை, பாதுகாப்புப் பலவீனங்களைச் சரி செய்து கொண்டே இருக்கிறார்கள்.

இப்படி சரிசெய்யப்பட்டு அவர்கள் வெளியிடும் புதிய பதிப்புகளை, ஒருவர் கணினி வாங்கியதிலிருந்து ஐந்தாறு ஆண்டுகளுக்கு இலவசமாகக் கொடுக்கிறார்கள். பல சமயங்களில் இந்தப் புதிய பதிப்புகள் நமக்குத் தெரியாமலே கணினியில் ஏறி, அதுவாகவே புதுப்பித்துக் கொள்கிறது. இவை, தொடர்ந்து நடந்து கொண்டிருக்கிறது என்பதை உறுதிசெய்து கொள்வது மட்டும்தான் நம் பணி.

இதற்கான செயல்முறை விளக்கங்கள் யூடியூப்-இல் விண்டோஸ் அப்டேட் (How to Update Windows), 'மாக் ஓ.எஸ். அப்டேட்' (How to Update MacOS) என்று டைப் செய்து தேடினாலே எளிதில் கிடைத்து விடுகிறது.

அப்படிச் செய்யத் தெரியாதவர்கள் அக்கணினியை வாங்கிய இடத்திலோ, தயாரிப்பாளரையோ, பக்கத்தில் இருக்கும் பழுது பார்க்கும் கடையினரையோ அணுகினாலே போதும். அவர்கள் செய்து தருவார்கள். அல்லது சொல்லிக் கொடுப்பார்கள். அடுத்தவர்களை விட்டுச் செய்தால் அதற்குக் கூலி செலவாகும். இந்தச் செலவு வேண்டாம் என்றால் நீங்களே இந்த வேலையைப் பழகிக் கொள்வதுதான் சரி.

2. நல்ல காவலாளி

உங்கள் கணினியில் இயங்கும் ஆன்ட்டி வைரஸ் மென்பொருள்தான் (Antivirus software) நல்ல காவலாளி. இது தினமும் புதுப்பிக்கப்படுகிறது. எச்.பி. (HP), லெனோவா (Lenovo) போன்ற விண்டோஸ் கணினியென்றால் வாங்கியபோது,

அதோடு நார்ட்டன் (Norton) அல்லது McAfee போன்ற ஆன்ட்டி வைரஸ் வந்திருக்கும். ஆனால் அதற்குத் தேவையான சந்தா, வாங்கிய சில மாதங்களோடு முடிந்திருக்கும். அதற்குப்பின் அவை புதுப்பிக்கப்பட்டு இருக்காது. அப்படிப் பழைய ஆன்ட்டி வைரஸ் இருப்பதால் யாதொரு பயனும் இல்லை. கல்யாணத்துக்கு எடுத்த புடைவையைப் பெட்டியில் வைத்துப் பாதுகாத்து, அறுபது வயதுக்குப் பிறகு அழகு பார்ப்பது போலத்தான் அது. எடுத்துக் கட்டினால்தான் புடைவைக்கு மரியாதை. தொடர்ந்து புதுப்பிக்கப்பட்டு வரும் ஆண்ட்டி வைரஸ் மென்பொருள் இயங்கினால்தான் கணினிக்குப் பாதுகாப்பு.

இந்த விஷயத்தில் கஞ்சத்தனமே கூடாது. சிறிய செலவுதான். ஆனால் அவசியம் செய்தாக வேண்டும். ஆண்டு சந்தா செலுத்தி ஆண்ட்டி வைரஸை ஒழுங்காகப் புதுப்பிப்பதே கணினிக்கு நல்லது. இதை நாம் தொடர்ந்து செய்யத் தவறி விட்டால், அது பெரும் சிக்கலை உருவாக்கி விடும். புதிது புதிதாக வலைத்தள உலகில் கிளம்பும் வைரஸ்கள் நம் ஃபைல்களை எல்லாம் நாசம் செய்து விடும். எனவே ஒரு கணினி என்றிருந்தால் அதில் ஆன்ட்டி வைரஸ் சாப்ட்வேர் இயங்கியே தீர வேண்டும்.

என்னைக் கேட்டால், விண்டோஸில் மைக்ரோசாஃப்ட் நிறுவனமே இலவசமாகக் கொடுக்கும் விண்டோஸ் டிபண்டர் என்ற செயலி போதும் என்பேன். Norton அல்லது McAfee செயலியை எடுத்துவிட்டு, விண்டோஸ் டிபண்டரை நிறுவ வேண்டும். ஒன்றுக்கு இரண்டாக இருந்துவிட்டுப் போகட்டுமே என்று நினைக்கக் கூடாது. சிக்கல்தான் வரும்.

3. தரவுகளுக்கு ஒரு பெட்டகம்

என்னதான் ஆன்ட்டி வைரஸ் போட்டாலும் அதுவே முழுமையான பாதுகாப்பு அல்ல. நம் கணினியில் இருக்கும் தரவுகள், கோப்புகளை கணினிக்கு வெளியே வேறு இடத்தில் ஒரு பிரதி எடுத்து வைத்துக் கொள்வதே சரியான பாதுகாப்பு. கணினிக்கு ஏதாவது ஒன்று ஆகி விட்டாலோ, அது தொலைந்து விட்டாலோ, நமது ஃபைல்கள் காப்பாற்றப்படும்.

எவ்வளவோ சம்பாதிக்கிறோம். அவற்றைப் பணமாக, நகையாக வீட்டிலேயே வைத்துக் கொள்வதில்லை. வங்கியில் நமக்கான பாதுகாப்புப் பெட்டகத்தில் வைக்கிறோம். நமக்கான வங்கிக் கணக்கில் சேமிக்கிறோம். அதே போல்தான் நம் கணினியில் இருக்கும் கோப்புகளை நாம் மேகத்தில் (அதாவது பெரு நிறுவனங்களின் தரவு சேவை மையங்களில்) பாதுகாத்து வைப்பதும்.

அப்படிச் செய்தால் போதும். வெள்ளமோ, நெருப்போ, திருட்டோ, பேரழிவோ இதை ஒன்றும் செய்யாது. செய்ய முடியாது. இதற்காகவே, 'மைக்ரோசாஃப்ட் ஒன் டிரைவ்' என்கிற செயலியை விண்டோஸில் ஏற்கெனவே வைத்திருக்கிறார்கள்.

நீங்கள் செய்ய வேண்டியது, இலவசமாக ஒரு மைக்ரோசாஃப்ட் கணக்கை உருவாக்கிக் கொள்வது. இதற்கு உங்களிடம் ஹாட் மெயில் அல்லது அவுட்லுக் மின்னஞ்சல் முகவரி இருந்தால் போதும். அதில் உங்களிடம் ஏற்கெனவே ஒரு மைக்ரோசாஃப்ட் கணக்கு இருக்கிறது. அதையே நீங்கள் பயன்படுத்திக் கொள்ளலாம். அதில் வரும் 'ஒன் டிரைவ்' செயலியை ஒரு முறை இயக்கி, தொடங்கி வைக்க வேண்டியதுதான். அதன்பின் விண்டோசில் உள்ள டெஸ்க்டாப், டாக்குமெண்ட்ஸ், மியூசிக் போன்ற கோப்புறைகளில் நீங்கள் சேமிக்கும் எல்லா தரவுகளும், இதிலும்தானே சேகரம் ஆக ஆரம்பித்து விடும். நீங்கள் எப்போதும் போல கணினியைப் பயன்படுத்தினால் போதுமானது.

ஐந்து ஜிபி என்கிற அளவு வரை 'மைக்ரோசாஃப்ட்' இலவசமாக இந்தச் சேவையை நமக்கு வழங்குகிறது. ஒரு ஜிபி என்பது பல நூறாயிரம் பக்கங்கள் கொண்ட புத்தகம். முன்னூறு, நாநூறு படங்கள், அல்லது ஒருசில திரைப்படப் பிரதிகள்.

இருந்தாலும் நமக்கு இது போதாமல்தான் போகும். பல நேரங்களில் ஐந்து ஜிபிக்கு மேல் இடம் தேவைப்படும். அப்போது நீங்கள் ஆயிரத்து ஐந்நூறு ரூபாய் ஆண்டு சந்தா கட்டி, மேலும் நூறு ஜிபி கொள்ளளவு வாங்கிக் கொள்ளலாம்.

கூகுள் நிறுவனமும், கூகுள் டிரைவ் என்று இதே போன்ற ஒரு சேவையை வைத்திருக்கிறார்கள். இலவசமாக முப்பது ஜிபி.

போதாமல் போனால் காசு கொடுத்து வாங்க வேண்டும். கூகுள் டிரைவ் ஒன் டிரைவைவிடச் சிறிது விலை மலிவு. கூகுள் ஒன் என்னும் திட்டத்தில் சென்றால் நூறு ஜிபி இடத்தை 1300 ரூபாய்க்கு வாங்கலாம். இப்படிச் செய்வதால் தரவுகளை உங்கள் சந்தா காலம் வரை பாதுகாப்பாக வைக்க முடியும். இரண்டு சேவையும் உங்கள் செல்பேசியில் கூடுதல் கட்டணமில்லாமல் வேலை செய்யும். அதில் இருக்கும் படங்களையும் சேமித்துக் கொள்ளலாம். ஒன்றுக்கு மேற்பட்ட கணினிகள் வைத்திருந்தால் அனைத்திலும் இவற்றை நிறுவி, ஒரே சந்தாவில் அனைத்து கணினித் தரவுகளையும் சேமித்துக்கொள்ளலாம். சிக்கலே வராது.

4. வருமானச் செயலிகள்

நமக்கு வருமானம் வரும் வலைத்தள வேலைகள் நிறைய உள்ளன. அதைச் சுலபமாகவும், சிறப்பாகவும் செய்யலாம். அதற்கெனவே பல்வேறு நவீன செயலிகள் கிடைக்கின்றன. நீங்கள் ஒரு புகைப்படக் கலைஞர் என்று வைத்துக் கொள்வோம். நீங்கள் முன்பு அடோபி நிறுவனத்தின் லைட் ரூம் (Adobe Lightroom) என்கிற செயலியைப் பல ஆயிரம் கொடுத்து வாங்கியிருப்பீர்கள். நீங்கள் தட்டச்சு செய்து பக்கங்களை வடிவமைத்துக் கொடுப்பவர் என்றால் அடோபி இன்-டிசைன் (Adobe Indesign) என்ற மென்பொருளை முப்பது, நாற்பதாயிரம் கொடுத்து வாங்கியிருப்பீர்கள். எழுத்தாளரோ, தணிக்கையாளரோ, பேச்சாளரோ என்றால் குறைந்தது பத்தாயிரம் ரூபாய் கொடுத்து மைக்ரோசாஃப்ட் ஆபிஸ் (Microsoft Office) செயலிகளை வாங்கியிருக்க வேண்டும். இரண்டு ஆண்டுகளில் இவற்றின் அடுத்தப் பதிப்பு வந்து விடும். மீண்டும் பல்லாயிரம் ரூபாய் கொடுத்து புதுப்பதிப்பை வாங்க வேண்டி வந்திருக்கும். அப்படியே வாங்கினாலும் அதை ஒருவர் மட்டும், ஒரே ஒரு கணினியில் மட்டுமே பயன்படுத்த முடியும்.

கடந்தசில ஆண்டுகளாக இந்த நிலை சுத்தமாக மாறி விட்டது. இதற்கெனப் புதிய செயலிகள் வந்து விட்டன. அவையனைத்தும் ஆண்டு சந்தாவுக்குக் கிடைக்கின்றன. சந்தா என்பதால் இந்தச் செயலிகளின் புதிய பதிப்புகள் நமக்கு

எப்போதும் கிடைத்துக்கொண்டே இருக்கிறது. உதாரணமாக, ஆண்டுக்கு ஆறாயிரம் கொடுத்தால் மைக்ரோசாஃப்ட் 365 குடும்ப (Microsoft 365 Family) சந்தா கிடைக்கிறது. குடும்பத்தில் ஆறு நபர்கள் ஒரே சமயத்தில், தங்களின் பல்வேறு கணினிகள், செல்பேசிகளில் எல்லாம் இந்த சந்தாவைப் பயன்படுத்தலாம். இதில் மைக்ரோசாஃப்ட் வேர்டு, எக்செல், பவர் பாயிண்ட் செயலிகளோடு, முன்பு நாம் குறிப்பிட்ட மைக்ரோசாப்ட் ஒன்-டிரைவில் ஒருவருக்குத் தலா 1000 ஜி.பி. இடம் எல்லாம் சேர்த்துக் கிடைக்கிறது. செலவு ஆண்டுக்கு ஆறாயிரம் ரூபாய்தான். அதற்கு நமக்குக் கிடைப்பது. 1. எப்போதும் புதிதாக இருக்கும் பாதுகாப்பான செயலிகள். 2. மேக சேமிப்புக் கிடங்குகளில் இடம். 3. இவற்றால் வரும் நிம்மதி. இதே போன்ற சேவையை கூகுள் நிறுவனமும் ஆப்பிள் நிறுவனமும் வழங்குகின்றன.

ஓரிடத்தில் இருந்து மற்றோரிடத்துக்குப் பாதுகாப்பாகச் செல்லக் கார் வாங்குகிறோம். அதைப் பல லட்சம் மதிப்பில் தேர்வு செய்கிறோம். அப்படி வாங்கிய கார்களை ஆண்டுக்கு ஒருமுறை பல்லாயிரம் செலவு செய்து சர்வீஸ் செய்கிறோம். அவ்வப்போது சில ரிப்பேர் செலவும் செய்கிறோம். அது போலத்தான் நம் கணினியும்.

சொல்லப் போனால் கார் என்பது உல்லாசத்துக்கு. கணினிப் பயன்பாடு என்பது பிழைப்பாகி விட்டதல்லவா? யானை வாங்கிவிட்டு அங்குசம் வாங்க யோசிக்கக் கூடாது. மேற்சொன்ன பாதுகாப்புகள் ஒவ்வொரு கணினிக்கும் இருக்க வேண்டியது இன்றைய சூழலில் மிகவும் அவசியம். இதைச் செய்யத் தவறினால் திரும்பத் திரும்ப நாம் யானையையேதான் வாங்க வேண்டி இருக்கும்.

14. கூகுளில் தேடுவது எப்படி?

கூகுளில் தேடத் தெரியுமா? இதைக் கேட்டவுடன் என் மனைவி "இதெல்லாம் ஒரு கேள்வியா..? நேற்றுப் பிறந்த குழந்தைக்குக்கூடத் தெரியும்" என்று சொன்னார். கேள்வியைச் சரிசெய்து கேட்டேன், "கூகுளில் இருக்கும் பல தேடுதல் வசதிகளைப் பற்றி தெரியுமா?", "அது என்ன பல வசதிகள்..?" என்றார். அங்கே இருக்கிறது சூட்சுமம்!

இது வேண்டாம்!

வாரிசு என்றால் என்ன, வாரிசுச் சான்றிதழ், வாரிசுப் பிரச்சனை என்று வாரிசு சம்பந்தப்பட்ட பலவற்றைத் தேட வேண்டும். ஒவ்வொன்றாக (வாரிசுச் சான்றிதழ், வாரிசுப் பிரச்சனை) எனத் தனித்தனியாக உள்ளிட்டுத் தேடுவது சிரமம். "வாரிசு" என சுருக்கமாக தேடினால், முதல் பல பக்கங்களுக்கு வருவது நடிகர் விஜய்யின் திரைப்படச் செய்திகள் தான்.

கூகுளிடம் எதைத் தேட வேண்டும் எனச்சொல்ல நமக்கு தெரியும். எதைத் தேட வேண்டாம் அல்லது வரும் விடையில் எவை இடம்பெற வேண்டாம் எனச் சொல்ல முடிந்தால், பல சமயங்களில் நமது வேலை சுலபமாகும். அதைச் செய்ய இருக்கிறது கழித்தல் (-) குறியீடு.

கூகுளில் 'வாரிசு -விஜய்' (படிக்க எளிதாக இருக்க மேற்கோள் குறிகளை இங்கே கொடுக்கிறேன். நீங்கள் உள்ளிடும் போது மேற்கோள் குறிகளை விட்டுவிடவும்) என்று தேடவும். இப்போது வரும் விடைப் பட்டியலில் திரைப்படச் செய்திகள் விடுபட்டிருக்கும்.

எல்லா வார்த்தையும் கட்டாயம் வேண்டும். தேடும் போது சில சமயம் நமக்கு வேண்டியதைக் கூகுள் அங்கொன்றும் இங்கொன்றுமாக கொடுக்கும். நாம் உள்ளிடும் அனைத்து வார்த்தைகளும் விடைப்பட்டியலில் வரவேண்டும் எனச் சொல்லும் கட்டளை மேற்கோள் குறிகள்.

"தமிழக அரசின் கல்வித் திட்டங்கள்" என உள்ளிட்டால் இந்த நான்கு வார்த்தைகளும் சேர்ந்து, ஒரே வரிசையில் இடம்பெற்றுள்ள பக்கங்களை மட்டுமே கூகுள் கொடுக்கும். 'தமிழக அரசின்', 'கல்வி', 'திட்டங்கள்' என வார்த்தைகள் தனித்தனியாக வந்துள்ள பக்கங்களைத் தவிர்த்துவிடும்.

ஒரு தளம் மட்டும்

பல சமயங்களில் நமக்கு வேண்டிய தகவல் இருக்கும் தளம் நமக்குத் தெரியும். ஆனால் குறிப்பிட்ட பக்கத்தின் முகவரி தெரியாது. வெறும் 'வேண்டிய தகவல்' என்று தேடினால், அந்த வார்த்தைகள் இருக்கும். ஆனால் சம்பந்தமே இல்லாத பல தளங்களில் இருந்து விடைகள் வரும். நமக்கு வேண்டிய தளத்தில் (website) இருக்கும் பக்கங்களை மட்டும் தேடவும் என கூகுளுக்குச் சொல்ல இருக்கும் கட்டளை "site:".

உதாரணமாக மெட்ராஸ்பேப்பர் தளத்தில் இதுவரை வந்துள்ள செயலிகள் பற்றிய கட்டுரைகள் வேண்டும் என்றால் 'செயலி site:madraspaper.com' என்று தேடவும். உள்ளிடும் போது 'சைட்' என்னும் வார்த்தையில் இருந்து எல்லா எழுத்தும் ஆங்கிலச் சிற்றெழுத்துகளில் மட்டுமே இருக்க வேண்டும், முக்காற்புள்ளியும் இருக்க வேண்டும், மேற்கோள் குறிகளை விட்டுவிடவும்.

இதே மாதிரி நீங்கள் தொழில்நுட்பத்தைக் கற்க எடக்ஸ் (edx.org) தளத்தைப் பயன்படுத்துகிறீர்கள் அது பிடித்திருக்கிறது, அதே போல இருக்கும் மற்றத் தளங்களை அறிந்துகொள்ள ஆவலாக

இருந்தால் 'related:edx.org' என்ற கட்டளையை உள்ளிடலாம். அது மற்ற இணையவழிக் கல்வித் தளங்களான coursera.org, udacity.com, udemy.com போன்றவற்றைப் பட்டியலிடும். இந்த 'related:' கட்டளையைக் கொண்டு தனிப்பட்ட இணையப் பக்கங்களைப் போன்று இருக்கும் மற்றப் பக்கங்களையும் கண்டுபிடிக்கலாம்.

கணிப்பான் தேவையில்லை

திடீரென ஒரு கணக்குப் போட வேண்டும் என்றால் தனியாகக் கால்குலேட்டர் செயலிகள் தேவையில்லை. கூகுள் தளத்திலேயே (அல்லது செல்பேசியின் முகப்புத்திரையில் இருக்கும் கூகுள் உரைப் பெட்டியில்) வேண்டிய கணக்கைக் கூட்டல், கழித்தல், பெருக்குதல், வகுத்தல், சதவீதக் குறியீடுகளைக் கொண்டு உள்ளிட்டால் விடை வந்துவிடும்.

உதாரணமாக '420040 * 5.5%' என்று உள்ளிட்டால் '23102.2' என்ற விடை கூகுள் பக்கத்திலேயே தெரிந்துவிடும்.

கூகுள் ஓர் அகராதி

திருக்குறளைப் படிக்கும் போது 'தக்கார்' என்னும் வார்த்தை வருகிறது. உடனே அதன் அர்த்தம் என்ன என்று விளங்கிக்கொள்ள அகராதியை, அது புத்தகமாக இருக்கலாம் அல்லது அகராதிச் செயலிகளில் தேடுவோம். அதற்குமுன் கூகுள் தேடுபொறியிலேயே 'define' என்கிற கட்டளையை முதலில் உள்ளீட்டி தேடினால் விளக்கம் வரும். செய்முறை: 'define தக்கார்.'

இதேபோல பங்குச் சந்தையில் பயன்படுத்தும் நிறுவனங்களின் குறியீடுகளையும் நேரடியாகக் கூகுள் தேடுபொறியில் தேடலாம். உதாரணம்: 'reliance stock' அல்லது 'RIL stock.'

இதோடு மேலும் பல சுருக்குக் கட்டளைகள் கூகுளில் இருக்கிறது. 'sunrise', 'sunset', 'weather', 'time' என ஒவ்வொன்றாக உள்ளிட்டால் நீங்கள் இருக்கும் இடத்தின் சூரிய உதயம், சூரிய மறைவு, வானிலை விவரங்கள், நேரம் இவற்றின் விடை அதுவாகவே வரும் - உங்களின் இடத்தின் பெயரை சொல்ல வேண்டாம்.

உங்களின் மனைவி லண்டன் சென்றிருக்கிறார். அங்கே இப்போது என்ன நேரம்..? அவரை அழைக்கலாமா என்று தெரிந்து கொள்ள 'Time London' அல்லது 'நேரம் லண்டன்' என்று உள்ளிட்டால், அந்த நகரத்தின் தற்சமய நேரத்தைக் கூகுள் காட்டும்.

அங்கே அவர் குடிக்கும் ஒரு காபியின் விலை மூன்று பவுண்ட் ஸ்டெர்லிங் என்றால் அது எத்தனை இந்திய ரூபாய் என்று தெரிந்து கொள்ள கன்வர்ட் (Convert) என்கிற கட்டளையைப் பயன்படுத்தலாம். செய்முறை: 'convert 3 GBP to INR' என்று உள்ளீட்டால் '286.69 ரூபாய்' என்று விடைவரும். இங்கே ஜி.பி.பி. என்பது க்ரேட் பிரிட்டன் பவுண்ட் என்பதையும், ஐ.என்.ஆர். என்பது இந்தியன் ரூபாய் என்பதையும் குறிக்கும் சர்வதேச நாணயக் குறியீடுகள்.

அருகில் இருப்பவை

அருகிலிருக்கும் சாப்பாட்டுக் கடைகளை, குறிப்பிட்ட பொருட்கள் கிடைக்கும் கடைகளை கூகுள் மேப்ஸ் செயலியில் தேடலாம். ஆனால் அதனுள் செல்லாமல் கூகுள் தளத்திலேயே சிலவற்றைத் தேட முடியும். உதாரணம் நாம் இருக்கும் இடத்திற்கு அருகே எங்கே 'உரம்' கிடைக்கும் என்று பார்க்க 'near me' என்று ஆங்கிலத்திலோ அல்லது 'எனக்கு அருகில்' என்கிற கட்டளையைச் சேர்த்து 'எனக்கு அருகில் உரக்கடை' (மேற்கோள் குறிகளை விட்டுவிடவும்) என்று தேடினால் கூகுள் மேப்ஸில் வரும் விடைகள் இங்கேயே வரும்.

இதுபோல, சென்னையில் இருந்து மதுரை எவ்வளவு தூரம் என்று தெரிந்து கொள்ள, 'சென்னை மதுரை தூரம்', என்றால் 'தேசிய நெடுஞ்சாலை 38-ல் சென்றால் 494.4 km' என்று விடை கூகுள் மேப்ஸில் இருந்து உடனே வரும்.

வேடிக்கை

உங்கள் நண்பருடன் ஒரு விவாதம், யார் ஒன்றை முதலில் செய்வது என்று. இதைத் தீர்க்கச் சிறந்த முறை காசைச் சுண்டிவிடுதல். அதைச் செய்ய நிஜக்காசு வேண்டாம், கூகுளில், 'flip coin' என்று உள்ளிட்டால் பூ அல்லது தலை என்று நம் அதிர்ஷ்டத்தைப் பொறுத்து வரும். இதே போல, 'roll dice'

என்று உள்ளீட்டால் ஒன்றில் இருந்து ஆறு வரை இருக்கும் ஏதோ ஒரு எண் விடையாக வரும்.

உங்களுக்குப் பொழுது போகவில்லையா? 'Google Pacman' என்று உள்ளிட்டால் 'பேக்மேன்' என்கிற எண்பதுகளில் பிரபலமான விளையாட்டு வரும், விளையாடி மகிழலாம்.

15. செல்பேசிக்கு வரன் பார்க்கவும்!

புதிய செல்பேசி வாங்க முடிவு செய்துவிட்டீர்கள். ஆனால் எந்தச் செல்பேசியை வாங்குவது..? இன்று சந்தையில் வகை வகையாக, நூற்றுக்கணக்கில் செல்பேசிகள் கிடைக்கின்றன, அதில் நமக்கு ஏற்ற வகையை எப்படித் தேர்வு செய்வது என்று இந்தக் கட்டுரையில் பார்க்கலாம். புதுச் செல்பேசி வாங்கியவுடன் என்ன செய்ய வேண்டும் என்பதை முன்பொரு அத்தியாயத்தில் பார்த்திருந்தோம். இது அதன் முன்பாகம் (Prequel).

இரண்டு அல்லது மூன்று கேள்விகள்

செல்பேசியைத் தேர்ந்தெடுக்கும் முன் உங்களை நீங்களே இரண்டு கேள்விகள் கேட்டுக்கொண்டு பதில் சொல்ல வேண்டும். முதலாவது, நீங்கள் கொடுக்க விரும்பும் விலை. இது நாற்பதாயிரத்தைத் தாண்டினால் மட்டுமே ஐஃபோன் ஒரு தேர்வாக இருக்கமுடியும். அதற்குக் கீழே என்றால் ஆன்ட்ராய்ட் மட்டுமே கிடைக்கும். அவற்றில் நாம் விரும்பிய நல்ல செல்பேசியைத் தேர்வு செய்யலாம்.

இரண்டாவது கேள்வி, காமிராவா, பேட்டரியா, திரையா உங்களுக்குச் செல்பேசியில் எது முக்கியம் என்பது. எல்லாமே என்று சொல்லக்கூடாது. எந்த வகைச் செல்பேசியாக

இருந்தாலும் இதில் இரண்டுதான் உங்களின் விருப்பத்திற்கு அமையும். அவை எவை என்று முடிவு செய்துவிட்டுத் தேட ஆரம்பித்தால், தேர்வு சுலபமாகும்.

காமிரா

காமிரா முக்கியம் என்றால் தற்படம் எடுக்கும் முன் காமிராவா, அல்லது எதிரிலுள்ள காட்சிகளைப் படமெடுக்கும் பின் காமிராவா? இவற்றை DXOMARK.COM போன்ற தளங்களில் காமிராக்களை ஆராய்ந்து, சோதித்து மதிப்பெண்கள் அளித்திருப்பார்கள். அதைப் பார்த்து உங்களுக்குப் பிடித்திருக்கும் செல்பேசிகளைப் பட்டியல் இடலாம். காமிரா என்பது முன்னா, பின்னா என்பதோடு முடிவடையாது தேடல். நீங்கள் அதிகம் எடுப்பது நிழற்படமா அல்லது காணொலியா என்பதும் முக்கியம். பல செல்பேசிகள் இதில் ஏதாவது ஒன்றைத்தான் சிறப்பாகச் செய்யும். நிழற்படம் முக்கியம் என்றால் உங்களின் விருப்பத்தைப் பொறுத்து மதிப்புரைகளில் இருக்கும் அந்தச் செல்பேசியைப் பயன்படுத்தி எடுக்கப்பட்ட படங்களைப் பார்த்துத் தேர்வு செய்யவும். காணொலி என்றால் ஒளிசார் பட நிலைப்படுத்துதல் (Optical Image Stabilization) மிக முக்கியம், அதோடு செல்பேசியில் இருக்கும் ஒலிவாங்கித் (மைக்ரோஃபோன்) திறனும் முக்கியம்.

அடுத்து, காமிரா என்றவுடன் எவ்வளவு மெகா பிக்ஸல் (Mega Pixel) என்று பார்த்து, அதிகமான மெகா பிக்ஸல் இருக்கும் காமிராவைத் தேர்வு செய்ய வேண்டாம். அவ்வளவு எளிதில்லை அது. மெகா பிக்ஸல் என்பது எவ்வளவு பத்து இலட்சம் படப்புள்ளிகள் இருக்கிறது என்பதைக் குறிக்கும் எண்ணிக்கை, ஒவ்வொரு படப்புள்ளியும் அதில் விழும் ஒளியை உள்வாங்கி கணினிக்குக் கொடுக்க கூடியது. பொதுவாக இது அதிகமிருந்தால் துல்லியமான படங்கள் வரும். ஆனால் ஓரளவுக்கு மேல் போனால், இத்தனை இலட்சம் படப்புள்ளிகளைச் சின்னஞ் சிறு அளவு செல்பேசி படக்கருவிக்குள் அடைக்கும் போது அவற்றைப் பதிவு செய்யப் படமெடுக்கும் இடம் வெளிச்சமாக இருக்க வேண்டும், இல்லையென்றால் புள்ளி புள்ளியாகப் படம் வரும்.

இதே போலத் தான் எத்தனை காமிராக்கள் பின்னால் இருக்கிறது என்று எண்ணுவதும். ஒரு சில சூழ்நிலையைத் தவிர்த்து இரண்டு நல்ல பின் காமிராக்கள், ஒன்று பொதுவான படங்களுக்கும், அடுத்தது நிலத்தோற்றக் காட்சிகளை, திறந்த வெளிகளைப் படமெடுப்பதற்கு இருந்தாலே போதும். மூன்று அதிகம். அதற்கு மேல் அதன் பயன் நிறையக் கிடையாது, வெறும் விளம்பரம்தான். பல வருடங்கள் கூகுள் அவர்களின் பிக்சல் செல்பேசிகளில் ஒரே ஒரு காமிராவை வைத்துக் கொண்டு ஆப்பிள் ஐஃபோனுக்கு கடினமான போட்டியைக் கொடுத்தார்கள். முக்கியமான விஷயம், முதன்மை காமிரா நல்ல தரமாக இருக்கிறதா என்று தான் பார்க்க வேண்டியது.

மின்கலம் என்கிற பேட்டரி

இது கொஞ்சம் சுலபமானது. பொதுவாக பேட்டரியின் அளவைப் பொறுத்து எவ்வளவு நேரம் நாம் செல்பேசியை மின்னேற்றாமல் பயன்படுத்த முடியும் என்பதைத் தீர்மானிக்கலாம். அதே சமயம் ஒருசில செல்பேசி மாதிரிகளில் 6000 mAH மின்கலமிருக்கும் செல்பேசியைவிட 5000 mAH மின்கலமிருக்கும் செல்பேசி அதிக நேரம் வேலை செய்யலாம். காரணம் அதன் உற்பத்தியாளர் அதிலிருக்கும் மென்பொருளில் மின்கலத்தை இயக்கும் முறையை எப்படி வடிவமைத்திருக்கிறார்கள் என்பது மாறுபடும். மேலும் செல்பேசியின் திரையின் அளவு அதிகரிக்க அதிகரிக்க அதன் மின்கலத்தின் சக்தி நிலைக்கும் நேரமும் குறையும், பெரிய திரை என்றால் கொஞ்ச நேர பேட்டரிதான் கிடைக்கும். Gadgets360.COM போன்ற தளங்களில் பேட்டரி நேரத்தைச் சோதித்துச் சொல்லியிருப்பார்கள், அதைப் பார்த்துத் தேர்வு செய்யலாம்.

இங்கே இன்னொரு விஷயம், பேட்டரியின் அளவு பெரியதாகப் பெரியதாக, செல்பேசியின் அளவும், எடையும் கூடும். இதை நினைவில் கொள்க. கையடக்கச் செல்பேசி வேண்டுமென்றால் பேட்டரி நேர அளவை விட்டுக் கொடுக்கத்தான் வேண்டும்.

அடுத்து கம்பியில்லா மின்னேற்றம் (இது ரொம்ப வசதியானது) வேண்டுமானால் விலையுயர்ந்த செல்பேசிகளைத் தான் வாங்க வேண்டும்.

திரை

திரையென்றவுடன், இதிலென்ன பெரிய பிரச்சனை..? இருப்பதிலேயே பெரியது தானே சிறந்தது, அதிக விஷயங்களைப் பார்க்கலாம் என்று முடிவு செய்ய முடியாது. திரை பெரியதாகப் பெரியதாக செல்பேசியின் எடை கூடும், நினைவில் கொள்க. வயதானவர்கள் பெரிய திரையை விரும்புவார்கள். அதில் அதிக விஷயங்களைப் பார்க்க அல்ல, இருக்கும் விஷயங்களைப் (எழுத்துக்களை) பெரியதாகப் பார்க்க.

திரை விஷயத்தில் அதிகம் கவனிக்காத, ஆனால் முக்கியமான விஷயம்- அதன் திரையைப் புதுப்பிக்கும் வேகம். இது ஹேர்ட்ஸ் (Hertz) என்கிற அளவுகோலில் இருக்கும். குறைந்தது 90 Hz இருத்தல் நல்லது, கண் வலிக்காது, விளையாட்டுக்கள் நன்றாக வேலை செய்யும். 120 Hz, இது இருபதாயிரம் ரூபாய்க்கு மேலிற்கும் செல்பேசிகளில் தான் வரும், இந்த வசதியிருக்கும் செல்பேசிகளில் காட்சிகள் தெளிவாகியிருக்கும்.

5ஜி மற்றும் சில

2023-ல் பதினைந்தாயிரம் ரூபாய்க்கு மேலாகும் செல்பேசி வாங்குகிறீர்கள் என்றால் அதில் 5ஜி வசதி இருப்பதை உறுதி செய்து கொள்ளவும். எனக்கு அதிகமாக இணையப் பயன்பாடு இருக்காது, அதனால் 5ஜி தேவையில்லை என்று நினைக்க வேண்டாம். அடுத்த வருடத்திலிருந்து இது பரவலாகிவிடும், அப்போது எல்லாவிதப் பயன்பாட்டுக்கும் 5ஜி உபயோகமாக இருக்கலாம்.

இதோடு சேர்த்துக் குறைந்தது புளூ-டூத் 5.1 அல்லது 5.2 பதிப்பு இருக்கிறதா என்று பார்க்கவும். வைஃபை 6 (இது 802.11ax குறிக்கப்பட்டிருக்கும்) வசதி இருந்தால் சிறப்பு, பாதுகாப்பானது.

இறுதியாகப் பார்க்க வேண்டியது ஆன்ட்ராய்ட் மென்பொருளுக்கு எத்தனை ஆண்டுகள் புதுக்கம் (அப்டேட்) கொடுக்கிறார்கள் என்று பார்க்க வேண்டும், குறைந்தது மூன்று ஆண்டுகள் அவசியம். அதோடு குறைந்தது நான்கு ஆண்டுகளுக்குப் பாதுகாப்பு புதுக்கம் (அப்டேட்) கொடுக்கிறார்களா என்று கேட்டு உறுதி செய்து கொள்ள வேண்டும்.

பின் குறிப்பு

முன்பெல்லாம் கையில் இருக்கும் செல்பேசி உடைந்துவிட்டது, உடனடியாகப் புதுச் செல்பேசி வேண்டும் என்றால் இணையத்தளங்களில் வாங்க முடியாது, கடைக்குத்தான் போக வேண்டும். சமீப காலங்களில் சங்கீதா, பூர்விகா போன்ற நிறுவனங்களின் தளங்களில் வாங்கினால் பெருநகரங்களில் ஓரிரு மணி நேரங்களில் நம் வீட்டுக்கே அனுப்பி வைக்கிறார்கள். இந்தச் சேவையைப் பயன்படுத்திக் கொள்ளலாம். அவசரமில்லை என்றால் இருக்கவே இருக்கின்றன அமேசான் மற்றும் பிளிப்கார்ட், அல்லது செல்பேசிகளை உருவாக்கும் நிறுவனங்களின் நேரடி இணைய தளங்கள்.

16. இஷ்டப்படி டிவி பாருங்கள்!

இன்று சந்தையில் கிடைக்கும் பெரும்பாலான தொலைக்காட்சிப் பெட்டிகள் ஸ்மார்ட் டிவிக்கள் தான். அப்படி அவை ஸ்மார்ட் என்று அழைக்க அவற்றில் பயனர் இயங்குதளம், மற்றும் இணைய வசதி இருக்க வேண்டும். சோனி, சாம்சங் போன்ற டிவி உற்பத்தியாளர்கள் கொடுத்திருக்கும் வசதிகளை தாண்டி, நமக்கு விருப்பமான செயலிகளை (எப்படிச் செல்பேசியில் செய்கிறோமோ அதுபோல) பதிவிறக்கி நிறுவிக் கொள்ளும் வசதி இருக்க வேண்டும். செயலிகளைக் கொண்டு நெட்பிளிக்ஸ், யூட்யூப், போன்ற பல செயலிகளை டிவியைப் பயன்படுத்தி பெரிய திரையில் பார்க்கலாம்.

உங்களிடம் ஸ்மார்ட் அல்லாத பழைய டிவி இருந்தால், கவலை வேண்டாம். அதற்கொரு புது அவதாரம் கொடுத்துவிடலாம். ஒரு சிறிய கருவி இருந்தால் போதும். அமேசான் தளத்தில் அவர்களின் ஃபயர்-ஸ்டிக் (Firestick) வகைக் கருவிகள் மூவாயிரம் ரூபாயில் (ஃபயர்-ஸ்டிக் லைட் வகை) தொடங்கிக் கிடைக்கிறது. ஷாவ்மி நிறுவனம் mi.com தளத்தில் அவர்களின் மி-பாக்ஸ்-ஸ்டிக்-பிளாக் (Mi Box Stick Black) மூவாயிரம் ரூபாயில் விற்கிறார்கள். இவற்றில் ஏதாவது ஒன்றை (இரண்டுமே இரு-விரல்கள் சேர்ந்த அளவில் தான் இருக்கும்) வாங்கி உங்கள் டிவியின் எச்-டி-எம்-ஐ பொருந்துக்குழியில் மாட்டிவிட்டால் உங்களின் பழைய டிவி ஸ்மார்ட் டிவியாகிவிடும்.

இரண்டுமே ஆன்ட்ராய்ட் டிவி இயங்குதளத்தின் அடிப்படையில் உருவாக்கப்பட்டதுதான் என்றாலும், ஆன்ட்ராய்ட் செல்பேசிப் பயனர்களுக்கு ஷியோமியின் கருவி சுலபமாக இருக்கும். மேலும் ஷியோமியின் மி-பாக்ஸ் கருவியில் கூகுள் பிளே ஸ்டோர் செயலிகள் சந்தை இருப்பதால் அதில் அதிகமான செயலிகள் கிடைக்கும். உறவினர்கள் யாராவது அமெரிக்காவில் இருந்து வந்தால் கூகுள் நிறுவனத்தின் நேரடித் தயாரிப்பான 'குரோம் கேஸ்ட் வித் கூகுள் டிவி'யை வாங்கிவரச் செய்யலாம், இதன் விலை அங்கே சுமார் இரண்டாயிரம் ரூபாய் தான்- இது அதிகாரப்பூர்வமாக இந்தியாவில் விற்கப்படுவதில்லை.

இவற்றில் எது வாங்கினாலும் பரவாயில்லை. ஆனால் அமேசான் மற்றும் பிளிப்கார்ட் தளங்களில் விற்கப்படும் சீனவகை பெயர் அறிமுகமாகாத ஆன்ட்ராய்ட் டிவி (பெயரில் குரோம் கேஸ்ட் என்று மட்டும் இருக்கும்) ஸ்டிக்குகளை வாங்க வேண்டாம். அவற்றில் செல்பேசியில் இருக்கும் ஆன்ட்ராய்ட் இயங்குதளத்தைக் கொடுத்து ஏமாற்றுவார்கள். டிவி திரையில் செல்பேசி அளவில் தெரியும். சுத்தத் தண்டம்.

புதியதைத் தேர்வு செய்வது

நீங்கள் புதிதாக டிவி வாங்குகிறீர்கள் என்றால் ஸ்மார்ட் டிவியா என்று பார்த்து வாங்கலாம். தனியாக ஒரு ஸ்டிக்கை மாட்டும் வேலை இல்லை. டிவியோடேயே வருவதால் ஒரே தொலையியக்கியைப் (ரிமோட்டை) பயன்படுத்தலாம்.

சோனி, சாம்சங், ரெட்-மீ என்று எந்த நிறுவனத்தின் டிவியை வாங்கினாலும் அதில் ஆன்ட்ராய்ட்-டிவி இயங்குதளம் இருக்கிறாதா என்று பார்த்து வாங்கவும். இது ரொம்ப முக்கியம். பல டிவி நிறுவனங்கள் அவர்களின் சொந்த இயங்குதளங்களை அல்லது லினிக்ஸ் இயங்குதளத்தை நிறுவி ஸ்மார்ட் டிவி என்று விற்கிறார்கள், இவற்றிலும் நாம் நெட்பிளிக்ஸ், யூட்யூப் செயலிகளை நிறுவலாம் என்றாலும் ஆன்ட்ராய்ட்-டிவி இயங்குதளம் இருக்கும் டிவியை ஒப்பிட்டால் இவற்றின் திறன் குறைவு, கிடைக்கும் செயலிகளின் வகைகள் குறைவு. அதுவும் இந்தியாவில் நாம் விரும்பும் செயலிகள் இவர்களின் சந்தையில் இருக்காது.

ஆன்ட்ராய்ட்-டிவிக்கள் பதினைந்தாயிரம் ரூபாயில் இருந்து கிடைக்கின்றன. சமீபத்தில் கூகுள் நிறுவனம் ஆன்ட்ராய்ட்-டிவி இயங்குதளத்தின் அதிகாரபூர்வப் பதிப்பை கூகுள்-டிவி என்று பெயர் மாற்றம் செய்துவிட்டார்கள். இரண்டும் கிட்டத்தட்ட ஒன்றுதான். கூகுள்-டிவி புதியது.

வாங்கியவுடன் செய்ய வேண்டியது

எந்த வகை ஆன்ட்ராய்ட்-டிவியாக இருந்தாலும் முதலில் அதை நம் வீட்டு வைஃபை தொடர்பில் கொண்டுவர வேண்டும். உங்கள் வீட்டில் ஈதர்நெட் எனப்படும் வயர் மூலம் வரும் இணைய சேவை இருந்தாலோ அல்லது உங்கள் டிவிக்கு அருகிலேயே வைஃபை-ரவுட்டர் இருந்தாலோ அதிலிருந்து நேரடியாக ஒரு வயரை (ஈதர்நெட்) டிவியோடு இணைக்கவும். கம்பியில்லா வைஃபை தொடர்பைவிடவும் இது சிறப்பாக வேலை செய்யும். இதனால் தடங்கல்கள் இல்லாமல் ஒளி-ஒலியை ரசிக்கலாம்.

அடுத்து புது செல்பேசியில் செய்வது போல, நமது கூகுள் கணக்கை ஸ்மார்ட்-டிவியில் பதிய வேண்டும். அப்படிச் செய்வதால் நம் செல்பேசியில் பார்த்து விட்ட இடத்திலிருந்தே அந்த யூட்யூப் வீடியோவைத் தொடரலாம்.

வேறு என்ன செய்யலாம்..?

கூகுள்-டிவி இயங்குதளம் இருக்கும் ஸ்மார்ட் டிவியை வாங்கியாச்சு. அதில் நமக்கு விருப்பமான செயலிகளைத் தாண்டி வேறு என்ன செய்யலாம்?

ஷாவ்மியின் மி-பாக்ஸ்ஸோ அல்லது கூகுள்-டிவி இருக்கும் ஸ்மார்ட் டிவியோ,,, பல சமயங்களில் அதோடு வந்த தொலையியக்கியைக் காணாமல் தவிப்போம். அடுத்த நாள் அது சோபாவின் கீழேயிருந்து கிடைக்கும். அதுவரை எப்படி டிவியை இயக்குவது..? இருக்கிறது ‘கூகுள்-டிவி’ அல்லது ‘கூகுள் ஹோம்’ செயலிகள். இவற்றை நமது செல்பேசியில் நிறுவி, செல்பேசியில் இருந்தே ஸ்மார்ட் டிவியை இயக்கலாம் - உதாரணமாக ஸ்மார்ட் டிவியில் டிஸ்னி ஹாட்ஸ்டார் செயலியை இயக்கி நேற்றைய பிக்-பாஸ் அத்தியாயத்தைப் பார்க்கலாம். எல்லாம் உங்கள் செல்பேசியின் கூகுள் ஹோம்

செயலியில் வரும் டிவி ரிமோட் என்கிற வசதியைக் கொண்டு.

சமீபத்தில் வீட்டில் பிறந்த குழந்தையின் மழலை விளையாட்டுக்கள் நிறையப் படங்களாக செல்பேசியின் கூகுள் போட்டோஸ் செயலியில் இருக்கும். வீட்டிற்கு வந்த விருந்தினரிடம் நம் செல்பேசியைக் கொடுத்து இவற்றைக் காட்டுவது சிரமம். கூகுள் போட்டோஸ் செயலியில் ஒரு படத்தைத் திறந்து, மேலே வலது கோடியில் இருக்கும் ஒளிபரப்பு (காஸ்ட்) பட்டனை அழுத்தி, வரும் பட்டியலில் நம் வீட்டில் இருக்கும் ஸ்மார்ட் டிவியின் பெயரைத் தேர்வு செய்து சொடுக்கினால், செல்பேசியில் நாம் பார்க்கும் படங்கள், டிவியின் பெரிய திரையில் அழகாகத் தெரியும். செல்பேசியிலயே படங்களை ஒவ்வொன்றாக நகர்த்தலாம்.

இப்படி ஒளிபரப்பு (காஸ்டிங்) செய்யச் செல்பேசியும், ஸ்மார்ட் டிவியும் ஒரே வைஃபை தொடர்பில் இருக்க வேண்டும். இதேபோல பல செல்பேசிச் செயலிகளின் (எல்லாச் செயலிகளும் அல்ல) திரையை ஸ்மார்ட் டிவியில் ஒளிபரப்புச் செய்ய முடியும், உதாரணமாக: யூட்யூப், ஸ்போட்டிஃபை இசை, கூகுள் ஸ்லைடு.

சிலவகை ஆன்ட்ராய்ட் செல்பேசிகளில் இருக்கும் ஸ்கிரீன் காஸ்ட் என்னும் வசதியைக் கொண்டு செல்பேசியின் திரையை மொத்தமாக ஸ்மார்ட் டிவியில் ஒளிபரப்பு செய்ய முடியும். உதாரணமாக, இதைக் கொண்டு செல்பேசியில் இருக்கும் வாட்ஸ்-ஆப்பில் இருக்கும் செய்திகளை பெரிய திரையில் பார்க்கலாம்.

புதிதாக வாங்கியது கூகுள்-டிவி வகை ஸ்மார்ட் டிவி என்றால், வெப்காம் எனப்படும் மேஜைக் கணினியில் பொருத்தும் காமிராவை உங்களின் ஸ்மார்ட் டிவியின் யு-எஸ்-பி பொருந்துக்குழியில் மாட்டிவிட்டால், உங்களின் ஸ்மார்ட் டிவியைக் கொண்டே காணொலி நிகழ்ச்சிகளைச் செய்யலாம். சோனி, சாம்சங் டிவிக்களின் அதிகாரபூர்வத் தளத்தில், லாஜிடேக் நிறுவனத்தின் வெப்காம்களை மட்டும் தான் அவர்களின் டிவியில் வேலை செய்யும் என பட்டியல் இடுகிறார்கள். ஆனால் பல சீன வெப்காம்களும் வேலை செய்யும். சோதித்து பார்க்கவும். தற்போது வரை ஜும்

செயலியோ, வாட்ஸ்-அப் செயலியோ ஸ்மார்ட் டிவிக்காக கிடையாது, ஆனால் கூகுள் நிறுவனத்தின் கூகுள் மீட் செயலி மட்டும் கிடைக்கிறது.

பல ஸ்மார்ட் டிவிக்களில் புளூடூத் வசதியிருக்கிறது, அதைக் கொண்டு வீட்டில் இருக்கும் மற்றவர்களைத் தொந்தரவு செய்யாமல் நீங்கள் மட்டும் புளூடூத் இயர்போன்களை இணைத்து ஒலியைக் கேட்கலாம்.

17. தரமான இலவசங்கள்

இன்று இணையத்தில் கிடைக்காதது என்று எதுவுமேயில்லை. ஆனால் இலவசம் என்கிற பெயரில் குப்பைகள்தான் அதிகம். மேலே படிந்துள்ள புழுதியை நீக்கிவிட்டுப் பார்க்க நேரம் எடுக்கும். என்ன செய்யலாம்? தரமானதை மட்டும் சுட்டிக்காட்ட ஏதும் வழியுண்டா? ம்ஹும். இப்படிப் பயன்படுத்தியவர்கள் எடுத்துச் சொன்னால்தான் உண்டு.

திரைப்படங்கள்

வீட்டில் இருந்தபடியே டிஸ்னி ஹாட்ஸ்டார், அமேசான், நெட்ப்ளிக்ஸ் எனப் பலப்பல இணையச் சேவைகளிலிருந்து தொலைக்காட்சி நிகழ்ச்சிகளை, திரைப்படங்களைப் பார்க்கலாம், ஆனால் அவற்றுக்கு மாதக் கட்டணம் செலுத்த வேண்டும்.

சந்தா எடுக்காத நிலையில்கூட யூ-ட்யூப்பில் பல பழைய, சில சமீபத்திய தமிழ்ப் படங்களும் இலவசமாக அதிகாரபூர்வமாகவே கிடைக்கின்றன. அதோடு பிற நாட்டுத் திரைப்படங்கள் நிறைய நிறைய இருக்கின்றன. பல நல்ல சோவியத் ரஷ்யா காலத்துப் படங்களை @MosfilmRuOfficial என்கிற யூ-ட்யூப் பக்கத்தில் பார்க்கலாம். உதாரணமாக, சிறந்த நகைச்சுவைப் படங்களான ஆபீஸ் ரொமான்ஸ் (1977) மற்றும் ட்வெல்வ் சேர்ஸ் (1971)

போன்றவற்றைக் கண்டிப்பாகப் பார்க்க வேண்டும். அதேபோல @DoordarshanPodhigai பக்கத்தில் ஆச்சி மனோரமாவின் 'என் வீடு என் கணவன்' போன்ற மறக்க முடியாத நாடகங்களும், அந்தக் காலத்துப் பிரபலங்களின் நாட்டிய நிகழ்ச்சிகளும், தற்காலச் செய்திகளும் கிடைக்கும். ஹாலிவுட் படங்களைப் பார்க்க plex.tv, tubitv.com போன்ற தளங்களில் ஒரு கணக்கைத் தொடங்கி, இலவசமாக பல நல்ல பழைய படங்களைக் காணலாம்.

விளையாட்டுகள்

தற்போது வரும் கணினி விளையாட்டுகள் சுலபமாக இருப்பதில்லை. எதற்கெடுத்தாலும் பலவும் காசு கேட்கின்றன. அதைத் தவிர்க்க பழைய மைக்ரோசாப்ட்-டாஸ் கேம்ஸ்களைப் பயன்படுத்தலாம். இவற்றைப் பதிவிறக்கமே செய்யத் தேவையில்லை. நம் கணினியிலோ செல்பேசியிலோ டாஸ் இயங்குதளமும் தேவையில்லை. உங்களின் இணைய உலாவி (கூகுள் க்ரோம்) இருந்தாலே போதும். ஒரு நிமிடத்திற்குள் நிறுவிப் பயன்படுத்தலாம். இதற்குப் போக வேண்டிய தளம்: archive.org. அங்கே 'msdos games' என்று தேடவும்.

வண்ணப் படங்கள்

படங்களை வடிவமைக்க, வண்ணங்களை மாற்ற பிரபலமான செயலி அடோபி போட்டோஷாப். ஆனால் இதன் ஆண்டு சந்தா அதிகம். நீங்கள் எப்போதாவதுதான் இதைப் பயன்படுத்துபவர் என்றால் பெயிண்ட்-டாட்-நெட் என்கிற செயலி getpaint.net தளத்தில் இலவசமாக விண்டோஸ் கணினிகளுக்கு கிடைக்கிறது. நீங்கள் லினக்ஸ் அல்லது ஆப்பிள் மாக்-ஓஸ் பயனர் என்றால் ஜிம்ப் (GIMP) செயலி இலவசமாகத் திறமூல வடிவில் கிடைக்கிறது.

அன்றாடம் இன்று நாம் எழுதும் கடிதங்களும், துண்டு வெளியீடுகளும் படிப்பவரைக் கவர அவற்றில் வண்ணப் படங்களை உள்ளிட வேண்டியது அவசியம். அதற்காகக் கூகுள் செய்து அதில் வரும் படங்களை எதுவுமே பார்க்காமல் அப்படியே பயன்படுத்துவது தவறு. பயன்படுத்த நமக்கு உரிமை இருக்கிறதா என்று பார்த்துத் தான் செய்ய வேண்டும். அதைப்

படைத்தவர் அவற்றை பொதுமங்களாகப் பகிர்ந்திருந்தால் மட்டுமே நாம் படியெடுத்து உபயோகிக்கலாம் - இப்படிப் பகிரப்பட்ட படங்களை மட்டுமே பார்க்க கூகுள் தேடலில் 'கிரியேட்டிவ் காமன்ஸ் உரிமம்' என்கிற அமைப்பை தேர்வு செய்து பின்னர் தேட வேண்டும்.

இந்தப் பிரச்சனையே வேண்டாம், பட்டியலில் வரும் படங்கள் எல்லாமே பொதுமங்களாகவே வேண்டும் என்றால், அதற்காகவே இருக்கிறது pixabay.com போன்ற தளங்கள். இங்கேயுள்ள இருப்புப் படங்களில் (Stock images) உங்களுக்குப் பிரியமானவற்றை நீங்கள் எப்படி வேண்டுமென்றாலும் பயன்படுத்தலாம், உங்களின் படைப்பில் மூலப் பதிவரின் பெயரைக் குறிப்பிடுவது நல்ல பழக்கம், ஆனால் கட்டாயமில்லை.

புத்தகங்கள்

அமேசான் கிண்டிலில் மின்-நூல்கள் கிடைக்கும், ஆனால் ஒவ்வொரு புத்தகத்தையும் விலை கொடுத்து வாங்க வேண்டும் அல்லது தனியாகக் கிண்டில் அளவில்லா சந்தா என்பதை நாம் வாங்கியிருக்க வேண்டும். நம்மில் பலரிடம் ஏற்கனவே அமேசான் ப்ரைம் ஆண்டு சந்தா இருக்கும் - இது இருந்தால் தான் அமேசான் இலவசமாகப் பொருட்களை நம் வீட்டில் கொடுப்பார்கள். இந்த ப்ரைம் சந்தாவில் ப்ரைம் புக்ஸ் என்கிற ஒரு சேவையும் உடன் வருகிறது. இது பலருக்குத் தெரியாது, அமேசானும் விளம்பரப்படுத்துவதில்லை. இதைக் கொண்டு பல்லாயிரம் புத்தகங்களை விலையில்லாமல் கிண்டில் செயலியில் படிக்கலாம்.

தமிழ்க் காப்பியங்கள், இறை நூல்கள், திருக்குறள், அதன் உரைகள் இவற்றை இலவசமாக பதிவிறக்கத் தன்னார்வலர்களால் நிறுவப்பட்ட மதுரை தமிழ் இலக்கிய மின்தொகுப்புத் திட்டம் projectmadurai.org.

இந்தத் திட்டத்தின் முன்மாதிரி ப்ராஜக்ட் குட்டன்பேர்கு gutenberg.org, இதில் காப்புரிமையிலிருந்து வெளிவந்த அறுபதினாயிரத்திற்க்கும் மேலான நூல்கள், பெரும்பாலும் ஆங்கில நூல்கள் கிடைக்கிறது. தமிழில் வெளிவந்த அரிய

நூல்கள், தமிழின் முதல் சொற்களஞ்சியம், முதல் கலைக்களஞ் சியம், வீரமாமுனிவரின் நூல்கள் எனப் பலவும் நல்ல தரத்தில் தமிழக அரசின் தமிழிணையம்-மின்னூலகம் தளத்தில் tamildigitallibrary.in கிடைக்கிறது.

கல்விப் பாடங்கள்

இன்று பைஜூ, கியூ-மாத் போன்ற சந்தாச் சேவைகளில் பல பாடங்களுக்கான, போட்டித் தேர்வுகளுக்கான கல்வி வகுப்புகள் இருந்தாலும், அவற்றின் செலவு அதிகம். அதேசமயம் உயர்தரமான கல்வி வகுப்புகள் இணையத்தில் இங்கேயெல்லாம் இலவசமாகவே கிடைக்கிறது: khanacademy.org, தமிழக அரசின் @kalvitvofficial யூ-ட்யூப் பக்கம், உலகின் தலைசிறந்த பல்கலைக்கழகமான ஸ்டன்போர்ட் பல்கலையின் பல வகுப்புகள் online.stanford.edu/free-courses, ஐ.ஐ.டி. பேராசிரியர்களின் வகுப்புகள் nptel.ac.in, மற்றும் இந்தியாவின் புகழ்பெற்ற நிர்வாகப் பல்கலைக்கழகமான ஐ.ஐ.எம். வகுப்புகள் (swayam.gov.in/).

தரமான இலவசக் களஞ்சியங்களைப் பயன்படுத்த ஆர்வமும், தேடக் கொஞ்சம் பொறுமையும் இருந்தால் போதும், உலகத்தில் இருக்கும் அனைத்து சிறந்த அறிவுச் செல்வங்களும் நம் கையில்.

18. அழிந்தாலும் விடமாட்டேன்!

பொதுவாக விண்டோஸ் கணினியில் கோப்புகளை அழித்தால் (டெலீட்), சமர்த்தாக அவை ரீசைக்கிள் பின் (Recycle Bin) என்னும் சிறப்புக் கோப்புறையில் (போல்டர்) போய் உட்கார்ந்துவிடும். தவறுதலாக அழித்திருந்தால், அங்கே போய்ச் சுலபமாக மீட்டெடுக்கலாம். ஆனால் இந்த ரீசைக்கிள் பின் வசதி, யு-எஸ்-பி பென்-டிரைவ்களுக்கு, காமிராவில் போடும் மெமரி-கார்ட்களுக்குக் (சிறிய சேமிப்பு அட்டை) கிடையாது. அவற்றில் அழித்தது அழித்தது தான் - போயே போச்சு! நம்மில் பலர், இப்படிச் சில முக்கியமான பதிவுகளை இழந்திருக்கிறோம். இந்தக் கோப்புகளை மீட்டெடுக்கச் சில வழிகளைப் பார்க்கலாம்.

இந்த வசதியைப் பற்றி பார்க்கும்முன் விண்டோஸில் ஒரு கோப்பை அழிக்கும் போது என்ன நடக்கிறது என்று தெரிந்து கொள்வோம். விண்டோஸில் இருக்கும் ஒவ்வொரு டிரைவுக்கும் (C:, D: என்று) அதனுள் மாஸ்டர்-ஃபைல்-டேபிள் (MFT) என்னும் ஓர் அட்டவணை இருக்கும். டிரைவில் இருக்கும் ஒவ்வொரு ஃபைலும் எந்த இடத்தில் எழுதப்பட்டுள்ளது, அதன் பெயர் என்ன, அதன் அளவு என்ன என்று பல விவரங்களும் இந்த மாஸ்டர்-ஃபைல்-டேபிளில்

இருக்கும். எந்தக் கோப்பை நாம் திறந்தாலும், புதியதாக உருவாக்கினாலும், மாற்றம் செய்தாலும், அழித்தாலும் இந்த அட்டவணையைக் கொண்டுதான் விண்டோஸ் அது செய்ய வேண்டிய வேலையைச் செய்யும்.

உங்கள் கணினியில் பழைய வட்டு இயக்ககம் (Hard Drive) இருந்து, அடிக்கடி உங்கள் வீட்டில் மின்சாரத் தடங்கலாகி கணினி திடீரென அணைந்து, மீண்டும் இயங்கினால் இந்த மாஸ்டர்- ஃபைல்-டேபிள் அட்டவணையில் பிழைகள் வந்து உங்கள் கோப்புகள் பாதிக்கப்படலாம். அதேபோல நீங்கள் ஒரு கோப்பில் வேலை செய்து கொண்டிருக்கிறீர்கள். இன்னும் சேமிக்கவில்லை, மின்சாரம் போய்விடுகிறது, அதோடு உங்களின் கோப்பும் போய்விடும். இதற்காகத்தான் மேஜைக் கணினியாக இருந்தால், அவற்றில் பேட்டரி இருக்காது என்பதால் அதனை ஒரு யு-பி-எஸ் பேட்டரியோடு இணைத்துப் பயன்படுத்தப் பரிந்துரைக்கப்படுகிறது. இப்போதெல்லாம் வரும் புதிய கணினிகளில் திடநிலை இயக்ககம் (எஸ்-எஸ்-டி என்னும் Solid State Drive) இருக்கும். இவற்றில் மாஸ்டர்-ஃபைல்-டேபிள் பிழையாகும் வாய்ப்புகள் மிக குறைவு. இருந்தாலும் மேஜைக் கணினிகளுக்கு யு-பி-எஸ் அவசியம்.

அடுத்து, உதாரணமாக ஒரு படம் இருக்கும் கோப்பு யு-எஸ்-பி பென்-டிரைவ் ஒன்றில் (D:) இருக்கிறது என்று வைத்துக் கொள்வோம். விண்டோஸ் ஃபைல் எக்ஸ்ப்ளோரர் செயலியில் அந்தக் கோப்பை அழித்துவிடுகிறோம். விண்டோஸ் உடனே அந்தக் கோப்பின் பெயரை, அதன் விவரங்களை D: டிரைவ்வின் மாஸ்டர்-ஃபைல்-டேபிள் அட்டவணையில் இருந்து எடுத்துவிடும். அது எழுதப்பட்டிருந்த இடம் டிரைவ்வில் காலி இடமாகப் பதிவு செய்யப்பட்டு விடும். கோப்பு இருந்த இடத்தை அப்படியே விண்டோஸ் இப்போதைக்கு விட்டுவிடும். அதாவது அட்டவணை மாற்றப்படுமே ஒழிய கோப்பு நீக்கப்படாது. பின்னர் அதே டிரைவில் ஒரு புதிய கோப்பை எழுதும் தேவை வரும் போது விண்டோஸ் அதன் விருப்பத்தில் இந்தக் காலி இடத்தை எடுத்துக்கொள்ளும். இதனால்தான், தவறுதலாக கோப்புகளை அழித்திருந்தால், உடனேயே அதை மீட்டெடுக்கும் முயற்சியைச் செய்ய வேண்டும்.

ஃபைல் ரெகவரி செயலிகள்

சில ஆண்டுகள் வரை ஃபைல்களை ரெகவரி (மீட்டெடுப்பு) செய்யும் வசதிக்கு மற்ற நிறுவனங்களின் செயலிகளைத்தான் பயன்படுத்த வேண்டும். இந்த வகைச் செயலிகள் இணையத்தில் பல நூறு இருக்கின்றன. அவற்றில் பெரும்பாலானவை குப்பையோ குப்பை. சிலவற்றில் வைரஸ் கிருமிகளும் இருக்கலாம். ரெகவரிக்கு இன்றுவரை பலரும் பரிந்துரைப்பது ரெகுவா (www.ccleaner.com/recuva) என்னும் செயலியை. இதன் தொடக்க நிலை இலவசம். ஃபைல்களை அழித்தவுடன் இந்தச் செயலியை உடனடியாக நிறுவி மீட்டெடுக்க முயற்சிக்க வேண்டும்.

மற்ற டிரைவ்கள் என்றால் கொஞ்சம் சுலபம். ஆனால் விண்டோஸே இருக்கும் முதல் டிரைவ் ஆன சி: டிரைவ்வில் இருக்கும் கோப்புகளை ரீசைக்கிள் பின்னில் இருந்தும் அழித்துவிட்டு, மீட்டெடுக்க முயற்சித்தால் பயன் அதிகமிருக்காது. ஏனென்றால் நாம் ஒன்றுமே செய்யவிட்டாலும், கணினி இயங்கும் ஒவ்வொரு நொடியிலும் விண்டோஸ் பல ஆயிரம் தரவுகளை அந்தரங்கக் கோப்புகளாக எழுதித் தள்ளிக் கொண்டேயிருக்கும். அதனால் நாம் அழித்த கோப்பின் இடத்தில் நொடிப் பொழுதில் புதிய கோப்பு எழுதப்பட்டு, பழையது நிரந்தரமாக இல்லாமல் போயிருக்கும். இந்தச் சூழ்நிலையில் (அதாவது சி: டிரைவ்வில் இருக்கும் கோப்பு அழிக்கப்பட்டிருந்தால்) நீங்கள் கணினியை அணைத்துவிட்டு கணினி வல்லுனரிடம் கொடுத்து உதவி கேட்பது நல்லது.

மைக்ரோசாப்ட்டின் அதிகாரபூர்வ வசதி

மாஸ்டர்-ஃபைல்-டேபிள் அட்டவணையில் ஒரு கோப்பைப் பற்றிய பல விவரங்கள் இருக்கின்றன. ரெகவரி செயலிகள் மூலமாக கோப்பின் உள்ளடங்களை நாம் மீட்டெடுத்தாலும் அட்டவணையில் இருந்த விவரங்கள் இல்லாமல் பல சமயத்தில் அந்த கோப்புகள் நாம் பயன்படுத்தும் நிலையில் கிடைக்காது. நினைவில் இருக்கட்டும் ரெகவரி என்பது ஒரு முயற்சிதானே ஒழிய, அது நிச்சயமான கணினிக் கட்டளை இல்லை. இதனால்தான் மைக்ரோசாப்ட் இதற்கான ஒரு செயலியை இருபத்தைந்து ஆண்டுகளாக உருவாக்கவேயில்லை - அவர்கள்

ஒரு வசதியை விண்டோஸில் கொடுத்தால் அது எப்போதுமே வேலை செய்ய வேண்டும். ஏனோதானோ என்று இருந்தால் அவர்களின் பெயர் கெட்டுவிடுமல்லவா!

ஆனாலும் பல பயனர்கள், குறிப்பாகப் பெரிய நிறுவனங்கள் கேட்டுக் கொண்டதாலும், பலரும் கிருமிகள் இருக்கும் விஷமச் செயலிகளை பயன்படுத்துவதைக் கண்டுகொண்டதாலும் 2020-ல் இந்த வசதியை அப்போதைய விண்டோஸ் 10க்கு வெளியிட்டார்கள். அதுவும் சோதனைப் பதிவாக மட்டுமே. இப்போதும் விண்டோஸின் உள்ளே இருக்கும் வசதியாக இது கிடைக்காது. மைக்ரோசாப்ட் ஸ்டோர் (ஆன்ட்ராய்ட் ப்ளே ஸ்டோர் போல இது விண்டோஸூக்கு) செயலியில், “Windows File Recovery” என்று தேடிப் பதிவிறக்கி நிறுவிக் கொள்ள வேண்டும். அப்போதும் இதற்கென்று திரை கிடையாது. இதை இயக்க முதலில் பயனருக்கான தூண்டுக்குறி (Command Prompt) என்னும் கருப்பு வெள்ளையில் இருக்கும் மென்பொருள் உருவாக்குநர்களுக்கான செயலியில் இருந்து இதற்கான கட்டளைகளைத் தர வேண்டும். இது கடினமில்லை, ஆனால் கவனம் தேவை.

உதாரணமாக D: என்ற ஒரு யு-எஸ்-பி பென்-டிரைவ்வில் இருந்து அழிக்கப்பட்ட ஃபைல்கள் நமக்கு மீண்டும் வேண்டுமென்றால் இந்தக் கட்டளையை உள்ளீடவும்: WinFR D: C: /regular

இதன் செயல் என்னவெனில் - D: டிரைவ்வில் இருந்த ஐந்து கோப்புகளை (IMG_3947.jpg முதல் IMG_3951.jpg வரை) நான் DEL கட்டளை மூலம் அழித்துவிட்டேன். பின்னர் WinFR D: C: /regular என்னும் ரெகவரி கட்டளை மூலம் அந்தக் கோப்புகளை மீட்டெடுத்துவிட்டேன். மீட்டெடுத்த கோப்புகள் அவை இருந்த இடத்தில் (இந்த எடுத்துக்காட்டில் D: டிரைவில்) வராது, அவை வேறு டிரைவில் தான் எழுதப்படும் - எடுத்துக்காட்டில் இவை சி: டிரைவில் ‘ரெகவரி_’. அதைத் தொடர்ந்து இன்றைய தேதி மற்றும் நேரத்தை குறிக்கும் எண்கள் கொண்ட பெயரில் இருக்கும் உறையில் எழுதப்படும். இந்தப் புதிய உறையிலிருந்து நாம் எங்கே வேண்டுமானாலும் கோப்புகளை நகர்த்திக் கொள்ளலாம்.

மிக முக்கியமான கோப்புகளை அழித்திருந்தால், நீங்களாகவே மீட்டெடுக்க முயற்சிக்க வேண்டாம். இதற்காகவே இருக்கும் நிபுணர்களின் சேவையை நாடவும். அவர்கள் உங்களின் டிரைவை முழுவதுமாக வேறு ஒரு டிரைவில் பிரதி எடுத்தபின் வேலையைச் செய்வார்கள். இதனால் அவர்களால் பல ரெகவரிச் செயலிகளை பயன்படுத்தி, மூலத்தைக் கெடுக்காமல் முயற்சிக்க முடியும்.

சிஸ்டம் ரெஸ்டோர்

ஃபைல் ரெகவரியைப் பார்த்துவிட்டோம், ஆனால் தெரியாமல் நிறுவிய ஒரு செயலியால் விண்டோஸே சரியாக இயங்க மாட்டேன் என்கிறதென்றால் என்ன செய்வது? இருக்கிறது சிஸ்டம் ரெஸ்டோர் என்னும் வசதி. இது ஒவ்வொரு விண்டோஸ் கணினியிலும் இருக்கும். விண்டோஸ் விசையை அழுத்தி "System Restore" என்று தேடி இதை இயக்கலாம். இந்த செயலியின் திரையில் இருக்கும் "System Restore" என்னும் பொத்தானை அழுத்தினால் தேதி நேரங்களைக் கொண்ட ஒரு பட்டியல் வரும், அதில் உங்கள் கணினி நன்றாக வேலை செய்த நேரத்தை தேர்வு செய்தால் அந்த (நல்ல) நிலைக்குக் கணினியைக் கொண்டு செல்லும் - அதாவது கடைசியாக நிறுவிய செயலி செய்த மாற்றங்கள் அனைத்தும் நீக்கப்பட்டு இருக்கும்.

அவ்வப்போது நீங்களாகவே இந்த சிஸ்டம் ரெஸ்டோர் செயலியை அழைத்து, ஒரு ரெஸ்டோர் பாயிண்ட்டை (கிரியேட் பொத்தான்) எழுதிவைத்துக் கொள்ளச் சொல்லலாம். பின்னர் எப்போதாவது கணினி மக்கர் செய்தால் இந்த நல்ல நிலைக்கு அழைத்து வந்துவிட வசதியாக இருக்கும்.

19. ஜன்னல் தமிழ்

முகமது-பின்-துக்ளக் சினிமாவில் அறுநூறு ஆண்டுகளுக்கு முன் வாழ்ந்த சுல்தான் துக்ளக்காக வரும் சோ, அழகாகத் தமிழ் பேசுவார். திடுக்கிட்டு, "உங்களுக்கு எப்படித் தமிழ் தெரியும்..?" என்று கேட்டால், "என் காலத்திலேயே நான் ஓர் தமிழ் மேதாவி என எல்லோருக்கும் தெரியும்" என்று கிண்டலாகச் சொல்லுவார். அதுபோல, மைக்ரோசாப்ட் விண்டோஸ் இயங்கு தளத்தில் தமிழ் தோன்றவும், தமிழில் எழுதவும், தமிழைப் புரிந்து கொள்ளவும் முடியும் என்று சொன்னால் ஆச்சரியமாகத்தான் இருக்கும். உண்மையில் இருபத்தியிரண்டு ஆண்டுகளுக்கு முன்பிருந்தே, அதாவது விண்டோஸ் 2000லேயே தமிழ் வசதி வரத் தொடங்கிவிட்டது.

விண்டோஸ் 11-ல் இருக்கும் தமிழுக்கான புதிய வசதிகளை இங்கே பார்க்கலாம். இவற்றைக் கொண்டு, ஆங்கிலம் நன்றாகத் தெரியாதவர்களும்கூடக் கணினியை எளிதாகப் பயன்படுத்தலாம்.

தமிழ் காட்சி மொழி

கணினி நம்மோடு பேசுவது இடைமொழிகள் மூலமாக. அதாவது கணினிக்கும் அதைப் பயன்படுத்தும் மனிதனுக்கும் தொடர்பை ஏற்படுத்தும் திரையில் வரும் எழுத்துக்கள். உதா.

மெனுக்கள், தலைப்புகள், செயலிகள், கட்டளை பட்டன்கள் போன்றவை.

விண்டோஸ் 11-ல் உலகத்தில் பேசப்படும் நூறுக்கும் மேற்பட்ட மொழிகளில் - தமிழ் உட்பட - இந்த இடைமொழியைக் காட்சிப்படுத்த முடியும். இதைச் செய்யத் தனியாக எதுவும் வாங்க வேண்டாம். உலகில் கிடைக்கும் எந்த நாட்டின் விண்டோஸ் கணினியும் தமிழ் பேசும். அதைச் செய்வது சுலபம். Windows display language (விண்டோஸ்-இன் காட்சி மொழி) என்கிற பட்டியலில் தமிழ் (இந்தியா) என்பதைத் தேர்வு செய்து கணினியை ரீஸ்டார்ட் செய்யவும். இந்தியாவைத் தவிர தமிழ் அலுவல் மொழியாக இருக்கும் இலங்கை, சிங்கப்பூர் மற்றும் மலேசியா நாடுகளிலும் இந்த தமிழ்க் காட்சி மொழி வசதியுண்டு.

இப்போது விண்டோஸ் மீண்டும் தொடங்கியவுடன் திரையில் தெரியும் பெரும்பாலான எழுத்துக்கள் தமிழில் இருக்கும். எடுத்துக்காட்டாக தொடக்கம் (ஸ்டார்ட்) பட்டனை அழுத்தினால் வரும் பட்டியலில் தெரிவது Mail, Calendar, Photos, Settings அல்ல - அஞ்சல், நாள்காட்டி, புகைப்படங்கள், அமைப்புகள், அதே செயலிகள் தான் ஆனால் தமிழ்ப் பெயர்களில். இதேபோல், அமைப்புகள் (Settings) செயலியும் பெரும்பாலான இடங்களில் தமிழிலேயே காட்சியாகும்.

இப்படித் தமிழில் வருவதால் நமக்கு கணினியைப் பயன்படுத்துவது எளிதாகும். பயன்படுத்திப் பாருங்கள், பிடிக்கவில்லையென்றால் ஆங்கிலத்திற்கு வந்தவழியே திரும்பப் போய்விடலாம். எந்த கோப்பும், தரவும் சேதமடையாது. எவ்வளவு முறை வேண்டுமானாலும் இப்படி மாறலாம். உங்களின் கணினியைப் பலர் பயன்படுத்துகிறார்கள் என்றால் ஒவ்வொரு பயனரும் ஒரு மொழியை அவர்களின் காட்சி மொழியாக வைத்துக் கொள்ளலாம்.

தமிழில் எழுதுங்கள் - விசைப்பலகை

கணினியில் தமிழில் உள்ளீடு (தட்டச்சு) செய்ய இயங்கு தளத்தில் தமிழ் விசைப்பலகை இருக்க வேண்டும். இந்த இடத்தில் விசைப்பலகை என்று நான் குறிப்பிடுவது ஒருவகை

மென்பொருளை, ஒரு செயலியைத்தான். இது ஏதோ புது வன்பொருள் (கருவி) அல்ல - உங்களிடம் இருக்கும் ஆங்கில எழுத்துகள் (QWERTY) கொண்ட விசைப்பலகைக் கருவியே போதும்.

விண்டோஸ் 2000-ல் இருந்தே தமிழுக்கான ஓர் விசைப்பலகை இருக்கிறது. ஆனால் அது தேவநாகரி மொழியை அடிப்படையாக கொண்ட இந்திய மொழிகள் பலவற்றுக்கும் பொதுவான இன்ஸ்க்ரிப்ட் விசைப்பலகை. தமிழர்கள் பலருக்கும் விருப்பமான தமிழக அரசின் முயற்சியால் வடிவமைக்கப்பட்ட தமிழ்99 விசைப்பலகை கடந்த நான்கு ஆண்டுகளாகத்தான் விண்டோஸில் வருகிறது. இதை நிறுவிக்கொள்ள மேலே பார்த்த அதே அமைப்புகள் திரையில் இருக்கும் விசைப்பலகைகள் (Keyboards) பட்டியலுக்குள் போய் தமிழ்99 என்பதைச் சேர்க்க வேண்டும். அவ்வளவு தான்.

தமிழ்99ஐ தொடர்ந்து தமிழ் போனடிக் (Tamil Phonetic) எனப்படும் விசைப்பலகையும் விண்டோஸில் வருகிறது. இது நாம் தட்டச்சு செய்யும் ஆங்கில எழுத்தின் குரலொலிக்குரிய தமிழ் எழுத்தை உள்ளீடு செய்யும். உதாரணமாக amma என்று தட்டச்சு செய்தால் அம்மா என்று திரையில் தமிழில் வரும். நான் இந்தக் கட்டுரையை எழுதுவதே இந்த விசைப்பலகையைக் கொண்டு தான். எனக்குச் செல்பேசியில் தமிழ்99 எளிதாக இருக்கிறது, ஆனால் கணினியில் பழக்கத்தின் காரணமாக இந்த தமிழ் போனடிக் எனக்கு வசதியாக இருக்கிறது. இதற்குக் காரணம், நான் இருபது ஆண்டுகளாகப் பயன்படுத்திய முரசு அஞ்சல் விசைப்பலகை. இது தமிழ் போனடிக் போன்றதொரு வடிவம். 2023-ஆம் ஆண்டு ஜூன் மாதத்திலிருந்து விண்டோஸ் 11இல் இந்த அஞ்சல் விசைப்பலகையும் கிடைக்கிறது. தமிழ் 99 அல்லது தமிழ் போனேடிக் அல்லது தமிழ் அஞ்சல் என உங்களின் விருப்பம் எதுவோ அதை நிறுவிக் கொள்ளலாம். ஆங்கிலத்தை எங்கெல்லாம் விண்டோஸ்ஸில் உள்ளீடு செய்கிறோமோ அங்கெல்லாம் தமிழிலும் உள்ளீடு செய்யலாம். ஒரே வாக்கியத்தில், ஏன் ஒரே வார்த்தையில் கூட தமிழையும் ஆங்கில எழுத்துகளையும் மாற்றி மாற்றி எழுதலாம். எந்த விசைப்பலகை வேண்டும் என்பதைத் தேர்வு செய்ய விண்டோஸ் மற்றும் வெற்றிடக் கட்டை (Windows,

Spacebar), இந்த இரண்டு விசைகளையும் சேர்த்து அழுத்தினால் கீழே ஒரு பட்டியல் வரும். இப்படி ஒரு முறை அழுத்தினால் முதல் விசைப்பலகை வடிவம் தேர்வாகும், இரண்டு முறை அழுத்தினால் இரண்டாவது விசைப்பலகை வடிவம் தேர்வாகும்.

தமிழ்99-ல் இல்லாத ஒரு சிறப்பு வசதி, தமிழ் போனடிக்கில் உண்டு. நாம் விசைகளைத் தட்டத் தட்ட, ஒரு பரிந்துரை பட்டியல் வரும், அதில் நாம் அடிக்க ஆரம்பித்த எழுத்துக்களுக்கு தொடர்ப்பான வார்த்தைகள் வரும். நாம் எழுத விரும்பிய வார்த்தையை, இடதில் தெரியும் எண்ணைத் தட்டி, முழு வார்த்தையையும் அடிக்காமல், சுலபமாக உள்ளீடு செய்து விடலாம்.

தமிழில் பேசு

உங்களுக்குத் தட்டச்சு செய்வது கடினமாக இருக்கிறதா? நீங்கள் தமிழில் பேசப் பேச, அதைப் புரிந்து கொண்டு விண்டோஸே தமிழில் உள்ளீடு செய்தால் எப்படியிருக்கும்..? அப்படியான ஒரு பேச்சறிதல் வசதி விண்டோஸ் 11-ல் வந்துள்ளது. இதற்கு வாய்ஸ்-டைப்பிங் (பேச்சறிதல் மற்றும் உள்ளீடு) எனப் பெயர். தமிழுக்கான இந்த வசதி விண்டோஸ் 10-ல் கிடையாது, விண்டோஸ் 11-ல் மட்டுமே கிடைக்கிறது.

எங்கெல்லாம் நாம் உள்ளீடு செய்கிறோமோ அங்கே விண்டோஸ் மற்றும் எச் (Windows, H), இந்த இரண்டு விசைகளையும் சேர்த்து அழுத்தினால் இந்த வசதி வந்துவிடும். இதற்கு முன் அந்த இடத்தில் தமிழ்99 அல்லது தமிழ் போனேடிக் அல்லது தமிழ் அஞ்சல் விசைப்பலகையைத் தேர்வு செய்திருக்க வேண்டும் - அதாவது விண்டோஸூக்கு நாம் தமிழில் உள்ளீடு செய்யப் போகிறோம் என்பதைச் சொல்ல வேண்டும்.

இந்த வாய்ஸ்-டைப்பிங் தேர்வானவுடன், மெதுவாகத் தமிழில் பேசிக் கொண்டே போகலாம். அதுவாகத் தட்டச்சு செய்துவிடும். இந்தத் தொழில்நுட்பம் தமிழுக்குப் புதிது, அதனால் ஓரளவுக்குத் தான் சரியாக இருக்கும். அதிகப் பயனர்கள் பயன்படுத்தத் தொடங்கினால் இன்னும் இரண்டொரு ஆண்டுகளில் இது முன்னேறிவிடும்.

தமிழ்ப் பிழைத் திருத்தி

ஆங்கிலத்தில் நாம் எழுத எழுத, நம் சொற்பிழைகளை, இலக்கணப் பிழைகளை தானாகவே நமக்கு சுட்டிக்காட்டித் திருத்திவிட மைக்ரோசாப்ட் வேர்ட் மற்றும் உக்ரைன் நாட்டில் இருந்து வரும் க்ராமர்லி போன்ற செயலிகள் இருக்கிறது. க்ராமர்லி மாதிரியான மைக்ரோசாப்ட் நிறுவனத்தின் செயலி மைக்ரோசாப்ட் எடிட்டர் (Microsoft Editor). இதுவும் இலவசமாக கூகுள் க்ரோம் ஸ்டோரில் கிடைக்கிறது. இதை பதிவிறக்கி கூகுள் க்ரோம் அல்லது மைக்ரோசாப்ட் எட்ஜ் இணைய உலவிகளில் இயக்கிக் கொள்ளலாம்.

குறிப்பு: தமிழ் உலகம் நன்கறிந்த நீச்சல்காரன் அவர்களின் வாணி திருத்தி அளவுக்கு மைக்ரோசாப்ட் எடிட்டர் வருவதற்குச் சில ஆண்டுகள் ஆகும்.

ஆக, தமிழில் காட்சி மொழி, தமிழ் விசைப்பலகை, தமிழ்ப் பேச்சு உள்ளீடு, தமிழ் பிழை திருத்தி என விண்டோஸ் 11-ல் தமிழுக்கான வசதிகள் பல இருக்கின்றன.

20. ரவுட்டரை வாழ விடுங்கள்!

விஜய் அல்லது அஜீத் - உங்களுக்கு யாரைப் பிடிக்கும் என்கிற கேள்விக்கு ஒருமித்த பதில் வராது. அதுபோலத் தான் கணினியின் இயங்கு தளங்களில் சிறந்தது விண்டோஸா அல்லது லினக்ஸா என்று கேட்டால் இரு பதில்களும் வரும். இந்தச் சிக்கல்களைத் தவிர்த்து எளிதான ஆனால் கணினிப் பயன்பாட்டில் கவனிக்க வேண்டிய சிலவற்றைப் பார்க்கலாம்.

மின்கலம் என்கிற பேட்டரி

மடிக்கணினியை எப்போதும் மின்னேற்றியோடு இணைத்து வைத்திருக்கலாமா அல்லது முழுச்சக்தி ஏற்றப்பட்டவுடன் மின்சாரத்தைத் துண்டித்துவிட வேண்டுமா? திரும்ப எப்போது பேட்டரியை சார்ஜ் செய்ய வேண்டும்..? அடிக்கடி சார்ஜ் ஏற்றி, இறக்க வேண்டுமா? எதைச் செய்தால், செய்யாமல் இருந்தால் மடிக்கணினியில், செல்பேசியில் இருக்கும் மின்கலம் பழுதடையாது?

மடிக்கணினி, செல்பேசி இரண்டிலுமே இருப்பது லித்தியம்-அயன் (Lithium-Ion) அல்லது லித்தியம்-பாலிமர் (Lithium-Polymer) என்னும் நவீன வகை மின்கல வேதியியல் நுட்பம்தான். அதனால்தான் இந்தக் கருவிகளின் எடை குறைவாகவும்,

மெலிதாகவும் வடிவமைக்க முடிகிறது. அதிலும் லித்தியம்-பாலிமர் என்னும் புதிய நுட்பம் மிகப் பாதுகாப்பானது, இந்த வகைப் பேட்டரிகளைக் கொண்ட கருவிகளை விரைவு மின்னேற்றம் (ஃபாஸ்ட்-சார்ஜிங்) செய்ய முடியும். மடிக்கணினியும் செல்பேசியும் ஒரே வகை மின்கலங்களைக் கொண்டிருந்தாலும் அவற்றின் பயன்பாடுகள் வேறு.

செல்பேசியில் மின்னேற்றம்

செல்பேசியில் இருக்கும் மின்னணுவியல்கள் தேவையான சக்தியை எப்போதும் பேட்டரியில் இருந்துதான் பெறும். செல்பேசி சார்ஜிங் செய்து கொண்டிருந்தாலும், பேட்டரியில் இருந்துதான் சக்தியைப் பெறும். ஒரே சமயத்தில் பேட்டரியில் மின்சாரம் சேமிக்கப்படுவதும், மின்சாரம் வெளியேற்றப்படுவதும் நடப்பதால் பேட்டரி சூடாகும். இதைத் தாங்கும் முறையில் தான் செல்பேசிகள் வடிவமைக்கப்படுகின்றன. ஆனாலும் மின்னேற்றம் ஆகும் சமயம் நாம் செல்பேசியைப் பயன்படுத்தினால், திரை ஒளிரும். அப்போது சாதனம் மேலும் சூடாகும். மின்கலத்தின் உள்ளிருப்பவை இரசாயனங்கள். அதனால் அளவிற்கு மீறிய சூடு ஆபத்தாகக்கூடப் போகும். இதனால்தான் செல்பேசியில் மின்னேற்றம் நடைபெறும் போது பயன்படுத்த வேண்டாம் என்று பொறியாளர்கள் சொல்கிறார்கள்.

ஆப்பிள், சாம்சங் போன்ற செல்பேசிகளில் இதையெல்லாம் அவர்கள் சோதித்து இருக்கிறார்கள். ஆனால் இந்தியாவில் அதிகமாக விற்பனையாகும் விலை குறைந்த சீனத் தயாரிப்புகள் எப்படியிருக்கும் என நாம் சொல்ல முடியாது. குறிப்பாக அதோடு நாம் பயன்படுத்தும் சார்ஜரின் தரம் தெரியாது. அதனால் ஜாக்கிரதை அவசியம். முடிந்த வரை செல்பேசியோடு உடன் வந்த சார்ஜரை மட்டுமே பயன்படுத்தவும். வீட்டில் ஒவ்வொருவரும் வெவ்வேறு சீன நிறுவனச் செல்பேசிகளை வைத்திருந்தால் சார்ஜர்களை மாற்றிப்போட வேண்டாம். தனியாக சார்ஜர் வாங்கினால் நல்ல நிறுவனத்தின் தயாரிப்பா என்பதைப் பார்த்து வாங்கவும். கொஞ்சம் செலவு கூட ஆனாலும் பொறுக்கவும் - இது மின்சார சமாசாரம், அலட்சியம் கூடாது.

மடிக்கணினியில் மின்னேற்றம்

மடிக்கணினியில் நடைபெறும் மின்னேற்றம் இப்படியில்லை. அவற்றில் மின்சாரம் உள்வராத (அதாவது சார்ஜிங் நடைபெறாத) சமயம் மட்டும் தான் பேட்டரியில் இருக்கும் சக்தி எடுக்கப்படும். சார்ஜர் மாட்டி, மின்சாரம் வந்து கொண்டிருக்கும் போது, உள்ளேயிருக்கும் மின்னணுவியல்கள் தேவையான சக்தியை நேரடியாகச் சார்ஜரில் இருந்து பெறும். செல்பேசி போல இல்லாமல், ஒரே சமயத்தில் பேட்டரியில் மின்சாரம் சேமிக்கப்படுவதும், மின்சாரம் வெளியேற்றப்படுவதும் இங்கே நடப்பதில்லை. அதனால் அதிகம் சூடாகாது. இதே காரணத்தால் மின்னேற்றம் நடைபெறும் போதே மடிக்கணினியைப் பயன்படுத்தலாம், அப்படிச் செய்வது பாதுகாப்பானது, எந்தவித பயமும் வேண்டாம்.

ஓரளவுக்கு பேட்டரியில் (சுமார் 98%) சக்தி சேர்ந்தவுடன், இயங்குதளத்தின் (விண்டோஸ், மேக், லினிக்ஸ்) மென்பொருள் தானாகவே மின்னேற்றத்தை நிறுத்திவிடும், சார்ஜர் மாட்டி மின்சாரம் வந்து கொண்டிருந்தாலும் சார்ஜ் ஆகாது. இதனால் பேட்டரியின் ஆயுள் வேகமாகக் குறைவது தடுக்கப்படும். சில நாட்களுக்கு ஒரு முறை முழுவதும் பேட்டரியின் சக்தியைச் செலவு செய்த பின், சார்ஜ் செய்யவும் என பல யோசனைகளை ஆப்பிள் உட்பட எல்லா நிறுவனங்களும் சொன்னார்கள். தற்போது, அதுவும் லித்தியம் பேட்டரிகளுக்கு இவை பொருந்தாது.

நான் பல ஆண்டுகளாக என் மேஜையில் இருந்து வேலை செய்யும் போது என் மடிக்கணினியின் சார்ஜரை அணைப்பதே கிடையாது. அதேபோல பேட்டரியை 0% வரை கொண்டு செல்வது கூடாது, அப்படி அடிக்கடி செய்தால் ஒரேயடியாக பேட்டரி சார்ஜ் ஆவது நின்றுபோகக் கூடும். பேட்டரியின் நலனை இயங்குதளமே பார்த்து கொள்ளும் - அதிக அக்கறை வேண்டாம்.

குறிப்பு 1: அது செல்பேசியாக இருந்தாலும் மடிக்கணினியாக இருந்தாலும் பேட்டரியின் அளவுக்கு மேல் என்ன முயன்றாலும் அதனுள் மின்னேற்ற முடியாது, அதனால் பயம் வேண்டாம். இரவு முழுக்க சார்ஜர் மாட்டி இருந்தாலும் ஒன்றும் ஆகாது.

குறிப்பு 2: மாதக் கணக்கில், வருடக் கணக்கில் மடிக்கணினியையோ செல்பேசியையோ பயன்படுத்தாமல் அலமாரியில் வைக்கப் போகிறீர்கள் என்றால் அதன் பேட்டரியைத் தனியாக கழட்டி வைக்கவும். பெரும்பாலும் இப்போது வரும் கருவிகளில் அப்படிக் கழட்ட முடியாது. அந்தச் சாதனங்களுக்கு ஆப்பிள் நிறுவனத்தின் அறிவுரை, பேட்டரியின் சக்தி 50% இருக்கும் நிலையில் மின்னேற்றத்தை நிறுத்தவும். ஒரு சில மாதங்கள் கழித்து வெளியே எடுத்து மீண்டும் 50% வரை சார்ஜ் ஏற்றி உள் வைக்கவும்.

குறிப்பு 3: மடிக்கணினியின் சூட்டைக் குறைக்க இயங்கும் விசிறிகள் இருப்பது அதன் அடிப்பகுதியில், அதனால் மடிக்கணினியை அதிக நேரம் மடியில் நம் துணியின் மேலோ, அல்லது படுக்கையின் மீதோ, வேறு எந்த விதமான துணி அல்லது தரைவிரிப்பின் மீதோ வைக்க வேண்டாம் - அப்படி செய்தால் விசிறியில் இருந்து வரும் காற்று வெளியேற முடியாமல் தடைப்பட்டு மடிக்கணினி அதிக சூடாகி, பழுதாகிவிடும். மடிக்கணினியை வைத்து வேலை செய்யச் சிறந்தது எல்லா வகையான மேஜைகள், சமையல் அறை கிரானைட், மற்றும் டைல்ஸ் தரை. இயற்கையை ரசித்துக் கொண்டு, கடற்கரையில் இருந்து வேலை செய்கிறேன் என்று நினைத்து, மண் தரையில் வைக்க வேண்டாம் - தூசி கணினியின் உள் சென்றுவிடும்.

குறிப்பு 4: எந்த மின்சார சாதனமாகட்டும், முக்கியமாக கணினியாக இருந்தால் அது இருக்கும் அறையில் குளிர்சாதன வசதியோ, அல்லது விசிறி அல்லது ஜன்னல் வழியாகக் காற்றோட்டமோ அவசியம். குறிப்பாக இரவில் நாம் உறங்கும் போது கணினி இயங்கப் போகிறது என்றால் இதை மேலும் உறுதி செய்து கொள்ளவும். கண்டிப்பாக ஒரு மின்சார விசிறியோ அல்லது குளிர்சாதனமோ இயங்கட்டும். குறைந்தது ஜன்னலையாவது திறந்து வைக்கவும். பல ஆண்டுகளாக என் அறையில் ஒரு மேஜைக் கணினி (சர்வர்) அணைக்காமல் இயங்கிக் கொண்டிருக்கிறது, ஆனால் மேல் சொன்ன பாதுகாப்புகளை மறப்பதில்லை.

வைஃபை ரவுட்டர்

சிலரின் வீடுகளில் ஏர்டெல், ஏ.சி.டி., ரிலையன்ஸ் ஜியோ போன்ற அதிவேக இணையத் தொடர்பு வைத்திருப்பார்கள். அவர்களின் வைஃபை-ரவுட்டரை (WiFi Router) இரவில் அணைத்து விடுகிறார்கள். இது அனாவசியம், செய்யவும் கூடாது.

ரவுட்டர் என்பதும் ஒரு (மிக சிறிய) வகை கணினி தான். அதனுள்ளும் ஒரு இயங்குதளம் இருக்கிறது. பல நிறுவனங்களின் ரவுட்டர்கள் இரவில் நாம் பயன்படுத்தாத போதுதான் தங்களின் இயங்குதளத்தைப் புதுப்பித்துக் கொள்ளும். அப்போது அதை நாம் அணைத்துவிட்டால் அவற்றின் மென்பொருட்கள் பழையதாகவே தங்கிவிடும். அவற்றின் பாதுகாப்பையும் இது குறைக்கும்.

இப்படி ரவுட்டரை அணைத்துவிட்டால், வீட்டில் இருக்கும் எந்த சாதனத்துக்கும் இணைய வசதி கிடைக்காது - அதனால் வீட்டில் இருக்கும் நம் செல்பேசிகளும், மடிக்கணினிகளும் கூட தங்களுக்கான புது இயங்குதளப் பதிப்புகளைப் பெறமுடியாமல் போகும். அதனால் ரவுட்டரை இரவில் நிறுத்த வேண்டாம். முன்பே சொன்னது போல, அவற்றைக் காற்று வரும் இடத்தில் வைக்கவும், மாடிப்படிக்கு கீழே வைத்து, அந்த இடத்திற்கு ஒரு கதவையும் போட்டு மூடி வைக்க வேண்டாம். என் வீட்டில் காற்றோட்டமாக பால்கனியில் மழைநீர் படாத உயரத்தில் வைத்திருக்கிறேன்.

21. செயலிகள் என்னும் செயல் புலிகள்

"உங்கள் நண்பர் யாரென்று சொல்லுங்கள், உங்களைப் பற்றி நான் சொல்கிறேன்" என்பார்கள். அதையே இன்றைக்கு இப்படிச் சொல்லலாம், "உங்கள் செல்பேசியின் முகப்புப் பக்கத்தைக் (ஹோம் ஸ்கிரீன்) காட்டுங்கள் நீங்கள் யாரென்று சொல்கிறேன்".

இந்த விஷயத்தில் பயனர்கள் இரண்டு வகை. முதல் வகை, அழகாக நகைக்கடை கண்ணாடித் தட்டுகளில் இருப்பது போல தரவிறக்கியுள்ள எல்லா செயலியின் சின்னங்களையும் வரிசையாக அடுக்கி வைத்திருப்பார்கள். அடுத்தவர்கள், இயங்குதளம் அதுவாகவே எங்கே சின்னங்களை நிறுவியதோ அங்கேயே விட்டுவிடுவார்கள். அதிலும் சிலர் கவனத்தில் இல்லாமல் அவர்களின் விருப்பமான செயலிகளின் சின்னங்களை இரண்டு அல்லது மூன்று முறை பல முகப்புப் பக்கங்களிலும் வைத்திருப்பார்கள்.

இன்றைக்கு நம் அன்றாட வாழ்க்கையில் செயலிகள் இல்லாமல் இருக்க முடியாது. கடந்த மாதக் கணக்குப்படி சுமார் முப்பது லட்சத்திற்கு மேலான எண்ணிக்கையில் செல்பேசிச் செயலிகள் புழக்கத்தில் இருக்கின்றன. தினமும் பல ஆயிரம் புதிதாகவும் படைக்கப்படுகின்றன. கண்ணில்படும் எல்லாச் செயலிகளையும் நிறுவுதல் செல்பேசியின் மின்கலத்தை வீணடிக்கும். காப்பகத்தில் (ஸ்டோரேஜ்) இடமும் தீர்ந்துவிடும். அப்படிச் செய்வதால்

செல்பேசியில் நாம் சேமித்து வைத்திருக்கும் தரவுகள், நம் அந்தரங்கத் தகவல்கள் திருடப்படவும் வகைசெய்யும். நமக்கு அடிக்கடி தேவைப்படும் செயலிகளை மட்டும் நிறுவிக் கொள்வதே எப்போதும் நல்லது. எவையெல்லாம் அப்படி அத்தியாவசிய வளையத்துக்குள் வரும்?

1. இன்று எல்லோரும் ஜி-மெயில் பயனர்கள். கடந்த பத்தாண்டுகளாக வங்கி மாதாந்திரப் பரிமாற்ற விவரப் பட்டியல்கள், வருவாய்த் துறை அறிக்கைகள், கடிதங்கள் என எல்லாமே மின்-அஞ்சல்கள் தான். அதிலும் ஆன்ட்ராய்ட் செல்பேசி இருந்தால் எல்லோருக்கும் ஒரு ஜி-மெயில் கணக்கு இருக்கும். அதனால் இந்தச் செயலியை முதலாவதாக நிறுவுதல் அவசியம். நான் சொல்லாவிட்டாலும் அடுத்து நீங்களே நிறுவுவது வாட்ஸ்-ஆப்.

2. மைக்ரோசாப்ட் ஆபீஸ்- முன்பு வேர்ட், எக்சல், பவர்-பாய்ண்ட் எனத் தனித்தனியாக வந்த செயலிகளை இணைத்து மைக்ரோசாப்ட் நிறுவனம் இந்த ஒரே செயலியைக் கொண்டுவந்துள்ளார்கள். மேலும் இதில் வருடுதல் (ஸ்கேன்) செய்ய முடியும், விரைவுத் தகவல் குறியீட்டைப் (கியூ-ஆர் கோடு) படிக்க முடியும், பார்க்கும் அட்டவணைகளை தானாகவே தட்டச்சு செய்யாமல் விரிதாள்களாக (எக்சல் ஸ்ப்ரெட்ஷீட்) உள்ளீடு செய்ய முடியும், என மேலும் பல பயனுள்ள வசதிகள் (பெரும்பாலும்) விலையில்லாமல் கிடைக்கின்றன. நீங்கள் கூகுள் வொர்க்ஸ்பேஸ் பயனர் என்றாலும் மைக்ரோசாப்ட் ஆபீஸ் அவசியம் இருத்தல் வேண்டும்.

3. அடுத்து, அத்தியாவசிய செயலிகள் : யூ-ட்யூப், கூகுள் போட்டோஸ் , கூகுள் மாப்ஸ், கூகுள் கீப் (அல்லது எவர்-நோட், மைக்ரோசாப்ட் ஒன்-நோட்), மற்றும் அடோபி அக்ரோபாட், அடோபி ஸ்கேன்.

4. பாக்கெட். இது அதிகம் பேருக்குத் தெரிந்திருக்காது. ஒவ்வொரு நாளும் பல தகவல்களை, கட்டுரைகளை இணையத்தில், ஃபேஸ்புக்கில் படிக்கிறோம். பயனாகயிருக்கும், அல்லது பின்னர் பொறுமையாகப்

படிக்கலாம் என எண்ணும் பக்கங்களைத் (அதன் முகவரியை) தொகுத்து, சேமித்து வைக்க உதவும் இலவசச் செயலி இது.

அரசுச் செயலிகள்

இந்தப் பட்டியல் நாட்டுக்கு நாடு (மாநிலங்களுக்கும்) மாறுபடும். கீழே இருப்பவை தமிழ்நாட்டுக்கானவை.

1. பெண்கள் பாதுகாப்புக்கான அவசர உதவி "காவல் உதவி" (காவலன்) செயலி. பொதுமக்கள் புகார்கள் அளிக்க, முதல் தகவல் அறிக்கையின் நிலையைப் பார்க்க தமிழ்நாடு காவல்துறையின் "TN Police Citizen Service" செயலி.

2. இந்திய அரசின் சேவைகளுக்குப் பொதுவான "My Gov" செயலி.

3. சென்னைப் பெருநகர மாநகராட்சியின் "நம்ம சென்னை" செயலி. இதைக் கொண்டு நம் தெருவில் இருக்கும் பிரச்சனைகளைப் பற்றி மாநகராட்சி அலுவலகங்களுக்குச் செல்லாமலே புகார் அளிக்கலாம்.

ஆரோக்கியம்

1. மருத்துவர்கள் எல்லோரையும் ஐந்தாயிரத்தில் இருந்து பத்தாயிரம் அடிகள் தினமும் நடக்க சொல்கிறார்கள். அதை எண்ண "கூகுள் பிட்" செயலி. தனியாக கை-கடிகாரங்கள் வாங்கத் தேவையில்லை. நம் சட்டைப் பையில் அல்லது சூடிதாரின் பையில் செல்பேசியை வைத்துக் கொண்டு நடந்தால் இந்தச் செயலி தானாகவே நாம் தினமும் நடக்கும் அளவைக் கணக்கெடுத்துச் சொல்லும்.

2. உலகில் கவலை இல்லாத மனிதன் கிடையாது. நம் மனதை அமைதியாக்க, நிம்மதியாகத் தூங்க, தினமும் தியானம் செய்தால் நம் ஆயுள் பெருகும். நாமும் மகிழ்ந்து, நம்மைச் சுற்றியுள்ளவர்களையும் மகிழ்ச்சியாக வைத்துக் கொள்ள உதவும். தியானம் என்றவுடம் பிரதமர் மோடி கேதார்நாத் சென்று குகையில் இருந்ததையோ, ரஜினி இமயமலைக்குச் சென்று பாபாஜியிடம் கற்றுக் கொண்டதையோ நினைக்க வேண்டாம்.

இதற்காகவே இருக்கும் ஹெட்ஸ்பேஸ், கல்டு-பிட், "இன்சைட்டு டைமர்" போன்ற செயலிகளைக் கொண்டு நம் வீட்டிலேயே ஒரு பத்து நிமிடங்களைச் செலவு செய்தால் போதும். சிறப்புப் பயிற்சிகள் தேவையில்லை. இந்த செயலிகளில் இலவசமாகவே பல அடிப்படை வகுப்புகளை / பதிவுகளை வழங்குகிறார்கள். இதைப் போலவே யோக மற்றும் உடற்பயிற்சிகளுக்கும் செயலிகள் கிடைக்கின்றன. உதாரணமாக இந்திய அரசின் ஆயூஷ் நிறுவனத்தின் "நமஸ்தே யோகா", இந்திய அரசும் உலக சுகாதார அமைப்பும் சேர்ந்து செய்துள்ள "WHO-mYoga" செயலிகளும் விலையில்லாமல் கிடைக்கின்றன.

சந்தை:

1. யூ-பி-ஐ: கடந்த ஐந்து ஆண்டுகளாக இந்திய அரசின் யூ-பி-ஐ எனப்படும் ஒருங்கிணைக்கப்பட்ட பணப்பரிவர்த்தனை இடைமுகமானது மிகப பிரபலமாக இருந்து வருகிறது. தெருவோர பூக்கார அம்மாகூட செல்பேசியில் இருந்து பணம் பெற்றுக் கொள்ள விரைவுத் தகவல் குறியீட்டு வெள்ளை அட்டையை பூக்கூடையின் மேல் வைத்திருக்கிறார்.

இந்தப் பரிவர்த்தனையை உங்கள் வங்கியின் செயலியில் இருந்தே செய்யலாமென்றாலும் இதற்காக இருக்கும் சிறப்புச் செயலிகளான கூகுள்-பே, பே-டி-எம், ஃபோன்-பே போன்றவற்றில் ஏதாவது ஒன்றை நிறுவி, அதிலிருந்து செய்வது சுலபம். உங்களுக்கு ஒன்றுக்கு மேற்பட்ட வங்கிக் கணக்குகள் இருக்குமானால், அதில் குறைந்த தொகையிருக்கும் கணக்கை யூ-பி-ஐ வசதிக்குப் பயன்படுத்தலாம் - ஏதாவது (நம்மால்) தவறாக நடந்தால் அதிகப் பணம் திருடு போகாமல் இருக்கும்.

2. வங்கிச் செயலிகள் : உங்களின் எல்லா வங்கிக் கணக்குகளின் செயலிகளையும் நிறுவத் தேவையில்லை. நீங்கள் அன்றாடம் பயன்படுத்தும் வங்கியின் செயலி மட்டும் போதும். நினைவிருக்கட்டும், குறைந்த எண்ணிக்கையில் செயலிகள் இருப்பது எப்போதும் செல்பேசியின் ஆரோக்கியத்திற்கு நல்லது. அடுத்து, வங்கிச் செயலிகளை அருகில் இருப்பவர்கள் உங்களின் கடவுச் சொல்லைப் பார்க்கும்படி உள்ளிடுவது, இலவசமாகக் கிடைப்பது என்பதற்காகப் பொது இடங்களில்

தெரியாத வைஃபை இணைப்பிலிருந்து செய்வதைத் தவிர்க்கவும் - வெளியிடத்தில் செய்ய வேண்டுமானால் உங்களின் மொபைல் நிறுவனத்தின் டேட்டா மூலம் செய்வது பாதுகாப்பானது.

3. அடுத்தவை, நீங்கள் பொருள்கள் வாங்கும் இணையக் கடைகளின் செயலிகள். இது நாட்டுக்கு நாடு மாறும். சாப்பாட்டுக்கு - ஸ்விகி, மளிகைப் பொருட்களுக்கு - பிக்பாஸ்கெட், எல்லாவகையான தேவையில்லாத பொருட்களுக்கும் அமேசான். இப்படி ரகத்துக்கு ஒன்று வைத்துக்கொள்ளலாம்.

பொழுதுபோக்கு

1. பாடல்கள் கேட்க எனது விருப்பமானது ஸ்போடிபை (Spotify), என் நண்பர்களின் விருப்பம் அமேசான் மியூசிக் (நீங்கள் அமேசான் பிரைம் சந்தாதாரர் என்றால் இது உங்களுக்கு இலவசம்) அல்லது ஆப்பிள் மியூசிக்.

2. வாரம்தோறும் சென்னையில் திரைப்படங்களுக்குப் போக எனது விருப்பமான திரையரங்குகளை நடத்தும் பி.வி.ஆரின் செயலி.

3. இதற்கடுத்து இன்ஸ்டாகிராம், ஃபேஸ்-புக் போன்ற சமூக வலைத்தளச் செயலிகள் மற்றும் அமேசான் வீடியோ, நெட்ப்லிக்ஸ் போன்ற திரைப்படச் செயலிகள். இன்று எந்தப் படம் எந்த செயலியில் கிடைக்கிறது என்று தேடிப்பிடிப்பது கடினமான வேலை. இதை எளிதாக்க இருக்கிறது "ஜஸ்ட்-வாட்ச்" என்னும் இலவசச் செயலி. ஒரு திரைப்படத்தின் அல்லது தொலைக்காட்சி / இணையத் தொடரின் பெயரை உள்ளிட்டால் அது அமேசான் வீடியோ, நெட்ப்லிக்ஸ், ஜீ-5, சோனி, டிஸ்னி ஹாட்ஸ்டார், வூட் என எதில் இருந்தாலும் அதற்கான நேரடி இணைப்பைப் பட்டியல் இட்டுவிடும். பின்னர் பார்க்க நாம் அங்கேயே குறித்தும் கொள்ளலாம்.

4. வாசிப்பில் ஆர்வம் உள்ளவரா நீங்கள்? அமேசான் கிண்டில் செயலி உதவிகரமானது. இதில் வாங்கும் மின்-நூல்களின் விலையும் குறைவு. பல நூறு புத்தகங்களை ஒரே சமயத்தில் உள்ளங்கையில் எடுத்து செல்லலாம். இதே போன்று தின, வார, மாத இதழ்களை வாங்க / படிக்க கிடைக்கிறது மேக்ஸ்டர்

(Magster), ஸ்கரிப்ட் (Scribd) போன்ற சந்தாச் சேவைகளின் செயலி.

பயணங்கள்

1. இன்று எல்லா டாக்சி செயலிச் சேவைகளுமே சுமார் தான். ஆனாலும் ஓலா அல்லது உபர் இதில் ஏதாவது ஒன்று கட்டாயம் இருத்தல் வேண்டும். சில வருடங்களுக்கு முன்பு வரை அந்தச் செயலிகளில் உங்களின் கணக்கில் பணம் போட்டு வைக்கலாம். அவசரத்தில் கைப்பை எடுத்துச் செல்ல மறந்தாலும் உதவும். இன்று நிலைமை தலைகீழ். ஓலா மணி, ஊபர் மணி என்று சொன்னால் எந்த டிரைவரும் சவாரிக்கு வருவதே இல்லை. எனவே வண்டி புக் செய்ய மட்டுமே இச்செயலிகள். வேறு சௌகரியங்களை எதிர்பார்க்கக் கூடாது.

2. ஹோட்டல் பதிவு, விமான டிக்கெட் பதிவு போன்ற சேவைகளுக்கு மேக்-மை-ட்ரிப் மற்றும் புக்கிங்.காம்.

3. இந்தியன் இரயில்வே செயலி : நீங்கள் வருடத்தில் என்றோ ஓரிரு நாட்கள் தான் இரயில் பயணம் செய்பவர் என்றால் பயணத்துக்கு முன் இந்தியன் இரயில்வே (IRCTC) செயலியை நிறுவி, வீட்டுக்குத் திரும்பியவுடன் நீக்கிவிடலாம். அதற்காக தினமும் செயலியை நிறுவி, உபயோகித்து, படுக்கப் போகுமுன் டெலீட் செய்வதெல்லாம் அநியாயம், அக்கிரமம்.

22. அசத்தும் கலை

நவராத்திரிப் பண்டிகை ஆகட்டும், புதுமனைப் புகுவிழாவாகட்டும்.... முன்பெல்லாம் அதற்கான அழைப்பிதழ்கள் தபால் மூலம் அனுப்பப்படும். பெரும்பாலும் அஞ்சல் அட்டைகள். இன்று நம்மில் பலருக்கு நம் நெருங்கிய நண்பர்கள், சொந்தங்களின் முகவரியே தெரியாது. எல்லாம் செல்பேசித் தொடர்புதான். அவர்களும் வரும் தபாலைப் பிரித்துப் பார்த்து தேதியை நினைவில் வைக்கச் சுணங்கி, 'உங்களின் அழைப்பிதழ் கிடைத்தது. இருந்தாலும் அந்தத் தேதியையும், முகவரியையும் வாட்ஸ்-அப்பில் அனுப்பிடுங்களேன், வசதியாக இருக்கும்' என்று கேட்கிறார்கள்.

இப்படி வாட்ஸ்-அப் குழுவில் செய்தியாக அனுப்பினால் யாரும் படிக்க மாட்டார்கள். நம் வீட்டு விசேஷம் என்ன நயன்-விக்னேஷ் திருமணமா எல்லோரும் ஆவலாகப் படிக்க..? பின் செய்தியை, அழைப்பிதழை எப்படித்தான் அனுப்புவது..? படங்களோடு சேர்த்து வண்ணமயமாக இருத்தல் வேண்டும். முடிந்தால் இசையோடு ஒரு காணொலியாக செய்தால் பெறுநர் பலரும் பார்ப்பார்கள். இணையப் பரவலாக போகும் மீம் என்கிற பகடிகள் கூட வடிவமைக்கப்பட வேண்டும். இதையெல்லாம் எப்படி செய்வது என்று இந்தக் கட்டுரையில் பார்க்கலாம்.

கான்வா

வண்ணமயமாகப் படத் துண்டு வெளியீடுகளை (ப்ளையர்) வடிவமைக்கவே பிரத்தியேகமான ஒரு செயலி இருக்கிறது. கான்வா (Canva) என்று பெயர். இதன் இலவச நிலையைக் கொண்டே பல வகையான துண்டு வெளியீடுகளை நாம் உருவாக்கலாம்.

கான்வா செயலியை நிறுவியதை அடுத்து உள்நுழைய உங்களின் ஜி-மெயில் கணக்கையே பயன்படுத்தலாம். புதிதாக இன்னொரு கடவுச்சொல்லை நினைவில் வைத்துக்கொள்ள தேவையில்லை. முதலில், எந்தப் பயன்பாட்டுக்கான வடிவம் வேண்டும் என்பதை நாம் தேர்வு செய்ய வேண்டும். அது இன்ஸ்டாகிரம் ஸ்டோரியா (கதை), வாட்ஸ்-அப் ஸ்டேட்டஸ்ஸா, பேஸ்புக் பதிவா, செல்பேசியின் முகப்புத்திரையின் படமா, எங்கே இதை பகிரப் போகிறோமோ அந்தத் தொகுதிக்குள் சென்று, வரும் பட்டியலில் இருக்கும் பலநூறு வார்ப்புருக்களில் (டெம்ப்ளேட்) நமக்கு பிடித்ததொன்றைத் தேர்வு செய்யலாம்.

இப்போது நடந்து முடிந்த பண்டிகை தீபாவளி. அதற்காகவே பல வார்ப்புருக்களை ஏற்கனவே கான்வாவின் தேர்ந்த வடிவமைப்பாளர்கள் உருவாக்கி வைத்திருக்கிறார்கள். அதுபோலவே நவராத்திரி, கிறிஸ்துமஸ், பிறந்தநாட்கள் என்று பல நூறு வகையான வார்ப்புருக்கள் இருக்கின்றன. வார்ப்புருக்கள் என்பது அந்தப் பயனுக்கான வண்ணம் (பிறந்தநாள் என்றால் ரோஜா) கொண்ட பின்னணி, அதற்கேற்ற படங்கள் (தீபாவளி என்றால் பட்டாசு, இனிப்பு, அகல்), சரியான சொற்றொடர்கள் என எல்லாம் சேர்ந்த ஒன்றிணைந்த படைப்பு. தேவையான வார்ப்புருவைச் சொடுக்கியவுடன் நமக்கென ஒரு பிரதி உருவாகியிருக்கும். அதை அச்சாகக் கொண்டு, நமக்கு வேண்டிய வகையில் மாற்றங்களைச் செய்யலாம், முதலிலிருந்து யோசித்து நேரம் செலவு செய்யத் தேவையில்லை.

பல சமயம் நம் பெயர்களை, நம் தொடர்பு எண்களை உள்ளீடு செய்தாலே போதும். அதற்கு மேல் மாற்றங்களைச் செய்தீர்கள் என்றால் பின்னணி நிறங்கள் ஏற்றாற் போல

இருக்கிறதா, எழுத்துரு படிக்கும்படி இருக்கிறதா, எழுத்துகளின் நிறம் அது இருக்கும் பின்னணியில் தெளிவாக தெரிகிறதா என்பதையெல்லாம் சரி பார்க்கவும். கையளவு செல்பேசியில்தான் பலரும் படிக்கப் போகிறார்கள் என்பதை நினைவிற் கொள்க. வெளிர்நிறப் பின்னணியில் கருத்த நிறங்களிலான எழுத்துக்களைப் படிப்பது எளிது. அதிகப் படங்களைத் தவிர்த்து, ஒரு பக்கத்தில் இரண்டு மூன்று நிறங்களுக்கு மேல் இல்லாமல் இருந்தால் நேர்த்தியாக தெரியும். அதேபோல, இருக்கிறது என்பதற்காக பல எழுத்துருக்களை பயன்படுத்த வேண்டாம். பார்க்கச் சகிக்காது.

இருக்கும் வார்ப்புருக்களைத் தாண்டி நீங்களே உங்களின் விசேஷப் பயன்பாட்டுக்காக ஒரு படைப்பை உருவாக்கலாம். அதில் இருக்கும் படங்களின் எண்ணிக்கை, வரிகளின் எண்ணிக்கை, நிறங்கள் என எல்லாம் உங்களின் தேர்வு. இப்படிச் செய்யும்போது எந்த அளவில் (அகலம், நீளம்) அந்த வெளியீடு இருக்க வேண்டும் என்று முன்கூட்டியே உள்ளீடு செய்யவும் - சாப்பிட போகும் உணவைப் பொறுத்து நாம் தேர்வு செய்யும் பாத்திரத்தைப் போன்றது இந்தத் தேர்வு. இவற்றைச் சரியாகச் செய்ய கான்வா நிறுவனமே பல பாடங்களை அவர்களின் கற்றல் என்கிற பகுதியில் கட்டுரையாகவும், காணொலிகளாகவும் கொடுத்திருக்கிறார்கள்.

உருவாக்கி முடித்தபின் படைப்பைச் செல்பேசியில் இருக்கும் எந்தச் செயலியுடனும் பகிர முடியும் அல்லது செல்பேசியில் சேமித்துக் கொள்ள முடியும். இதைத் தவிர கான்வாவில் காகித எழுதுபொருட்களையும் கூட வடிவமைக்கலாம் - உதாரணமாக கடிதங்கள், கடிதங்களின் தலைப்பகுதிகள் (லெட்டர்ஹெட்), விளம்பர வெளியீடுகள், அஞ்சல் அட்டைகள், சான்றிதழ்கள் எனப் பல - வடிவமைத்ததை அருகில் இருக்கும் நகலகத்தில் கொடுத்து காகிதத்தில் அச்சடித்துக் கொள்ளலாம். நீங்கள் கணினிப் பயனர் என்றால் இதே கான்வா, இணையதளமாகவும் கிடைக்கிறது - செல்பேசியின் சின்ன திரையில் செய்வதைவிட வசதியாக மடிக்கணினியில் வடிவமைக்கலாம் - பாதிப் படைப்பை கணினியிலும், மீதியை செல்பேசியிலும் கூடத் தொடர முடியும்.

கான்வா செயலி பிடித்திருந்தால் அல்லது உங்களின் பயன்பாடு அதிகமாக இருந்தால் சந்தா எடுத்துக் கொள்ளலாம், அதில் உங்களுக்கு இன்னும் அதிக வார்ப்புருக்கள் கிடைக்கும். உங்கள் பயன்பாட்டுக்காகப பல காப்புரிமை பெற்ற படங்களும் அதோடு வரும். கான்வா செயலியைப் போன்றது விஸ்டா-கிரியேட் (Vistacreate) மற்றும் அடோபி-எக்ஸ்பிரஸ் (Adobe Express). மூன்றுமே நல்ல நிறுவனங்களின் படைப்புகள். செயல் திறனில் பெரிய வித்தியாசமில்லை. மைக்ரோசாப்ட் நிறுவனம்கூட விரைவில் இதே வகையான செயலியை, டிசைனர் என்கிற பெயரில் கொண்டுவரப் போகிறார்கள்.

காணொலி (வீடியோ) எடிட்டர்

இன்று எல்லோரும் யூ-ட்யூப்பில் தங்களின் பேச்சுக்களை, நிகழ்ச்சிகளை, நாட்டியங்களைப் பதிவேற்ற விரும்புகிறார்கள். எடுத்ததை அப்படியே வெளியிட்டால் நன்றாக இராது. அதை வெட்டி, ஒட்டி, தலைப்பிட்டு, இசையைச் சேர்த்து நேர்த்தியாகச் செய்ய வேண்டும். அதற்காகவே இருக்கிறது வீடியோ எடிட்டர் என்கிற செயலிகள். இவற்றைப் பயன்படுத்தக் கொஞ்சம் பயிற்சி வேண்டும். நீங்கள் தேர்வு செய்த செயலியின் பெயரை உள்ளிட்டு யூ-ட்யூப்பில் தேடி பார்த்து, அதை அப்படியே செய்து கற்றுக் கொள்ளலாம் - இரண்டு நாட்களில் அடிப்படைகள் புரிந்துவிடும்.

நீங்கள் விண்டோஸ் கணினிப் பயனர் என்றால் போட்டோஸ் செயலியிலேயே ஒரு அடிப்படையான வீடியோ எடிட்டர் (இதே பெயரில்) இலவசமாகக் கிடைக்கிறது. விண்டோஸ்-11 பயனர் என்றால் மைக்ரோசாப்ட் நிறுவனத்தின் புதிய கையகப்படுத்துதலான கிளிப்-சாம்ப் (Clip Champ) கிடைக்கிறது, இதில் பல சிறப்பு வசதிகள் உண்டு. ஆனால் அவற்றில் பல, சந்தா இருந்தால் மட்டுமே வேலை செய்யும்.

ஆப்பிள் நிறுவனத்தின் மேக், ஐபோன், ஐபேட் பயனர் என்றால் கணினியில் இருப்பதிலேயே எளிமையான, அதே சமயம் புகழ்பெற்ற ஐ-மூவி என்கிற சிறந்த வீடியோ எடிட்டர் செயலி கிடைக்கிறது. இது முற்றிலும் இலவசம். விண்டோஸைப் போன்றே ஆன்ட்ராய்டில், கூகுள் போட்டோஸ் செயலியினுள்

ஓர் அடிப்படையான வீடியோ எடிட்டர் கிடைக்கிறது, இது பலருக்கும் தெரியாது. வேண்டிய வீடியோவைச் சொடுக்கி, எடிட் என்று தேர்வு செய்தால் இந்த வசதி வரும். இதில் இருக்கும் வசதிகள் மிக குறைவு. இதைத் தாண்டி ஆன்ட்ராய்ட் செல்பேசி பயனர்களுக்கு பல மூன்றாம் தரப்பினரின் சக்திவாய்ந்த செயலிகள் கிடைக்கின்றன. இதிலிருந்து ஒன்றைக் கவனமாகத் தேர்வு செய்ய வேண்டும். பல செயலிகளின் உற்பத்தியாளர் பின்புலம் தெரியாது.

நமது பரிந்துரை இந்த நான்கு செயலிகள் - பிலிமொரா-கோ (FilmoraGo), *கினி-மாஸ்டர்* (KineMaster), *பவர்-டைரக்டர்* (PowerDirector) *மற்றும் அடோபி பிரிமியர்-ரஷ்* (Adobe Premiere Rush).

கான்வா, ஐ-மூவி என வடிவமைப்புச் செயலிகளை பயன்படுத்தி உங்களின் நண்பர்கள் வாட்ஸ்-அப் குழுக்களைக் கலக்குங்கள்.

23. அதிகம் தெரியாத வாட்ஸ்–ஆப் வசதிகள்

ஒரு போட்டி... உங்கள் பர்ஸில் இந்த நொடி எவ்வளவு பணம் இருக்கிறது என்பதை உங்களால் சரியாகச் சொல்ல முடியுமா..?

அன்றாடம் பலமுறை பர்ஸை எடுக்கிறோம், ஆனாலும் அந்தளவு கவனிப்பதில்லை. அதுபோலவே தினம் பத்திலிருந்து, இருபது முறை நாம் அனைவரும் செல்பேசியில் இருக்கும் வாட்ஸ்-ஆப் செயலியைப் பயன்படுத்துகிறோம். இருந்தும் அதில் இருக்கும் எல்லா வசதியும், புதிது புதிதாக வந்திருக்கும் வசதிகளும் நமக்குத் தெரிந்திருக்க வாய்ப்பில்லை. அப்படிப்பட்ட அதிகம் தெரியாத வாட்ஸ்-ஆப் வசதிகளை இங்கு பார்க்கலாம்.

போலிகள்

செய்யக்கூடியதைப் பார்க்கும் முன், ஆபத்தான, செய்யக் கூடாததைப் பார்த்து விடுவோம். வாட்ஸ்-ஆப் அனுப்பும் வாசகங்களை வண்ணமயமாக வெவ்வேறு வண்ணங்களில் எழுதலாம், வரிகளின் கீழே கோடிட்டு காட்டலாம், ரகசியமாக செய்திகளை அனுப்பலாம் என்றெல்லாம் பல விளம்பரங்களை பேஸ்புக்கில் அல்லது இணைய தளங்களில் பார்த்திருப்பீர்கள். இப்படியான வசதிகளைப் பெற அவர்களின் பிரேத்யேகத்

தளங்களுக்கு உங்களை அழைப்பார்கள். கண்டிப்பாக இவை அனைத்தும் போலிகள். நேரத்தை வீணடிக்க வேண்டாம். உருப்படியாக எதையும் இவற்றைப் பயன்படுத்தி செய்ய முடியாது, அதுவும் தமிழ் போன்ற மொழிகளுக்கு இவர்களின் வித்தைகள் வேலை செய்யாது.

அதேபோல எங்களின் செயலிகள், கூகுள் பிளே ஸ்டோரில் கிடையாது, அந்தளவு அபூர்வமானது என்று கதை கட்டி, அதை நிறுவ எங்களின் தளத்தில் இருந்து ஏ.பி.கே (APK) கோப்பாக இறக்கி நிறுவிக் கொள்ளவும் என்று படித்தால், இன்னும் உஷாராக இருக்கவும். விஷமிகளால் நடத்தப்படும் இவை உங்களின் செல்பேசியில் நச்சை விதைத்துவிடும், ஜாக்கிரதை. சந்தேகம் இருப்பின் கூகுளில் அந்தச் செயலியின் பெயரை தேடவும், நம்பிக்கையான தளங்களில் அவை விமர்சிக்கப்பட்டிருந்தால் மட்டும் பயன்படுத்தவும்.

முன்னிலைப் படுத்தவும்

முக்கால்வாசி சமயங்களில் மனைவிக்கு (கணவருக்கு) அல்லது நெருங்கிய நண்பருக்கு ஒரு நாளில் பல முறை செய்திகளை அனுப்புவோம். பல குழுக்களில் இருந்து தொடர்ந்து செய்திகள் வந்துகொண்டே இருந்தால், இந்த நெருங்கியவர்களின் அரட்டைகள் (சாட்) வரிசையில் கீழே தள்ளபட்டுவிடும். புதிய செய்தியை அனுப்ப வேண்டிய நெருங்கியவரின் பெயரைத் தேடி, திறந்து எழுத நேரமாகும். இப்படி நாம் அடிக்கடி பேசிக்கொண்டேயிருப்பவர்களின் அரட்டைகளை வாட்ஸ்-ஆப் சாட்ஸ் திரையில் மேலாகவே இருக்கும்படி ஆணி அடிக்கும் வசதி தான் பின்-சாட். நமக்கு வேண்டிய(வரின்) அரட்டையை (சாட்டை) திறக்காமல், அழுத்திக் கொண்டேயிருந்தால், திரையில் மேலே ஒரு குண்டூசி படம் வரும் (ஐபோனில் இது வேறு இடத்தில் வரும்). அதை அழுத்தவும். அவ்வளவு தான். நீங்கள் அழுத்திய தேர்வு செய்த அரட்டை, இனி எப்போதும் முதலாவதாக இருக்கும். எந்த அரட்டையை (பெயரை) கடைசியாக இப்படி குண்டூசியால் குத்திவைத்தீர்களோ அதுவே இனி முதலில் வரும், அதற்கு முன் குத்தப்பட்டவை அதற்கு கீழே வந்துவிடும்.

வரிகளை வடிவமைக்கவும்

முன்பு சொன்னது போல அரட்டைகளில் வரும் வரிகளின் கீழே கோடுகள் போடமுடியாது, ஆனால் எழுத்துக்களைக் கனமாக்கலாம் (போல்ட்). சாய்ந்து வரச் செய்யலாம் (இடாலிக்ஸ்). அடித்தெழுதலாம் (ஸ்டரைக் த்ரு). உதாரணமாக திருவள்ளுவர் என்ற வார்த்தையை பளுவாக்க *திருவள்ளுவர்* என எழுதவும், இரண்டு பக்கமும் இருக்கும் நட்சத்திரம் தான் இதற்கான குறியீட்டுக் கட்டளை. சாய்ந்து வர _திருவள்ளுவர்_ என இரண்டு பக்கமும் அடிக்கோடிட்டு எழுதவும். அடித்தெழுத ~திருவள்ளுவர்~ என அலைக்குறியிட்டு எழுதவும். இப்படி எழுதிய வரிகள் தற்போது ஆன்ட்ராய்ட் செல்பேசிகளில் சரியாக வரும். ஐபோனில் சில சரியாக வராது, விரைவில் அதுவும் சரி செய்யப்படலாம். இந்தக் கட்டளைகளை மேலும் தெரிந்து கொள்ள வாட்ஸ்-ஆப்பின் அதிகாரப்பூர்வப் பக்கத்தைப் பார்க்கவும்.

ஒளிபரப்புச் செய்யவும்

பல நபர்களுக்கு ஒருசில செய்திகளை அனுப்ப வேண்டும், அவர்களிடம் இருந்து பதில் தேவையில்லை. இதைச் செய்ய ஒரு குழு உருவாக்க வேண்டுமா என்றால் வேண்டாம். இதற்காகவே இருக்கிறது ஒளிபரப்பு (பிராட்காஸ்ட்) என்கிற வசதி. திரையில் மேல் வலது கோடியில் இருக்கும் மூன்று புள்ளிகளை (ஐபோனில் இது வேறு இடத்தில் வரும்) அழுத்தினால் 'நியூ பிராட்காஸ்ட்' என வரும். அதை அழுத்தி, செய்தியைப் பெற வேண்டிய நபர்களின் பெயர்களைத தேர்வு செய்து, அனுப்ப வேண்டிய செய்தியை எழுதி அனுப்பலாம். குழு எதுவும் உருவாகாது. பெறுநர் யாரும் செய்தி வந்த அரட்டையில் பதில் போட முடியாது, தனிப்பட்ட முறையில் நமக்கு எப்போதும் போல் பதில் எழுதலாம். இதனால் மற்றவர்களுக்குத் தொந்தரவு இருக்காது.

நட்சத்திரமிடவும்

ஒருசில அரட்டைகளில் வரும் செய்திகள் முக்கியமானவையாக இருக்கும். அவற்றை திரும்பத் திரும்பப் பார்க்க வேண்டியிருக்கலாம். இப்படியான செய்திகளை ஒவ்வொரு

முறையும் தேடிப்பிடிக்க வேண்டாம். குறிப்பிட்ட அந்த செய்தியை அழுத்தி மேலே வரும் நட்சத்திர படத்தை (ஐபோனில் இது வேறு இடத்தில் வரும்) அழுத்தவும் (முன்னர் பார்த்த குண்டூசியை அழுத்தியது போல்). இப்போது இது நட்சத்திர செய்தி. இப்படியான நட்சத்திர செய்திகளைத் திரும்ப ஒருசேரப் பார்க்க, குறிப்பிட்ட அரட்டையைத் திறந்து, அதன் தலைப்புப் பட்டையை அழுத்தி உள் செல்லவும். கீழே ஸ்டார் மெசேஜஸ் (நட்சத்திர செய்திகள்) என்று இருக்கும், அங்கே போனால் அந்த அரட்டைக்கான எல்லா நட்சத்திர செய்திகளும் ஒருசேர வரும். உடனடியாகப் பார்க்கலாம்.

படித்ததைப் படிக்காமல் ஆக்கவும்

தலைப்பைப் பார்த்துக் குழம்ப வேண்டாம். அவசரத்தில் இருக்கும் போது, சில பெரிய அரட்டைகளைத் தெரியாமல் திறந்துவிடுவோம். அதில் முக்கியமான பல செய்திகள் வந்திருக்கலாம், அல்லது பிறகு செய்ய வேண்டிய ஒரு வேலைக்கான விஷயங்கள் வந்திருக்கலாம். ஆனால் அரட்டையைத் திறந்தவுடன், அதில் வந்திருக்கும் எல்லா செய்தியையும் நாம் படித்தாக்கிவிட்டதாக வாட்ஸ்-ஆப் செய்துவிடும் - அதாவது படிக்கவில்லை என்கிற எண்ணிக்கை குறியீட்டை எடுத்துவிடும். இப்படியான அரட்டைகளை மறக்காமல் இருக்க, அவற்றை நாம் படிக்கவில்லை என குறியிடலாம். இதை செய்ய குறிப்பிட்ட அனுப்புநரின் பெயர் பட்டையை அழுத்தி, மேலே வலது கோடியில் இருக்கும் மூன்று புள்ளிகளை அழுத்தி, மார்க் ஆஸ் அன்-ரெட் (படிக்கவில்லை என மாற்றவும்) என்பதைத் தேர்வு செய்ய வேண்டும்.

அப்படி செய்தவுடன், அந்த அரட்டையை நாம் இன்னும் படிக்கவில்லை (அல்லது இனி படிக்க வேண்டும்) என்பதைக் குறிக்கும் வகையில் ஒரு பெரிய புள்ளி அந்த அரட்டையின் வலது கோடியில் வரும். பின்னர் எப்போதும் போல் அரட்டையை திறந்தால், இந்த புள்ளி மறைந்துவிடும். இப்படி படிக்கவில்லை என மாற்றுவதால், ஒருவர் அனுப்பிய செய்தி நமக்கு வந்துவிட்டது, நாம் அதை ஒரு முறையாவது படித்துவிட்டோம் என காட்டும் செய்திக்கு கீழே வரும் நீலநிற ‘சரி’ குறியை (டிக் மார்க்) மாற்ற முடியாது. அந்த

செயலுக்கும் படித்தபின், படிக்கவில்லை என மாற்றுவதற்கும் தொடர்பில்லை. இப்படிப் படிக்கவில்லை என குறியிடுவது ஓர் அனுப்புநருக்கு அல்லது குழுவுக்குத்தான் செய்ய முடியும், தனிப்பட்ட செய்திகளுக்குச் செய்ய முடியாது.

பழையதை எடுத்துவிடலாம்

தேவையில்லாத அரட்டைகளை அழித்துவிடுவது நமக்குத் தெரியும். ஆனால் சில அரட்டைகள் தற்போது தேவையில்லை, ஆனால் என்றாவது தேவையாக இருக்கலாம். அதனால் அழிக்க முடியாது. இருந்தும் அவை வாட்ஸ்-ஆப் முன் திரையை அடைக்காமல் இருந்தால் மற்ற அரட்டைகளைக் கண்டுகொள்வது சுலபம். இப்படியான பழைய அரட்டைகளை ஆர்கைவ் (காப்பகப்படுத்து) என்று சொல்லிவிடலாம். முதலில் பார்த்தபடி முன்னிலைப்படுத்த அழுத்திய குண்டூசி வரிசையிலேயே இந்த ஆர்கைவ் படம் இருக்கும். ஒரு அரட்டையை இந்த வசதியை கொண்டு ஆர்கைவ் என குறிப்பிட்டால் அந்த அரட்டை முன் திரையில் இருந்து மறைந்துவிடும். இப்படி குறிப்பிட்ட அனைத்துக் காப்பகப்படுத்திய அரட்டைகளை ஒருசேர பார்க்க ஆர்கைவ் மெசேஜஸ் என்கிற பக்கத்திற்குச் செல்ல வேண்டும் - அதற்குச் செல்ல, அரட்டைகளின் பட்டியல்களுக்கு மேல் முதல் வரியாக ஆர்கைவ் மேசேஜஸ் என ஒரு வரி வரும்.

மேலனுப்பியவற்றை சரி பார்க்கவும்

வாட்ஸ்-ஆப்பால் பிரச்சனைகள் வருவது, ஃபார்வார்டு என அழைக்கப்படும் நமக்கு வந்த செய்தியை அடுத்தவருக்கு அல்லது வேறு ஒரு குழுக்கு நாம் மேலனுப்புவதால். இப்படி அனுப்பும் போது, வந்த செய்தியை அனுப்பியவர் நம்பிக்கையானவரா, செய்தி உண்மையா என்றெல்லாம் நாம் பார்ப்பதில்லை. அப்படியே மேலனுப்பிவிட்டு, ஏதோ சமூக சேவை செய்தது போல மகிழ்ச்சியடைகிறோம். இதில் பல நேரங்களில் வரும் செய்திகள் வதந்திகளாக, பொய்யாக இருக்கிறது. நமக்கு வந்த செய்தி உண்மையாக இருந்தால் இணையத்தில் கூகுளில் நிச்சயம் பல பக்கங்கள் இருக்கும். அப்படி வந்திருக்கிறதா என்று தேட, நாம் வந்த செய்தியைப் பிரதி எடுத்து கூகுள் சென்று ஒட்டி

தேட வேண்டும். ஒரே தட்டில் (கிளிக்கில்) இதைச் செய்ய வாட்ஸ்-ஆப் நிறுவனம் அமெரிக்க, பிரிட்டன், நைஜீரியா போன்ற நாடுகளில் சோதனை முயற்சியாக ஒரு வசதியைக் கொண்டு வந்திருக்கிறார்கள். பல நூறு முறை மேலனுப்பிய செய்தி என்றால் அதன் பக்கத்தில் ஒரு தேடுபொறி படம் வரும், அதைத் தட்டினால், தானாகவே அந்த செய்தி பகிரப்பட்டு, இணையத்தில் அது எங்காவது வந்திருக்கிறதா என பதில் தரும். இது எப்போது இந்தியப் பயனர்களுக்கு வரும் என தெரியவில்லை.

அடிக்குறிப்பு

குறிப்பிட்ட நேரத்திற்கு பிறகு அனுப்பிய செய்திகள் அதுவாகவே மறைந்துவிடும் டிசப்பியரிங்க் மெசேஜஸ் (மறையும் செய்திகள்) என்கிற வசதி ஒருவித போலியான பாதுகாப்பு உணர்வைத் தருகிறது என்பது என் கருத்து. காரணத்தை விளக்க ஒரு முழு கட்டுரை வேண்டும். அது இன்னொரு சமயம்.

24. தெரிந்த செயலிகள், தெரியாத செயல்கள்

பூமியில் இன்று ஆண்டவன் இல்லாத சந்து பொந்துகள் சில இருக்கலாம். ஆனால் ஆண்டிராய்ட் இல்லாத இடமே இல்லை. ஆன்ட்ராய்ட் செல்பேசியில் பலரும் பயன்படுத்தும் செயலிகளில் அதிகம் தெரியாத, ஆனால் பயனுள்ள பல வசதிகள் உண்டு. பார்க்கலாம்.

கூகுள் போட்டோஸ்

எனக்குப் படங்கள் எடுப்பது என்றால் உயிர். அதை உடனடியாக நண்பர்களோடு பகிர்வதில் ஒரு மகிழ்ச்சி. என் மனைவிக்கோ படங்கள் எடுப்பது பிடிக்காது. அப்படியே எடுத்தாலும் வாட்ஸ்-அப்பில் யாரோடும் (என்னையும் சேர்த்து) பகிரவே மாட்டார். அதில் அவருக்கு ஆர்வமில்லை. சில ஆண்டுகளுக்கு முன் அவர் உஸ்பெகிஸ்தான் சென்றிருந்தார். மிக ரம்மியமான நாடு என்று கேள்வி. அதனால் அவர் போகும் இடங்களை, எடுக்கும் படங்களை உடனடியாகப் பார்க்க எனக்கு மிக ஆர்வம். ஆனால் அவர் தான் அனுப்ப மாட்டாரே... என்ன செய்ய..?

அப்போது கை கொடுத்தது கூகுள் போட்டோஸ் செயலி. என் மனைவியின் கூகுள் போட்டோஸ் செயலியில் அவர் போகும் முன் ஒரு வசதியை நான் இயக்கியிருந்தேன் - அவரது

முன் அனுமதியோடுதான். அதனால் என் மனைவி எடுத்த படங்கள் உடனடியாக, தாமாகவே என் கூகுள் போட்டோஸ் செயலியில் வந்து கொண்டேயிருந்தது.

குறிப்பு: அவர் போன இடங்களில் இணையத் தொடர்பு இருந்தால் உடனடியாக அல்லது மாலையில் அவர் அறைக்கு வந்து வைஃபையில் இணைந்தவுடன் படங்கள் வரும்.

இந்தத் தானியங்கிப் பகிரும் வசதியை இயக்க உங்கள் இருவரில் ஒருவரின் செல்பேசியில் ஆரம்பிக்கவும். அதில் இருக்கும் கூகுள் போட்டோஸ் செயலியில் அமைப்புகள் (Settings) திரைக்குச் சென்று, 'பார்ட்னருடன் பகிர்தல்' என்கிற வசதியை இயக்கி, நீங்கள் பகிர விரும்பும் நபரின் கூகுள் (ஜி-மெயில்) கணக்கைத் தேர்வு செய்து அதற்கு அனுமதி தர வேண்டும், அவ்வளவு தான்.

கூகுள் கீப்

சென்னையில் சுவையான பாப்-கார்ன் என்றால் முன்பெல்லாம் சத்யம், இன்றைய பி.வி.ஆர். திரையரங்கங்களில் கிடைப்பதுதான். தங்களுக்காவே அமெரிக்காவில் இருந்து தருவித்த விதைகளைக் கொண்டு, இங்கே வளர்க்கப்பட்ட சோளத்தில் இருந்து செய்வதால் அதன் சுவையே தனி. என் பையனுக்கு இது ரொம்பப் பிடிக்கும். சில வாரங்களாக வெள்ளிக்கிழமை சினிமாவிற்குப் போய்விட்டு, வாங்கிவர மறந்துவிட்டேன். அடுத்த முறை அந்தத் திரையரங்குக்கு நான் போகும் போது, செல்பேசியில் எனக்கு ஒரு நினைவூட்டல் வந்தால் நன்றாக இருக்குமே, அப்படி தானாகவே வரும்படிச் செய்ய முடியுமா..?

நாம் அன்றாடம் சிறு குறிப்புகள் எடுக்க பயன்படுத்தும் கூகுள் கீப் செயலியால் இதைச் சுலபமாகச் செய்ய முடியும். இது கூகுள் பிளே ஸ்டோரில் இலவசமாகக் கிடைக்கும் செயலி. இந்தச் செயலியில் ஒரு குறிப்பை, அதாவது பாப்-கார்ன் வாங்கவும் என எழுதி, மேல் வலதில் இருக்கும் மணியினுள் - கூட்டல் குறி - இருக்கும் பொத்தானை அழுத்தினால், என்றைக்கு (தேதி/நேரம்) நினைவூட்ட வேண்டும் என்ற வசதிகளைத் தாண்டி, இடத்தைத் தேர்வு செய்க (சூஸ் எ ப்ளேஸ்) என்று

வருவதைப் பயன்படுத்தி பி.வி.ஆர். திரையரங்கம், வடபழனி என்று சொல்லிவிட்டால் போதும். அடுத்த முறை அந்த இடத்தில் நுழைந்தவுடன் நாம் எழுதிய நினைவூட்டல் செல்பேசியில் அறிவிப்பாக வந்துவிடும். பாப்-கார்னை வாங்கும் வரை அறிவிப்பை விரட்டாமல் வைத்திருந்தால் மறக்க மாட்டோம்.

ஸ்பாட்டிஃபை

காலை எழுந்தவுடன் என் அம்மாவுக்குச் சாமி பாடல்கள் வீட்டில் ஒலிக்க வேண்டும். செல்பேசியில் ஸ்பாட்டிஃபையில் ஒரு பாடல் தொகுப்பைத் தேர்வு செய்து ஒலிக்க விடுவேன். சாமி பாடல்கள் முடிந்து, அதுவாகவே அடுத்து ஒரு குத்துப் பாடல் தொகுப்புக்குப் போய்விடும். என் அம்மாவுக்கு அதை அணைக்கத் தெரியாது. திட்டிக்கொண்டே என்னை அழைப்பார். இதை தவிர்க்க, குறிப்பிட்ட பாடல் தொகுப்பு முடிந்தவுடன், செயலி தானாகவே ஒலிப்பதை நிறுத்திவிடச் செய்யலாம்.

ஸ்பாட்டிஃபையின் பாடல் தொகுப்பு திரையின் வலது கோடியில் இருக்கும் மூன்று புள்ளிகளை அழுத்தி, தரப்படும் வசதிகளில் உறக்க டைமர் (Sleep Timer) என்பதை அழுத்தி, டிராக்கின் முடிவு என்பதைத் தேர்வு செய்தால் போதும், அந்த தொகுப்பு (டிராக்) பாடி முடிந்தவுடன் பாடல்கள் ஒலிப்பது நின்றுவிடும். டிராக்கின் முடிவு என்பதைத் தவிர 5 நிமிடம், 10 நிமிடங்களில் நிறுத்தவும் என்று பல நேரங்களையும் சொல்லலாம். அந்த நேரம் ஆனவுடன் பாடுவது நின்றுவிடும்.

இதே மாதிரியான வசதி அமேசான் மியூசிக் போன்ற மற்றப் பாடல்கள் செயலிகளிலும் இருக்கிறது - நீங்கள் பயன்படுத்தும் செயலியின் பெயரை கூகுளில் உள்ளிட்டு தேடினால் விவரங்கள் வரும், பயன்படுத்தி கொள்ளவும்.

ஸ்லீப் டைமர்

மேலே சொன்ன வசதி நன்றாக இருக்கிறது, ஆனால் நான் பயன்படுத்தும் பாடல் / திரைப்பட செயலியில் டைமர் வசதியில்லை, அல்லது குறிப்பிட்ட நேரத்திற்குப் பின்னர் புளூடூத்தை, வைஃபையை நிறுத்திவிட வேண்டும் என்றால்,

அதைச் செய்யவும் கூகுள் பிளே ஸ்டோரில், ஸ்லீப் டைமர் என்கிற பெயரில் பலநூறு செயலிகள் இருக்கின்றன. அவற்றில் லட்சக்கணக்கில் பதிவிறக்கப்பட்டதை, பயனர் கருத்துக்களைப் பார்த்துத் தேர்வு செய்து நிறுவிக் கொள்ளவும். பொதுவாக இவற்றை இயக்குவது சுலபமானது. நீங்கள் வைத்திருப்பது ஐபோன் என்றால் இந்த வசதி ஆப்பிள் கடிகாரம் செயலியிலேயே இருக்கிறது, தனிச் செயலி தேவையில்லை.

கூகுள் கடிகாரம்

பாடல்களை நிறுத்துவது போல், குறிப்பிட்ட நேரத்தில் பாடல்களை ஒலிக்கச் செய்யவைக்க கூகுள் கடிகாரம் (க்ளாக்) செயலியில் மணி அடிக்கச் (அலாரம்) செய்வோமே அதே திரைக்குச் சென்று, அலாரம் ஒலிகள் என்பதில் ஸ்பாட்டிஃபை என்று வரும் (உங்கள் செல்பேசியில் ஸ்பாட்டிஃபை செயலி இருக்க வேண்டும்), அதனுள் நமக்கு விரும்பிய பாடலைத் தேர்வு செய்து, எப்போதும் போல் மணியடிக்க வேண்டிய நேரத்தைச் சொல்லிவிட்டால் போதும். குறிப்பிட்ட நேரத்தில் ஸ்பாட்டிஃபையில் இருந்து நீங்கள் குறிப்பிட்ட பாடல் ஒலிக்க ஆரம்பிக்கும்.

கூகுள் மாப்ஸ்

கடந்த இருபது ஆண்டுகளாக எங்கே போவது என்றாலும், வழியைக் கூகுள் மாப்ஸ் தான் சொல்கிறது.

போன வாரம் சனிக்கிழமை எங்கெல்லாம் சென்றோம், 2019-இல் சிங்கப்பூரில் விடுமுறைக்காக நாம் தங்கியிருந்த விடுதியின் பெயர் என்ன..? இப்படி நாம் போன இடங்களைப் பற்றிய விவரங்கள் நாட்கள் ஆகஆகச் சரியாக நினைவில் இருக்காது. ஆனால் நமக்கு அந்த விவரம் தேவையாக இருக்கும். அதைத் தெரிந்து கொள்ளப் பயன்படுத்தவும் கூகுள் மாப்ஸ். அதில் நாம் தேடுகிற இடத்தின் வழிதானே இருக்கும் என்றால் இல்லை.

கூகுளும் வெளிப்படையாகத் தெரியும்படி இந்த வசதியை வைத்தால், பயனர்கள் பலரும் தம்மைப் பற்றி இந்தளவு விவரங்களைக் கூகுள் சேர்த்து வைக்கிறேதே என்று பயப்படுவார்களோ என்பதால் வைக்கவில்லை போல. இருந்தாலும் இது பயனுள்ள வசதி.

கூகுள் மாப்ஸ் செயலியில் வலது கோடியில் நம் புகைப்படம் (அல்லது நமது கூகுள் கணக்கைக் குறிப்பிடும் படம்) இருக்கும், அதை அழுத்தி உங்கள் காலப்பதிவு (யுவர் டைம்லைன்) என்னும் திரைக்கு சென்றால் நாம் கூகுள் மாப்ஸ் பயன்படுத்தத் துவங்கிய காலம் முதல் நாம் செல்பேசியோடு போன இடங்கள் வரை அனைத்தையும் நாள் வாரியாகக் கொடுக்கும். என்னால் இப்படி 2014 முதல் பார்க்க முடிகிறது. நீங்களும் முயற்சி செய்யலாம். உங்கள் மனைவி / கணவருக்குத் தெரியாமல் எங்கெல்லாம் போயிருக்கிறீர்கள் என்று தேடித் தொகுத்து வைத்தால் பின்னாளில் ஒரு சரித்திரமாகும் அல்லவா? சரித்திர யுத்தமாகி சட்டை கிழிந்தால் நான் பொறுப்பல்ல.

நீங்கள் எவ்வளவு முறை செல்பேசியை மாற்றியிருந்தாலும், ஆன்ட்ராய்ட், ஐபோன் என மாறி மாறி வந்திருந்தாலும், எல்லாச் செல்பேசிகளிலும் கூகுள் மாப்ஸ் செயலியை நிறுவி, அதே கூகுள் (ஜி-மெயில்) கணக்கை உள்ளீடு செய்திருந்தால் போதும். நீங்கள் கூகுள் மாப்ஸில் வழி தேடிய இடங்கள் என்றில்லை, நீங்கள் செல்பேசியோடு போன எல்லா இடங்களும் தானாகவே செல்பேசியில் இருக்கும் ஜி. பி.எஸ். வசதியை பயன்படுத்தி இந்தப் பட்டியலில் சேர்ந்துவிடும்.

க்ரோம் காஸ்ட்

ரொம்ப நாட்களாக உங்கள் தொலைக்காட்சிப் பெட்டியில் கூகுள் டிவி வசதி இருந்தால் இது உங்களுக்கு தெரிந்திருக்கும். புதிதாக ஸ்மார்ட் டிவி வாங்கியிருந்தால் இதைத் தெரிந்து கொள்ளவும்.

செல்பேசியின் உள்ளங்கையளவுத் திரையில் யூ-ட்யூப்பில் அல்லது ஹாட்ஸ்டாரில் படம் பார்ப்பது அவ்வளவு வசதியில்லை. அதே சமயம் டிவி ரிமோட்டை கொண்டு நாம் பார்க்க விரும்புவதைத் தேடிப் பிடிப்பது என்பது மிகக்கடினம். செல்பேசியில் செயலிகளை இயக்கும் இலகு, டிவி திரையின் பெரிய அளவு, இந்த இரண்டையும் இணைக்கும் வசதி தான் க்ரோம் காஸ்ட்.

யூ-ட்யூப்பில் ஒரு படத்தைத் தொடங்கி மேல் வலதில் இருக்கும் செவ்வகம் -அதன்- கீழ் கோடியில்- ஒளிபரப்பு

படம் சேர்ந்து இருக்கும் பொத்தானை அழுத்தினால் உங்கள் ஸ்மார்ட் டிவியின் பெயர் வரும். அதைத் தேர்வு செய்தால் நீங்கள் பார்க்கும் படம் செல்பேசியில் இருந்து அப்படியே தொலைக்காட்சிப் பெட்டிக்கு வந்துவிடும், அங்கே பெரிய திரையில் தெளிவாகப் பார்க்கலாம். இதற்குத் தேவை உங்கள் தொலைக்காட்சி பெட்டியும் செல்பேசியும் ஒரே இணையத் தொடர்பை (வைஃபை) பயன்படுத்திக் கொண்டிருக்க வேண்டும் - குறிப்பு: இந்த ஒரே வைஃபை ஒரு பாதுகாப்புக்கான நிபந்தனை.

நான் இந்த வசதியைக் கொண்டு செல்பேசிக் கேமராவில் எடுத்த படங்களை, கூகுள் போட்டோ செயலியில் திறந்து, க்ரோம் காஸ்ட் செய்து தொலைக்காட்சிப் பெட்டியின் பெரிய திரையில் பார்ப்பேன், நன்றாக தெளிவாகத் தெரியும். பயன்படுத்திப் பாருங்கள்.

25. தூக்கிப் போடாதே!

'புதிய வானம், புதிய பூமி எங்கும் பனிமழை பொழிகிறது' என்று பாடி ஆடிக்கொண்டே சிம்லாவை வலம் வரும் எம்.ஜி.ஆரின் கையில் இருக்கும் அந்தச் சிவப்புப் பெட்டியை யாரும் மறந்திருக்க முடியாது. அவர் போவது அவரது சொந்த மாளிகைக்கு. அங்கே அவருக்குத் தேவையான அனைத்தும் - மாற்று துணி உட்பட - தயாராக இருக்கும். அதனால் புரட்சித்தலைவருக்கு அந்தச் சிறிய கைப்பெட்டி போதும். நமக்கெல்லாம் அப்படியா?

போகுமிடங்களில் தேவையானவற்றை முன்கூட்டியே யோசித்து மூட்டை கட்டிக் கொண்டு செல்லவேண்டும். இப்போதெல்லாம் அந்தப் பட்டியலே செல்பேசிக்குத் தேவையானவற்றில் இருந்து தொடங்குகிறது - செல்பேசி மற்றும் அதன் மின்னேற்றி (சார்ஜர்). அவ்வளவுதானே, இது என்ன பெரிய விஷயம் என்கிறீர்களா? தொடர்ந்து படிக்கவும்.

குப்பைக்கும் பயனுண்டு

வெளியூர் போன இடத்தில் செல்பேசி காணாமல் போனாலோ, உடைந்து போனாலோ நம்மால் எந்த வேலையும் செய்ய முடியாது. வாடகைக் காரை அழைக்க முடியாது, இரயில் டிக்கெட்டைப் பரிசோதகரிடம் காட்ட முடியாது, போகும்

இடத்திற்கு வழி தெரியாது என்று அப்படியே விறைத்துப் போய் விடுவோம். இதைத் தவிர்க்க மாற்றுச் செல்பேசி எப்போதும் என் பயணங்களில் உடனிருக்கும்.

இதற்காக நான் தனியாகச் செலவு செய்வதில்லை - சில ஆண்டுகளுக்கு ஒருமுறை புது செல்பேசி வாங்கும் போது, பழையதைத் தூக்கியெறியாமல் அதை இரண்டாவது (மாற்று) செல்பேசியாக வைத்துக் கொள்வேன். அதில் எல்லாச் செயலிகளும் நிறுவி, அவற்றின் கணக்குகள் உள்ளிடப்பட்டு, ஜி-மெயிலில் இருந்து முகவரிகள் வரை எல்லாம் பதிவிறக்கித் தயாராக இருக்கும். தங்கும் ஹோட்டல்களில் வைஃபை இணையத் தொடர்பு சுலபமாகக் கிடைப்பதால், அவசரத்திற்கு இந்த மாற்றுச் செல்பேசியை சிம்-கார்டு இல்லாமலே சில வேலைகளுக்குப் பயன்படுத்தலாம். எப்போது தேவையோ, நூறு ரூபாய் கொடுத்து ஒரு புது சிம்-கார்டு வாங்கி அதில் போட்டு முழுவதுமாக வாட்ஸ்-ஆப் உட்பட அனைத்தையும் பயன்படுத்தலாம்.

கூடுதல் பேட்டரி

வெளிநாட்டுப் பயணம் அல்லது ஒரே நாளில் பல ஊர்ப் பயணம் என்றால் ஒரே இடத்தில் காத்திருந்து செல்பேசியில் மின்னேற்றிக் (சார்ஜ்) கொள்ள நேரமிருக்காது. அதனால் கையில் முழு சக்தியோடு இருக்கும் ஒரு கூடுதல் பேட்டரி (பேட்டரி-பேக்) இருத்தல் அவசியம். இதன் விலை அறுநூறு ரூபாயில் இருந்து ஆரம்பம் - பல சமயங்களில் புதுச் செல்பேசி வாங்கும் போது க்ரோமா, ரிலையன்ஸ் போன்ற கடைகளில் இவற்றை இலவசமாகக் கேட்டு வாங்கலாம். இதோடு இரண்டு சின்னஞ்சிறு (அரை-அடி நீளம்) சார்ஜர் கேபிள்களை, ஒன்று மைக்ரோ - யு.எஸ்பி.சி. மற்றொன்று யு.எஸ்பி.சி. செல்பேசி பொருத்துக்குழியில் நுழைவது போல வாங்கிக் கொள்ளவும் - இந்த இரண்டு வகையும் இருப்பதால் எந்த மாடல் செல்பேசியையும் (ஆப்பிள் ஐபோன் தவிர்த்து) சார்ஜ் செய்ய முடியும். சாதாரணமாகச் செல்பேசியோடு வரும் கேபிள்கள் அனுமார் வால் போல நீண்டு கொண்டு எல்லா இடத்திலும் சிக்கிக் கொள்ளும், அதற்காகத்தான் இந்த அரை-அடி நீளக் கேபிள்களைப் பரிந்துரைக்கிறேன்.

இரட்டை மின்னேற்றி

பொதுவாகப் புதுச் செல்பேசியோடு வரும் மின்னேற்றி (சார்ஜர்) உயர்தரமாக, விலை உயர்ந்ததாக இருக்கும். இதை வெளியூருக்குக் கொண்டு போனால் மறந்துவிட்டுவர வாய்ப்பு அதிகம். அதோடு நாம் போகும் இடங்களில், மின்சாரத்தின் தரம் சீராக இல்லாமல் இருந்து, மின்னேற்றி பழுதாகிவிடவும் வாய்ப்பு அதிகம். இதைத் தவிர்க்க, வெளிச்சந்தையில் ஒரு நல்ல மின்னேற்றியை வாங்கி (ஜெப்ட்ரோனிக்ஸ் மற்றும் போர்ட்ரோனிக்ஸ் போன்ற நிறுவனங்களின் தயாரிப்புக்கள் சில நூறு ரூபாய்களுக்குக் கிடைக்கிறது) அதைப் பயணங்களுக்கு மட்டும் என வைத்து விடலாம்.

அறுநூறு ரூபாய்க்கு இரண்டு யு.எஸ்பி.சி. பொருத்துக் குழிகள் இருக்கும் வகைகள் கிடைக்கிறது. இதைக் கொண்டு ஒரே சமயத்தில் இரண்டு செல்பேசிகளை மின்னேற்றலாம் - நம்மோடு வரும் குடும்பத்தினருக்குத் தனியாக சார்ஜர் தேவையில்லை. இப்படி வீட்டில் பயன்படுத்தச் செல்பேசியோடு வந்த உயர்தர மின்னேற்றி, பயணங்களுக்கு ஒன்று தனியாக என்று இருந்தால் மின்னேற்றியை எடுத்துச் செல்ல மறக்க மாட்டோம்.

வைஃபை டாங்கிள்

நீங்கள் செல்பேசியோடு ஒரு ஐ-பேட் அல்லது மடிக்கணினி வைத்திருந்தால், அதற்கு இணைய வசதி தேவை. பயணத்தில் போகும் எல்லா இடங்களிலும் வைஃபை கிடைக்கும் என்று சொல்ல முடியாது. சில இடங்களில் அதற்குக் கூடுதல் கட்டணம் வசூலிக்கப்படலாம். நம் செல்பேசியில் இருக்கும் இணையத் தொடர்பை (டேட்டாவை) மடிக்கணினியோடு பகிர்ந்தால், செல்பேசி பேட்டரி உடனேயே இறங்கிவிடும். இதைத் தவிர்க்க வைஃபை டாங்கிள் என்கிற சாதனம் கிடைக்கிறது - ஏர்டெல் மற்றும் ஜியோ இவற்றை இரண்டாயிரம் ரூபாய்க்கு விற்கிறார்கள். இதில் ஒரு சிம்-கார்டு போட்டு அதில் பணமும் பாக்கி இருந்தால் போதும், எங்கே வேண்டுமானாலும் நம் மடிக்கணினிக்கு (அல்லது ஐ-பேடுக்கு) வைஃபை இணைய வசதி கிடைக்கும். இந்தச் சாதனம் உள்ளங்கை அளவு தான், லேசானது. இதிலுள்ள பேட்டரி ஒரு நாளுக்கு மேல் தாங்கும். சிக்னல் சரியாக இல்லை என்றால் இந்தச் சாதனத்தை நாம்

தங்கியிருக்கும் அறையின் ஜன்னல் அருகே வைத்துவிட்டால் இணையத் தொடர்பு நன்றாக வேலை செய்யும் வாய்ப்பு அதிகமாகும்.

எச்.டி.எம்.ஐ. கேபிள்

இது நீங்கள் ஐ-பேட் அல்லது மடிக்கணினி வைத்திருந்தால் மட்டும் பயன்படும். நீங்கள் தங்கியிருக்கும் அறையில் தொலைக்காட்சிப் பெட்டி இருக்கும். உங்களின் ஐ-பேட் அல்லது மடிக்கணினியில் பார்க்கும் படங்களை, பவர் பாயின்ட் காட்சிகளை டிவியின் பெரிய திரையில் பார்க்க இந்த எச்.டி.எம்.ஐ. கேபிள் இணைப்பை உண்டாக்கும் - உங்களின் வீட்டில் டாடா ஸ்கை அல்லது வீடியோகான் டிஷ் செட்-டாப் பெட்டியையும் தொலைக்காட்சிப் பெட்டியையும் இணைக்கும் அதே கேபிள் தொழில்நுட்பம் தான் இந்த எச்.டி.எம்.ஐ. நீங்கள் வைத்திருக்கும் ஐ-பேட் அல்லது மடிக்கணினிக்கு ஏற்ற எச்.டி.எம்.ஐ. கேபிள் கிடைக்கும். இவை எல்லாவற்றிலும் ஒரு முனை எச்.டி.எம்.ஐ. வகையில் இருக்கும் (டிவியில் பொருந்த வசதியாக). இன்னொரு முனை உங்களின் சாதனத்தை பொறுத்து ஐபோன் லைட்னிங் அல்லது யுஎஸ்பி-சி அல்லது அதுவும் எச்.டி.எம்.ஐ. ஆகவே இருக்கும், கவனமாகக் கேட்டு வாங்க வேண்டும். இந்த கேபிளையும் பயணத்தில் எடுத்துச் சென்றால் வசதியாக இருக்கும்.

26. குறிப்புகள் முக்கியம்

நூறு ஆண்டுகள் கடந்தும் கணித மேதை ராமானுஜனின் சில கையெழுத்துக் குறிப்புகளை இன்னும் விளங்கிக் கொள்ள முடியவில்லை. அப்படியொரு எழுத்து. இருக்கட்டும். நாமெல்லாம் மேதைகள் இல்லை. இருந்தாலும் அன்றாட வாழ்வில் பல விஷயங்களை, தொலைபேசி எண்களை, முகவரிகளை, தேதிகளைத் தினமும் குறித்துக் கொள்ள வேண்டியிருக்கிறது. முன்பெல்லாம் அவற்றை நாட்குறிப்பு அல்லது காகிதங்களில் எழுதி வைத்திருந்தோம். இப்போது பலரிடம் பேனாவே கிடையாது. பேனாவைப் பயன்படுத்துவதே கூரியரைப் பெறக் கையெழுத்து போடும் போது மட்டும்தான். மற்றபடி எல்லாவற்றுக்கும் செல்பேசி.

செல்பேசியில் எப்படிக் குறிப்புகளை எடுப்பது? எல்லாவற்றையும் வாட்ஸ்-அப்பில் அனுப்ப முடியாது - உங்களுக்கு மட்டுமே தேவையான விஷயங்களை என்ன செய்வது..? சிலர் தங்களுக்குத் தாங்களே மின்-அஞ்சல் அனுப்பிக் கொள்வார்கள். இதெல்லாம் சரியான வழியில்லை. அல்லது தலையைச் சுற்றி மூக்கைத் தொடும் வழி.

குறிப்புகளை எழுதி, வகைப்படுத்தி, பாதுகாத்து, தேடுவதைச் சுலபமாக்க சில பிரத்தியேகமான செயலிகள் இருக்கின்றன.

அவற்றில் சிலவற்றையும் அவற்றின் பயன்பாடுகளையும் பார்க்கலாம்.

கூகுள் கீப்

இதே செயலியைப் பற்றி முன்பு நினைவூட்டல் வசதிக்காகப் பார்த்தோம். ஆனால் இந்தச் செயலியின் முக்கிய வேலை குறிப்புகளை எடுக்க உதவுவது. இதற்காக இருக்கும் செயலிகளில் எளிமையானது, வேகமானது, பாதுகாப்பானது கூகுள் கீப் தான். இது முற்றிலும் இலவசமும் கூட. இதைப் பயன்படுத்த ஒரு ஜி-மெயில் கணக்கு இருந்தால் போதும். செயலியை நிறுவி, கூட்டல் படத்தை அழுத்தி ஒரு குறிப்பைத் தொடங்கலாம். உடனே நமக்குத் தேவையான எதை வேண்டுமானாலும் அதனுள் எழுதலாம்.

காமிராவைப் பயன்படுத்தி ஒரு படத்தைச் சேர்க்கலாம் - ரசீதுகளை, பதாகைகளை எடுத்த படங்களையெல்லாம் கேலரியில், கூகுள் போட்டோஸில் வைத்தால் எல்லாம் குழம்பியிருக்கும் - எதற்காக அந்தப் படத்தை எடுத்தோம் என்பது மறந்து விடும். ஆனால் கூகுள் கீப்பில் எடுத்த படத்தோடு ஒரு சில வார்த்தைகளை எழுதிவைத்தால், பிறகு புரிந்து கொள்ள வசதியாக இருக்கும்.

கூகுள் கீப் குறிப்பில் ஒலிப் (பேச்சு) பதிவுகளையும் சேர்க்கலாம் - தனியாக ஆடியோ-ரெகார்டிங் செயலிகள், பல சமயங்களில் தேவையில்லை. இந்த மூன்று வசதிகளைத் தாண்டி, வரைபடங்களை, விரலால் திரையில் வரைந்து சேர்க்கலாம். அதோடு செக் லிஸ்ட் எனப்படும் பட்டியல்களையும் சேர்க்கலாம்.

இவற்றையெல்லாம் எதற்காகப் பயன்படுத்துவது?

புதிதாக ஒருவரைப் பார்க்கிறோம், அவர் தனது தொலைபேசி எண்ணைச் சொல்கிறார் அல்லது அவரது முகவரி அட்டையைக் கொடுக்கிறார். பார்ப்போர் எல்லோர் எண்ணையும் நம் போன் தொடர்பில் சேர்த்தால் ஏகப்பட்ட எண்கள் சேர்ந்து, ஒவ்வொரு முறை தேடும் போதும் ஒன்றுமே புரியாது. அதற்கு மாற்றாக, பார்த்தவரின் முகவரியை, எண்ணை கூகுள் கீப்பில் ஒரு குறிப்பாக உள்ளிட்டு, எதற்காக அவரைப் பார்த்தோம்,

எப்போது பார்த்தோம் - உதா. 'குன்னூர் ஆட்டோ ஓட்டுனர், தம்பி பரிந்துரை செய்த நபர்' என எழுதி, அவரின் முகவரி அட்டையையும் இந்தக் குறிப்பில் படமெடுத்துச் சேர்த்து கொண்டால் பல ஆண்டுகள் கடந்து பார்த்தாலும் விளங்கிக் கொள்ளலாம். வெறும் படங்களாக மட்டும் சேமித்து வைத்தால் தேட முடியாது, அதனால் ஒரு சில வார்த்தைகள் எழுதுவது அவசியம்.

உங்கள் மேலாளரிடம் இருந்து ஒரு முக்கிய ஒலிப்பதிவு வாட்ஸ்-அப்பில் வருகிறது. நீங்கள் அதை அடிக்கடி கேட்க அல்லது வாடிக்கையாளர்களிடம் பலமுறை ஓடவிட வேண்டும். ஒவ்வொரு முறையும் அதை வாட்ஸ்-அப் அரட்டையில் இருந்து தேடிப் பிடிக்காமல், அந்தப் பதிவு வந்தவுடனே அதை வாட்ஸ்-அப்பில் இருந்து பகிர்ந்து (ஷேர்) ஒரு கூகுள் கீப் குறிப்பாக ஒரு சில வார்த்தைகளைச் சேர்த்து சேமித்து வைத்துக் கொண்டால் வசதியாக இருக்கும்.

உங்கள் மனைவி கடையில் இருந்து வாங்கிவர பத்துப் பொருட்களை கூறியிருந்தால், மறக்காமல் இருக்க அதை ஒரு கூகுள் கீப் பட்டியல் (செக்பாக்ஸ்) குறிப்பாக எழுதிவிட்டால், ஒவ்வொன்றாக வாங்க வாங்க, அதைக் கோடிட்டு அடித்துக் கொண்டு வரலாம், சுலபமாக இருக்கும்.

நீண்ட நாட்கள் கூகுள் கீப்பை பயன்படுத்தினால் பல குறிப்புகள் சேர்ந்துவிடும், அப்போது எளிதாக அடையாளம் காண ஒவ்வொரு வகைக் குறிப்புக்கும் ஒரு வண்ணத்தைக் கொடுக்க முடியும், முக்கியக் குறிப்புகளை எடுத்தவுடன் அவை மட்டும் திரையின் மேல் பகுதியில் வர, அவற்றை ஆணி (பின்) அடித்துக் கொள்ளலாம்.

கூகுள் கீப் ஐ-போனிலும் வேலை செய்யும். இதே செயலியைப் போன்றது தான் ஆப்பிள் நிறுவனத்தின் நோட்ஸ். ஆனால் அது ஐ-போனில் மட்டுமே கிடைக்கும்.

எவர்-நோட் அல்லது ஒன்-நோட்

குறிப்புகளை எடுக்க உதவுவதில் சாதாரண வகைச் செயலி கூகுள் கீப். அதிலேயே திறன்கள் அதிகம் கொண்டது, சக்தி வாய்ந்தது எவர்-நோட் (Evernote). இதன் தொடக்க நிலை

இலவசம். அதுவே பெரும்பாலானவர்களுக்கு போதும்.

எவர்-நோட்டில் ஒரே குறிப்பில் பல நூறு பக்கங்களை, படங்களைச் சேர்க்கலாம். அதோடு கோப்புகளையும் (ஃபைல்ஸ்), உதாரணமாக பி.டி.எப். கோப்புகளை, சிறிய புத்தகங்களையும், ஒளிப் படங்களையும், யூ-ட்யூப் முகவரிகளையும்கூடச் சேர்க்கலாம். கூகுள் டிரைவில் வைக்கும் அளவு முக்கியமில்லை அல்லது நாம் அவற்றில் மாற்றம் (எடிட்) செய்யப் போவதில்லை என்னும் கோப்புகளுக்கு இந்த வசதியைப் பயன்படுத்தலாம்.

எவர்-நோட்டில் குறிப்புகளை வகைப்படுத்த பல்வேறு வசதிகள் இருக்கின்றன. ஒவ்வொரு குறிப்பையும் ஒரு (பொருள்) இனமாகப் பிரித்து வைக்கலாம். அதோடு ஒவ்வொரு குறிப்புக்கும் பல குறிச்சொற்களை (டாக்) இடலாம். இவற்றைச் செய்வதால் பல ஆயிரம் குறிப்புகள் இருந்தாலும் தேடிக் கண்டுபிடிப்பது, பட்டியலாகப் பார்ப்பது மிக எளிது.

அன்றாடம் இணையத்தில் பல்வேறு தகவல்களை, பக்கங்களை, கட்டுரைகளைப் படிக்கிறோம், அதில் சில முக்கியமாக இருக்கும்; பின்னர் தேவைப்படலாம் - அந்தப் பக்கத்தின் முகவரி நினைவில் இருந்தாலும் அந்தத் தளமே இல்லாமல் போகலாம் - அப்படியானவற்றை கூகுள் க்ரோம் இணைய உலாவியில் படிக்கும் போதே, பகிர் (ஷேர்) வசதியைக் கொண்டு எவர்-நோட்டில் சேமிக்கலாம். முழுப் பக்கமும், படங்கள் உட்பட ஒரு எவர்-நோட் குறிப்பாக பத்திரமாக என்றைக்குமே உங்கள் எவர்-நோட் கணக்கில் இருக்கும். மாணவர்களுக்கும், ஆராய்ச்சியாளர்களுக்கும் மிகப் பயனுள்ள வசதி இது.

எவர்-நோட் ஐ-போன், ஆன்ட்ராய்ட், விண்டோஸ், ஆப்பிள் மேக் என எல்லா வகைக் கருவிகளிலும் கிடைக்கிறது. எவர்-நோட்டைப் போன்றே, அதே வசதிகளைக் கொண்டது மைக்ரோசாப்ட் நிறுவனத்தின் ஒன்-நோட் செயலி. இரண்டில் எதை வேண்டுமானாலும் பயன்படுத்தலாம். இது முற்றிலும் இலவசம் என்பது இதன் சிறப்பு.

27. கட்டங்களுக்குள் கவிதை எழுதுங்கள்!

கணக்குகள் போட, பல்வேறு மூலத்தரவுகளை விரைவாகப் பகுத்துப் பார்க்க, எந்த வகை அட்டவணைகளையும் எளிதாகச் செய்ய என அலுவலகங்களில் தினமும் பலநூறு முறை பயன்படுத்தப்படும் மென்பொருள் விரிதாள்கள் (ஸ்ப்ரெட் ஷீட்ஸ்). இதில் பிரபலமானது மைக்ரோசாப்ட் எக்ஸெல் மற்றும் அதைப் போன்ற கூகுள் ஷீட்ஸ். இந்த இரு நிறுவனங்களும் பல புதிய வசதிகளைக் கடந்த ஆண்டுகளில் கொண்டு வந்திருக்கிறார்கள், அவற்றில் கூகுள் ஷீட்ஸில் சமீபத்தில் வெளிவந்துள்ள சிலவற்றை இங்கே காணலாம்.

தேதிகள் ஸ்மார்ட் சிப்ஸ்

கூகுள் ஷீட்ஸ் உட்படக் கூகுள் டாக்ஸ் செயலிகளில் வந்துள்ள வசதிகளில் மிக உதவியானது @ நுழைவுப்பகுதி. அதாவது @ என்னும் குறியை (விசைப்பலகையில் எண் 2 விசையின் மேல்பகுதியில் இருப்பது) அழுத்துவதன் மூலம் பலவிதமான வசதிகளைத் தற்போது நாம் இருக்கும் கலத்தில் (செல்) இருந்தபடியே பெறலாம். அவற்றில் தேதிகளும் ஒன்று. நீங்கள் இருக்கும் கலத்தில் @ என்று அழுத்தி தேதியைக் குறிக்கும் வார்த்தைகளை, உதாரணமாக டுடே (Today), யெஸ்டர்டே (Yesterday), டுமாரோ (Tomorrow) என்று உள்ளிட்டால்

வரும் பட்டியலில் வரும் குறிப்புகளைத் தேர்வு செய்தால் சரியாக அந்தத் தேதி அங்கே வந்துவிடும். இதே மாதிரி @date என்று உள்ளீட்டால் நமது கூகுள் நாட்காட்டியில் இருக்கும் சமீபத்திய சந்திப்புகள் அங்கேயே பட்டியலாக வரும். நமக்கு வேண்டியதைச் சுலபமாகத் தேர்வு செய்யலாம். நாமாக விவரங்களை மீண்டும் தட்டச்சு செய்ய வேண்டாம்.

பீப்பிள் ஸ்மார்ட் சிப்ஸ்

தேதியை மட்டுமில்லாமல் உங்கள் அலுவலகத்தில் இருக்கும் ஒரு நபரின் பெயரை இதே @ என்னும் குறியை எழுதினால் (@ குறிக்கும் பெயருக்கும் நடுவில் இடம் விடக்கூடாது) அவரின் விவரங்கள் அங்கேயே வரும். தனியாக முகவரிப் பட்டியலைத் திறந்து பார்க்க வேண்டாம்.

பிளேஸ் ஸ்மார்ட் சிப்ஸ்

இதே போல இடங்களின் பெயரையும் @ குறிக்கு அடுத்து எழுதினால், அந்த இடத்தின் விவரங்கள் அங்கேயே வரும். அதைச் சொடுக்கினால் கூகுள் மாப்ஸ் தளத்திற்கு அந்த இடத்திற்கான பக்கத்திற்கு நேரடியாகப் போகலாம். பங்குச் சந்தையில் விற்கப்படும் பங்குகளின் விவரங்களையும் இதே போல @ குறிக்கு அடுத்து பங்குகளின் பெயர்களை எழுதித் தெரிந்து கொள்ளலாம்.

மேலே பார்த்த நான்கும் எல்லா கூகுள் டாக்ஸ் பயனர்களுக்கும் ஒரே சமயத்தில் வெளிவராது. உங்களுக்கு இவை வேலை செய்யவில்லை என்றால் பொறுத்திருக்கவும். இதற்குக் கூடுதல் கட்டணம் எதுவுமில்லை.

ஸ்மார்ட் ஃபில்

சில சமயம் ஒரே மாதிரியான விவரங்களை நாம் மீண்டும் மீண்டும் உள்ளிட வேண்டியிருக்கும். அப்பொழுது இதைக் கணினி தானாகவே செய்தால் நன்றாக இருக்கும் என்ற எண்ணத்திற்கான விடைதான் ஸ்மார்ட் ஃபில் என்னும் புத்திசாலி நிரப்புதல்.

உதாரணமாக ஒரு நெடுவரிசையில் (காலம்) நாடுகளின் பெயர்கள் இருபது இருக்கின்றன. அடுத்த நெடுவரிசையில்,

வலதில் முதல் இரண்டு நாடுகளின் தலைநகரங்களின் பெயர்கள் இருக்கின்றன. இப்போது மூன்றாவது வரியில் அங்கே வரவேண்டிய அதாவது இடப்பக்கத்தில் இருக்கும் நாட்டின் தலைநகரின் பெயரை நாம் எழுதத் தொடங்கினால் கூகுள் ஷீட்ஸே அந்தக் கலத்தில் வர வேண்டிய பெயரையும் அடுத்த பதினேழு தலைநகரின் பெயர்களையும் காட்டும். சரி என்று அங்கே வரும் டிக் குறியைச் சொடுக்கி அவற்றைத் தேர்வு செய்யலாம்.

மைக்ரோசாப்ட் எக்ஸெல்

பல நேரங்களில் நீங்கள் கூகுள் ஷீட்ஸ் பயனராக இருப்பீர்கள், ஆனால் உங்கள் விரிதாளைப் பெறுநர் மைக்ரோசாப்ட் எக்ஸெல் பயனராக இருந்தால் ஒவ்வொரு முறையும் மைக்ரோசாப்ட் எக்ஸெல் (XLSX) கோப்பை கூகுள் ஷீட்ஸ் கோப்பாக மாற்றி அதில் திருத்தங்கள் செய்து அதை மைக்ரோசாப்ட் எக்ஸெல் (XLSX) கோப்பாக அனுப்ப வேண்டும். தற்போது கூகுள் ஷீட்ஸ் செயலியில் எக்ஸெல் கோப்புகளை அதே வடிவில் வைத்திருந்தாலும் படிக்கலாம், திருத்தலாம். எக்ஸெல்லில் இருந்து கூகுள் ஷீட்ஸாக மாற்றத் தேவையில்லை.

எங்கேயும் எப்போதும் காணொலி

ஒரு விரிதாளில் வேலை செய்து கொண்டிருக்கிறீர்கள். ஒரு சந்தேகம் வருகிறது என்றால் உதவிக்கு உங்கள் நண்பரைக் காணொலியில் அழைக்க இங்கேயிருந்து வெளியில் சென்று கூகுள் மீட் செயலிக்குச் செல்ல வேண்டாம். கூகுள் ஷீட்ஸ் பக்கத்திலேயே மேல்-வலது மூலையில் இருக்கும் மீட் குறியை அழுத்தி அழைக்கலாம். இதில் ஒரு சிறப்பு- உங்கள் நண்பருக்கு அழைப்பிலேயே நீங்கள் வேலை செய்யுள் கூகுள் ஷீட்ஸ் விரிதாளிலும் பகிரப்பட்டிருக்கும்.

நேர வரைபடம்

வேலை செய்பவர்களின் பெயர்கள், ஒவ்வொருவருக்கும் கொடுக்கப்பட்டுள்ள வேலை, அதன் தொடக்க நாள், முடியும் நாள் என்று ஒரு கால அட்டவணை செய்கிறீர்கள் என்று வைத்து கொள்வோம். இந்தக் கால அட்டவணையை ஒரு வரைபடமாகப் பார்த்தால் சுலபமாகப் புரியும். அதை

செய்யக் குறிப்பிட்ட அட்டவணையைத் தேர்வு செய்து, இன்ஸெர்ட் டைம் லைன் என்று சொன்னால், ஒரு புதுத் தாள் உருவாக்கப்பட்டு அதில் வரைபடமாகவே கால விவரங்கள் வந்துவிடும்.

பெயரிடப்பட்ட செயலாற்றிகள்

இது கொஞ்சம் கடினமான வசதி. ஆனால் சில யூ-ட்யூப் வீடியோக்களைப் பார்த்து இதைப் புரிந்து கொண்டால் மிகவும் வசதியாக இருக்கும்.

ஒரு சூத்திரத்தை எழுதிப் பல தாள்களில், பல நூறு கலங்களில் ஒட்டிவிட்டீர்கள், பிறகுதான் தெரிகிறது அதில் தவறு இருக்கிறது என்று. இப்போது அதைத் திருத்தி, மீண்டும் எல்லா இடங்களிலும் ஒட்ட வேண்டும். இந்த நேம்டு ஃபங்சன்ஸ் (Named Function) வசதியைக் (இது இருப்பது திரையின் மேல் இருக்கும் மெனுவில் டேட்டா பட்டியலில்) கொண்டு அந்தச் சூத்திரத்தை ஒரு முறை எழுதி நாமாகவே அதற்கு ஒரு பெயர் கொடுக்க முடியும். அதனால் தான் இந்த வசதியின் பெயர் பெயரிடப்பட்ட செயலாற்றிகள் (நேம்டு ஃபங்சன்ஸ்). பிறகு இந்தப் பெயரை (நாம் கொடுத்த சிறப்புப் பெயர்) கூகுள் ஷீட்ஸில் வரும் செயலாற்றிகளைப் (ஃபங்சன்களை) போல எங்கே வேண்டுமானாலும் எந்தச் சூத்திரத்தில் வேண்டுமானாலும் பயன்படுத்தலாம். பிழை ஏதாவது கண்டுபிடித்தால் உருவாக்கிய ஓர் இடத்தில் திருத்தினால் அந்த விரிதாளில் எல்லா இடத்திலும் அது செயல்படும். நாமாகப் பிரதி எடுத்து ஒட்ட வேண்டாம்.

28. ஐபோன்+விண்டோஸ்: முஸ்தபா முஸ்தபா

ஒவ்வொரு மென்பொருளையும் அதன் படைப்பாளர்கள் தொடர்ந்து மேம்படுத்திக் கொண்டேயிருப்பார்கள். அப்படி ஐபோனின் இயங்குதளமான ஐ-ஓஎஸ்ஸில் கடந்த சில வெளியீடுகளில் (அதாவது 16.4 வரை) வந்திருக்கும் முன்னேற்றங்களையும், ஐபோனை, விண்டோஸ் கணினியோடு இணைப்பதில் வந்திருக்கும் வசதிகளையும் இந்தக் கட்டுரையில் பார்க்கலாம்.

ஐ-ஓஎஸ் 16-ல் புது வசதிகள்

ஒவ்வொரு ஐ-ஓஎஸ் இயங்குதள வெளியீடுகளிலும் வரும் வசதிகள் நாட்டுக்கு நாடு மாறுபடும், இந்தியாவில் இருப்போருக்குப் பயன்படுபனவற்றில் சில இங்கே.

சாலைகளில் நடந்து செல்லும்போது அல்லது கல்யாண நிகழ்ச்சிகளில் இருக்கும்போது தொலைபேசி அழைப்பு வந்து நீங்கள் பேசினால் எதிர்முனையில் இருப்பவருக்கு உங்கள் பேச்சைத் தவிர்த்து உங்களையைச் சுற்றியுள்ள சத்தங்கள் தெளிவாகக் கேட்டு தொல்லை செய்யும். இதைத் தவிர்க்க ஏற்கனவே 'மைக் ஐசலேஷன்' என்கிற ஒலிவாங்கித் தனிப்படுத்தல் வசதி இருக்கிறது. திரையின் வலது மேல்

கோடியிலிருந்து கீழே தடவி வரும் ‘கண்ட்ரோல் சென்டர்’ பொத்தான்களில் ஒன்றான மைக் ஐசலேஷனை இயக்கிவிட்டால் போதும். எதிர்முனையில் இருப்பவருக்கு நம் பேச்சு மட்டும்தான் கேட்கும், மற்ற ஒலிகளை ஐபோன் தானாகவே நீக்கிவிடும். நீங்கள் ஏதாவது இசை வாத்தியங்கள் வாசிக்கிறீர்கள், அதை அடுத்தவர் கேட்க வேண்டும் என்றால் மட்டும் இந்த வசதியைத் தவிர்க்கலாம், மற்றபடி இது ஒரு வரப்பிரசாதம். இதுவரை இந்த ‘மைக் ஐசலேஷன்’ வசதி வாட்ஸ்-ஆப், ஃபேஸ்டைம் மற்றும் பேஸ்புக் செயலிகளில் செய்யும் அழைப்புகளில் மட்டுமே வேலை செய்தது. ஐ-ஓஎஸ் 16.4யில் இருந்து இந்த வசதி சாதாரணத் தொலைபேசி அழைப்புகளிலும் வேலை செய்யும். பயன்படுத்திப் பாருங்கள், உங்கள் மேலதிகாரி, வாடிக்கையாளர்கள், நண்பர்கள் என அனைவரும் உங்களுக்கு நன்றி சொல்வார்கள்.

இன்று உணர்வுரு என்கிற இமோஜிகள் இல்லாமல் எந்தக் குறுஞ்செய்தியும் யாரும் எழுதுவது கிடையாது. யுனிகோட் தர நிர்ணய நிறுவனம் பல்வேறு உலக மொழிகளைக் கணினிகளில் கொண்டு வருவதோடு புதிய உணர்வுருகளையும் சேர்த்துக் கொண்டு இருக்கிறார்கள். அப்படிச் சமீபத்தில் சேர்க்கப்பட்ட சிலவற்றை ஆப்பிள் ஐ-ஓஎஸ்16.4யில் சேர்த்துள்ளார்கள், அவை: கழுதை, புல்லாங்குழல், இஞ்சி, வைஃபை, கை விசிறி மற்றும் சில.

போட்டோஸ் செயலியில் ஒரே படத்தைப் பல முறை எடுத்திருப்போம் அல்லது சேமித்திருப்போம், குறிப்பாக தொடர்ச்சூடு (பர்ஸ்ட் மோட்) முறையில் ஒரே மாதிரிப் பல படங்கள் இருக்கும். தேவையில்லாமல் இவை ஐபோனின் சேமிப்பு இடத்தை அடைத்துக் கொண்டிருக்கும். ஐ-ஓஎஸ்16.4 போட்டோஸ் செயலியில் வந்திருக்கும் பிரதிகளைக் கண்டுபிடிக்கும் வசதி இதற்கு உதவும். இதைப் பயன்படுத்தி ஒரே படங்கள், வெவ்வேறு அளவில் இருந்தாலும், சிறிய மாறுதல்கள் இருந்தாலும் அவற்றை கண்டு, வேண்டியதை வைத்துக் கொண்டு, மற்றவற்றை நீக்கிவிடலாம்.

நீங்கள் ஆப்பிள் மியூசிக் சந்தாதாரர் என்றால், ஐ-ஓஎஸ்16.2க்கு பிறகு வந்திருக்கும் ஆப்பிள் மியூசிக் செயலியைக் கொண்டு

கரோக்கே (Karaoke) என்னும் வெறுமிசை வசதியைப் பல லட்சம் பாடல்களில் உங்களுக்கு பிடித்தவைக்கு இசைக்க வைத்து நீங்கள் உடன் பாடலாம்.

பல ஆண்டுகளாகவே ஐபோன் கருவியில் நாம் சேமிக்கும் தரவுகளை யாராலும், அரசாங்கங்களாலும் கூட மறைவிலக்கிப் பார்க்க முடியாது, ஆனால் ஆப்பிள் நிறுவனத்தின் மேகக் கணிமையான ஐ-கிளவுட்டில் சேமிக்கும் தரவுகளை அவர்களால் பார்க்க முடியும். முதல் முறையாக ஐ-ஓஎஸ்16.2யில் வந்த அட்வான்ஸ்டு டேட்டா ப்ரொடெக்ஷன் என்னும் தரவுகளுக்கான கூடுதல் பாதுகாப்பு வசதியை இயக்கிவிட்டால் ஆப்பிள் நிறுவனமோ அல்லது உலகில் வேறு எவருமோ உங்களின் தரவுகளைத் திறக்க முடியாது.

நீங்களும் உங்கள் நண்பரும் ஐபோன் வைத்திருந்தால் இருவர் எடுக்கும் படங்களை ஏர்-டிராப் வசதியை கொண்டு பகிர்வது மிகச் சுலபம். 16.2யில் இருந்து ஏர்-டிராப் வசதியை அனைவருக்கும் (யார் வேண்டுமானாலும் உங்கள் ஐபோனுக்கு) அனுப்பலாம் என்பது பத்து நிமிடங்களுக்குத்தான் என்று குறைக்கப்பட்டிருக்கிறது, இது சீன அரசாங்கத்தின் கட்டாயத்தால் செய்யப்பட்டது என்று சொல்லப்பட்டாலும் எல்லோரது ஐபோன் பாதுகாப்புக்கும் உதவும் வசதி இது.

16.2யில் புதிதாக வந்திருக்கும் செயலி ஃப்ரீஃபார்ம் (Freeform). இது ஐபோன், ஐபேட் இரண்டிலும் இயங்கக்கூடியது. நம் சுவரில் இருக்கும் வெள்ளைப் பலகை போன்ற இந்தச் செயலியின் திரையில் எங்கே வேண்டுமானாலும் எழுதலாம், வரையலாம், வேறு கோப்புகளைச் சேர்க்கலாம், மற்றவர்களோடு பகிரலாம், அவர்களும் அதே கோப்பைத் திருத்தலாம்.

ஐபோனும் விண்டோஸூம்

விண்டோஸ் 10 பதிப்பிலிருந்து ஆன்ட்ராய்ட் செல்பேசிகளை விண்டோஸ் கணினிகளோடு இணைப்பது சுலபமானது, விண்டோஸ் யுவர் ஃபோன் செயலி மூலமாக. ஆனால் உங்களிடம் ஐபோன் இருந்தால் விண்டோஸ் கணினியோடு இணைக்க முடியாது, ஆப்பிள் நிறுவனத்தின் மேக் கணினியோடு மட்டுமே ஐபோன் பேசும்.

2023ஆம் ஆண்டு பிற்பகுதியில் வெளிவந்துள்ள விண்டோஸ் 11 பதிப்பில் இந்தக் குறை நீங்குகிறது. இந்த வசதி உங்கள் விண்டோஸ் 11 கணினிக்கு வந்தபிறகு (விண்டோஸ் கணினியில் இருக்கும் ஃபோன் லிங்க் செயலியில் தெரியும்) லிங்க் டூ விண்டோஸ் செயலியை ஐபோனில் நிறுவி இயக்க வேண்டும். இதைக் கொண்டு உங்கள் ஐபோனில் வரும் அழைப்புகளை, குறுஞ்செய்திகளை, அறிவிப்புகளைப் பெறலாம், நாமும் அனுப்பலாம், அழைக்கலாம்... எல்லாம் கணினியில் இருந்தபடியே. கையில் செல்பேசியை எடுக்க வேண்டாம்.

இதற்கு முன்பே சில மாதங்களாகவே விண்டோஸ் 11-ல் இருக்கும் போட்டோஸ் செயலியில் ஐபோனில் எடுக்கும் படங்களை உடனுக்குடனாகப் பார்க்க முடியும். தற்போது அழைப்புகளையும், குறுஞ்செய்திகளையும், அறிவிப்புகளையும் பெற முடிவது நம் வேலையைச் சுலபமாக்கும்.

29. செல் பேசுவது இருக்கட்டும், நீங்கள் பேசுங்கள்!

இன்று பெரியவர்களைத் தாண்டி பத்து வயதுக் குழந்தைகளுக்கும் தனியாக ஒரு செல்பேசியைக் கொடுக்க வேண்டியிருக்கிறது. சமீபத்தில் இயக்குநர் செல்வராகவன் நடித்து வெளிவந்த 'பகாசுரன்' படம் வளர்ந்த பெண்களுக்கே செல்பேசியால் வரும் ஆபத்தை வெளிச்சம் போட்டாலும், குழந்தைகளுக்கு எதற்குச் செல் எனப் பட்டிமன்றம் நடத்தினாலும், அவர்களைத் தனிப்பயிற்சி முடிந்தவுடன் கூட்டிவர, வீட்டுப்பாடம் என்ன செய்ய வேண்டும் என்று பார்க்க, விளையாட என்று அதற்கு ஆயிரம் அத்தியாவசியக் காரணங்கள் வந்துவிட்டன. அப்படிக் கொடுக்கும் போது பெற்றோர் என்ன கவனிக்க வேண்டும் என்று பார்க்கலாம். அப்படிக் கொடுக்கும் போது என்ன மாதிரிச் செயலிகள் இருக்க வேண்டும், செல்பேசியை எந்தளவு கட்டுப்படுத்த வேண்டும், அவர்களின் பயன்பாட்டை எவ்வளவு கண்காணிக்க வேண்டும் என்பது ஒவ்வொரு குழந்தைக்கும், ஒவ்வொரு பெற்றோருக்கும், அவர்கள் வாழும் சூழ்நிலை, வயது என்பதைப் பொறுத்து மாறுபடும் என்பதை நினைவில் கொள்க.

விண்டோஸ் கணினி

குழந்தைகளுக்குக் கணினி கொடுக்கிறீர்கள் என்றால் விண்டோஸ் 10 மற்றும் 11 பதிப்புகளில் குடும்ப அமைப்புகள் (Family settings) அல்லது குடும்ப பாதுகாப்பு என்கிற வசதி எல்லாக் கணினிகளிலும் இருக்கும். இது ஓர் இலவச இணையச் சேவை. இதில் பெற்றோருக்கு ஒரு மைக்ரோசாப்ட் கணக்கு (ஹாட்மெயில் அல்லது அவுட்லுக் மின்னஞ்சல்) இருக்க வேண்டும். ஒவ்வொரு குழந்தைக்கும் ஒரு மின்னஞ்சலை உருவாக்கி, அவர்களுக்குக் கொடுக்கும் கணினியை அதோடு தொடர்புபடுத்திவிட்டால் போதும். Family settings (account.microsoft.com/family) என்கிற பக்கத்திலிருந்து எவ்வளவு நேரம் நம் குழந்தைகள் கணினியைப் பயன்படுத்துகிறார்கள், எந்த இணையத் தளங்களுக்கு போகிறார்கள், எந்தச் செயலிகளைப் பயன்படுத்துகிறார்கள், எவ்வளவு நேரம் பயன்படுத்துகிறார்கள் என்பதையெல்லாம் பார்க்கலாம். அதோடு அந்தப் பயன்பாடுகளைக் கட்டுப்படுத்தலாம். குழந்தைகளின் கணினி தொலைந்துவிட்டால், எங்கேயிருக்கிறது என்று வரைபடத்தில் பார்க்கலாம்.

நம் குடும்பத்திற்கு என்று ஒரு தனியான குடும்ப நாட்காட்டி வைத்துக் கொள்ளலாம் - முக்கியக் குடும்ப நிகழ்ச்சிகள், பள்ளிக்கூடக் கூட்டங்கள், பரீட்சைத் தேதி போன்றவற்றை மறக்காமல் இருக்க உதவும். அவர்களே தங்களுக்குத் தேவையான விளையாட்டுகளை வாங்க ஒரு குறிப்பிட்ட பணத்தைக் குடும்பக் கணக்கில் போட்டால் அதனுள் வேண்டியவற்றைப் பாதுகாப்பாக வாங்கலாம், உங்களின் கடன் அட்டையை (கிரெடிட் கர்ட்) அவர்களிடம் பகிர வேண்டியதில்லை (பகிர்வது வங்கிகள் விதிமுறைப்படி தவறு).

ஆன்ட்ராய்ட் செல்பேசி

என் குழந்தைக்கு நான் அழைத்தால் பேசக் கூடிய, என்னை அழைக்க, என் எண்ணை மட்டும் சேமித்து வைக்கும் விலை மலிந்த பொத்தான் ஃபோன் போதும் என்று நினைத்தால் அது நடைமுறையில் சாத்தியமில்லை. அந்த வகைச் செல்பேசிகளில் வாட்ஸ்-ஆப் கிடையாது, இணையம் போக முடியாது என்பதால் வாங்கிய சில நாட்களிலேயே அதன் குறைகள் தெரிய வரும்.

அதே சமயம் ரொம்ப விலையுயர்ந்த செல்பேசியை கொடுக்க வேண்டாம், அது ஆபத்தாகப் போகும், அனாவசியம். சுமார் ஆறாயிரம் முதல் எட்டாயிரம் ரூபாய் விலையில் தேவையான அளவு சக்தியோடு ஆன்ட்ராய்ட் செல்பேசிகள் கிடைக்கிறது. நோக்கியா மற்றும் லாவா நிறுவனங்களின் இந்த விலை செல்பேசிகள் கூகுள் கோ (Go) என்கிற சிறப்பு ஆன்ட்ராய்ட் இயங்குதளத்தோடு வருகிறது, அவற்றைப் பார்த்து தேர்வு செய்யலாம்.

உங்கள் குழந்தையிடம் நீங்கள் கொடுக்கப்போவது இப்படியான ஆன்ட்ராய்ட் செல்பேசி என்றால் கூகுள் நிறுவனத்தின் பெற்றோர் கட்டுப்பாடு வசதியிருக்கிறது. இதுவும் மேலே பார்த்த மைக்ரோசாப்ட் விண்டோஸ் வசதியைப் போன்றது, ஆனால் செல்பேசிப் பயன்பாட்டுக்காக வடிவமைக்கப்பட்டது.

முதலில் செய்ய வேண்டியது குழந்தைக்கு ஒரு கூகுள் (ஜிமெயில்) கணக்கைத் தொடங்குவது. குழந்தைக்கு பதின்மூன்று வயது என்றால் அவர்களையே கணக்கைத் தொடங்கச் சொல்லிவிடலாம், அல்லது நீங்கள் பக்கத்திலிருந்து கற்றுக்கொடுத்துச் செய்யலாம். பதின்மூன்று வயதுக்குக் குறைந்த குழந்தையென்றால் கூகுள் குடும்ப இணைப்பு (ஃபேமிலி லிங்க்) என்கிற செயலியைப் பதிவிறக்கி அதில் செய்யலாம். அடுத்து உங்களின் செல்பேசியில் கூகுள் ஃபேமிலி லிங்க் செயலியை இயக்கி அதில் வரும் அறிவிப்புகளைப் பார்த்து ஒவ்வொன்றாகச் செய்து வரவும். ஒரு கட்டத்தில் உங்கள் குழந்தையின் (நாம் முதலில் தொடங்கிய) கூகுள் கணக்கைச் சொல்ல வேண்டும், அடுத்து குழந்தைக்குக் கொடுக்கப் போகும் செல்பேசியை எடுத்து உங்கள் செல்பேசியோடு இணைக்க வேண்டும் - இதைச் செய்யும் முறையும் ஃபேமிலி லிங்க் செயலியில் தெளிவாக இருக்கும், வேண்டுமென்றால் யூட்யூப்பில் "Google Family Link" என்று தேடிச் செயல்முறையைப் பார்க்கவும்.

இப்படிச் செய்வதன் மூலம், உங்களின் செல்பேசியில் இருக்கும் ஃபேமிலி லிங்க் செயலியைக் கொண்டு உங்களின் குழந்தையின் செல்பேசியை முழுவதும் கட்டுப்படுத்தலாம். அவர்கள் எந்த இணையப் பக்கங்களுக்குப் போகலாம், எவ்வளவு நேரம் போகலாம், எந்த நேரத்தில் போகலாம்,

காமிராவை இயக்கலாமா கூடாதா, எந்தச் செயலிகளை நிறுவலாம், கூகுள் பிளே ஸ்டோரில் செயலிகளைப் பணம் கொடுத்து வாங்கலாமா, இணையத்தில் எந்த வயதுக்கான திரைப்படங்களைப் பார்க்கலாம், எந்த வகைப் புத்தகங்களைத் தரவிறக்கிப் படிக்கலாம் என்று பலவற்றைக் கட்டுப்படுத்தலாம். அவர்கள் யூட்யூப் குழந்தைகள் (கிட்ஸ்) செயலியை மட்டுமே பயன்படுத்தலாம் - சாதாரண யூட்யூப் செயலியை இயக்க முடியாது. குழந்தைகளின் குறிப்பிட்ட செல்பேசிப் பயன்பாடுகள் நடக்கும் போது, ஒரு குறிப்பிட்ட இடத்தைவிட்டு அவர்கள் வெளியில் வந்தாலோ உங்களுக்கு அறிவிப்புகள் வரும்படியும் செய்யலாம். செல்பேசி மூலமாக அவர்கள் தற்போது எங்கே இருக்கிறார்கள் என்று வரைபடத்தில் பார்க்கலாம்.

நினைவில் கொள்க... குழந்தைக்குப் பதிமூன்று வயதாகிவிட்டால் (இது சில நாடுகளில் மாறுபடும்) தாங்களாகவே ஃபேமிலி லிங்க் செயலியை அவர்கள் நிறுத்திவிடமுடியும். அப்படிச் செய்தால் உங்களுக்கு அறிவிப்பு வரும், ஆனால் அதைத் தடுக்க முடியாது. இதைத் தடுக்கச் சந்தா எடுத்தால் மட்டுமே வேலை செய்யும் தனியார் செயலிகள் இருக்கிறது - பெரும்பாலும் அவை சுமாராக இருப்பவை. மிகவும் அவசியமென்றால் அந்த பக்கம் போகவும், இல்லையென்றால் தவிர்ப்பது நல்லது.

ஆப்பிள் வாட்ச்

பொறுப்பை உணரும் வயதில்லை, ஆனாலும் அவர்களைத் தொடர்பு கொள்ள, அவர்கள் எங்கே என்று பார்க்க வேண்டும் என்றால் இன்றைக்குச் சந்தையில் இருப்பதிலேயே சிறந்த கருவி ஆப்பிள் வாட்ச் தான். இதற்குத் தனியாகச் செல்பேசி இருக்க வேண்டிய அவசியமில்லை, பெற்றோர் ஒருவரிடம் ஐபோன் இருந்தால் போதும். வாட்ச் தனியாக இயங்கும். கையில் கட்டிவிட்டால் போதும், அதைக் குழந்தை தவறவிடும் வாய்ப்பு குறைவு. குழந்தைகளுக்காகவே ஆப்பிள் நிறுவனம் பல சிறப்பு வசதிகளை இதில் வடிவமைத்திருக்கிறார்கள். மிகவும் பாதுகாப்பானது. ஆனால் விலை அதிகம். ஆரம்பப் பதிப்பின் விலை இந்தியாவில் சுமார் முப்பதாயிரம் ரூபாய்!

பேசுங்கள்

குழந்தையிடம் செல்பேசி இயங்குதளத்தைக் கட்டுப்படுத்திக் கொடுத்துவிட்டால் போதாது. அவர்கள் எப்படியாவது நாம் நிறுவியுள்ளக் கட்டுப்பாடுகளை நீக்கக் கற்றுக் கொள்வார்கள், அதனால் உஷாராக இருத்தல் வேண்டும். செல்பேசியை வாங்கும் முன்னரே குழந்தையிடம் பெற்றோர்கள் அதை எதற்காகக் கொடுக்கிறோம், அவர்கள் எப்படிப் பயன்படுத்த வேண்டும், அதன் ஆபத்து என்னவென்று பேச வேண்டும். சில மாதங்களுக்கு ஒரு முறை அன்பாக நினைவுபடுத்தவும் வேண்டும். கட்டளையிடவோ, குறை காணும் வகையில் பேசுவதோ வேண்டாம்.

30. ஆண்ட்ராய்ட் பதிநான்கு

ஆப்பிள் நிறுவனம் புது ஐ.ஓஎஸ். பதிப்பை வெளியிட்டால், சில நாட்களிலே பலரின் ஐபோனுக்கும் அது கிடைத்துவிடும். ஆனால் கூகுள் புது ஆண்ட்ராய்ட் பதிப்பை வெளியிட்டால் பல மாதங்கள் அல்லது வருடங்கள் ஆகும், நம்மை வந்துசேர. பல நேரங்களில் அது நாம் வைத்திருக்கும் செல்பேசிக்கு வராமலே இருக்கும். ஆனாலும் இந்தியாவில் விற்கப்படும் செல்பேசிகளில் தொண்ணூற்றைந்து சதவீதம் ஆண்ட்ராய்ட் என்பதால் அதன் ஒவ்வொரு பதிப்பில் வரும் வசதிகளைப் பயனர்கள் அறிவது அவசியமாகிறது. அப்படி ஆண்ட்ராய்ட் 13 (இது 2022ஆம் ஆண்டு பிற்பகுதியில் வெளியிடப்பட்டது) மற்றும் 14 பதிப்புகளில் வரும் வசதிகளை இதில் பார்க்கலாம்.

செயலிகள் தனித்தனி மொழி பேசலாம்

இந்த வசதிக்கு முன்னர் செல்பேசி முழுவதற்கும் சேர்த்து ஒரே மொழியைத் தான் தேர்வு செய்ய முடியும். அதாவது தமிழ் (TA-IN) என்று தேர்வு செய்தால் ஆண்ட்ராய்ட் இயங்குதளம் மட்டுமில்லாமல், செல்பேசியில் இருக்கும் எல்லாச் செயலிகளும் தமிழை மொழியாகக் கொண்டு தமிழில் விவரங்களைக் கொடுக்கும். ஆண்ட்ராய்ட் பதிமூன்றில் இருந்து வந்துள்ள

வசதியைக் கொண்டு ஒவ்வொரு தனிப்பட்ட செயலிக்கும் நாம் ஒவ்வொரு மொழியைத் தேர்வு செய்யலாம். உதாரணமாக ஊபர் வாடகை வாகனம் செயலிக்கு ஆங்கிலம் என்றும், அமேசான் செயலிக்குத் தமிழ் என்றும் சொல்ல முடியும்.

அடுத்து ஆங்கிலம் அல்லாத தமிழ், தெலுங்கு போன்ற மாறுபடும் உயரம் இருக்கும் எழுத்து வடிவங்களைக் கொண்ட மொழி வரிகள் திரையில் தோன்றும் போது சில நேரங்களில் அவற்றின் கீழ்ப் பாகம் மறைந்துவிடும், இந்தப் பிரச்சனை ஆன்ட்ராய்ட் பதிமூன்றில் இருந்து சரி செய்யப்பட்டுள்ளது.

பிரதி எடுத்ததை மறந்துவிடு

திரையில் வரும் ஒரு வரியை அல்லது வார்த்தையைத் தேர்வு செய்து அதைப் பிரதி (காப்பி) என்று சொடுக்கி வேறொரு செயலிக்குச் சென்று அதை ஒட்டு (பேஸ்ட்) என்று சொன்னால் அங்கே அது வந்துவிடும். இதுவொரு நல்ல வசதி. ஆனால் பல சமயங்களில் கடவுச்சொற்களை, ரகசியமாக நாம் வைக்க வேண்டிய விஷயங்களைக்கூட நாம் இப்படிப் படியெடுக்கிறோம், இவை ஒட்டிப் பயன்படுத்திய பின்னரும் பிடிபலகை (கிளிப்-போர்ட்) என்னும் இடத்தில் இருக்கும். செல்பேசிகளில் இருக்கும் எந்தச் செயலி வேண்டுமானாலும் இந்த விவரங்களைத் திருடி, செயலியை எழுதிய நிறுவனத்தின் கணினிகளுக்கு நமக்குத் தெரியாமல் அனுப்பலாம். ஆன்ட்ராய்ட் பதிமூன்றிலிருந்து இது தடுக்கப்பட்டுள்ளது. நாம் நேரடியாகச் சென்று ஒட்டிய செயலியைத் தவிர மற்றச் செயலிகள் பிடிபலகையை அணுகினால் ஆன்ட்ராய்ட் ஓர் எச்சரிக்கை அறிவிப்பை வெளியிடும். அதோடு பிரதியெடுத்த சில நொடிகளில் ஆன்ட்ராய்ட் இயங்குதளமே பிடிபலகையில் இருந்து அந்த விவரங்களை அதுவாகவே அழித்துவிடும்.

செயலிகளின் இரட்டை வேடம்

நடிகர்கள் மட்டும் தானா இரட்டை வேடங்களைப் போட வேண்டும்.? செயலிகளும் அதே போன்று செய்தால் நன்றாக இருக்குமே! ஒரே செல்பேசியில் இரண்டு எண்கள் (சிம்-கார்டு) இருக்கும் போது இரண்டு வாட்ஸ்-ஆப் செயலிகள் வேண்டும். ஆனால் ஒரு செயலியை ஒரு முறை தான் நிறுவ முடியும்.

இதை ஒரு மாதிரித் தவிர்த்து இரண்டு ஃபேஸ்-புக், இரண்டு இன்ஸ்டாகிராம், இரண்டு வாட்ஸ்-ஆப் செயலிகளை நிறுவச் சில செல்பேசித் தயாரிப்பாளர்கள் அவர்களின் ஆன்ட்ராய்ட் பதிப்புகளில் வசதிகள் செய்து வருகிறார்கள். ஆனால் கூகுள் நிறுவனம் இவற்றை அதிகாரப்பூர்வமாக இதுவரை ஏற்றுக் கொள்ளவில்லை. ஆன்ட்ராய்ட் பதினான்கு பதிப்பில் வரும் நகல் செயலிகள் (க்லோன் ஆப்ஸ்) வசதி இந்த இரட்டைச் செயலிகள் அம்சத்தை முழுமையாகக் கொண்டுவருகிறது. இதைக் கொண்டு இரண்டு வெவ்வேறு எண்களுக்கு ஒவ்வொரு வாட்ஸ்-ஆப் செயலிப் பிரதியை இயக்கலாம்.

படங்களைப் பகுத்தறிந்து பகிரலாம்

நாம் ஏற்கனவே எடுத்த அல்லது சேமித்த ஒரு படத்தை ஒரு செயலியில் உள்ளிட வேண்டுமென்றால் செல்பேசியில் இருக்கும் எல்லாப் படங்களையும் செல்பேசியின் மொத்தச் சேமிப்பகத்தையும் படிக்கும் அனுமதியை ஆன்ட்ராய்ட் இயங்கு தளத்தின் மூலம் அந்தச் செயலிக்குக் கொடுக்க வேண்டும். அதைக் கொண்டு அந்தச் செயலி என்ன செய்கிறது என்று உறுதியாகச் சொல்ல முடியாது. இதைத் தவிர்க்கக் குறிப்பிட்ட ஒரு படத்தை, அல்லது தேர்வு செய்த படங்களை மட்டுமே அந்தச் செயலியால் படிக்க முடியும் என்று சொல்வது பாதுகாப்பாக இருக்கும். இந்த மாதிரிக் கட்டுப்பாடுகளோடு கூடிய பகிரும் வசதி ஐபோனில் பல ஆண்டுகளாக இருக்கிறது. இது பதினான்கு பதிப்பிலிருந்து ஆன்ட்ராய்ட் இயங்கு தளத்துக்கும் வருகிறது.

பருத்துவிட்ட மென்பொருட்களை நீக்கவும்

பொதுவாக ஆன்ட்ராய்ட் இயங்கு தளம் வரும் செல்பேசிகளின் விலை குறைவாக இருக்கும். அதனால் அதைத் தயாரிக்கும் நிறுவனங்கள் தங்களின் இலாபத்தைப் பெருக்க நமக்குத் தேவையில்லாத, பெரும்பாலும் உதவாத செயலிகளைத் தயாரிக்கும் நிலையிலேயே உள்ளீட்டு விடுவார்கள். அவற்றை நம்மால் சுலபமாக அடையாளம் காணவோ, நீக்கவோ முடியாது. ஆன்ட்ராய்ட் பதினான்கு பதிப்பிலிருந்து அமைப்புகள் திரையில் இந்த மாதிரி செயலிகளைத் தானாகவே

கண்டறிந்து பட்டியலிடப்படும். அங்கேயே அவற்றைச் சுலபமாக நாம் நீக்கிவிடலாம்.

இரண்டு சிம்-கார்டில் சிறந்ததைப் பயன்படுத்தவும்

செல்பேசியில் இரண்டு வெவ்வேறு நிறுவன மொபைல் இணைப்புகள் வைத்திருப்போம். அவற்றில் நாம் தற்போது இருக்கும் இடத்தில் ஏதாவது ஒன்றின் இணைப்புத்தான் சக்திவாய்ந்தாக இருக்கும். அதைப் பயன்படுத்தி இணையத்தைத் தொடர்பு கொண்டால் வேகமாக இருக்கும். ஆனால் இரண்டில் இந்த ஒன்று எது என்று நாம் பார்த்து கொண்டே இருப்பதோ, ஆன்ட்ராய்ட் அமைப்புகளுக்குச் சென்று அதை மாற்றிக் கொண்டிருப்பதோ கடினம். ஆன்ட்ராய்ட் பதினான்கு பதிப்பிலிருந்து ஆன்ட்ராய்டே இந்த வேலையைச் செய்யும். நம்மிடம் இரண்டு இணைப்புகள் இருந்தால் இந்த நொடியில் எதில் இணைப்பு வலுவாக இருக்கிறதோ அதைக் கொண்டு தரவுகள் பரிமாற்றம் நடக்கும்.

பழைய செயலிகள் வேலை செய்யாது

தன்னைச் சுற்றியுள்ள சூழல் மற்றும் இயங்குதளம் மாறிக்கொண்டே போவதால், மென்பொருட்கள் விரைவில் பழையதாகிவிடும். அப்படிப் பழையதான, அதாவது புதுப்பிக்கப்படாத செயலிகளைப் பயன்படுத்துவது ஆபத்தாகப் போகும். இதைப் பயனர்களுக்கு உணர்த்த ஆன்ட்ராய்ட் பதினான்கு பதிப்பிலிருந்து ஆன்ட்ராய்ட் ஐந்து புள்ளி ஒன்றுக்கு முன்னர் பதிப்புகளுக்கு எழுதப்பட்ட செயலிகளை நாம் பதிவிறக்க முடியாமல் ஆன்ட்ராய்டே தடுத்துவிடும்.

31. கூகுள் தரும் கூடுதல் வசதிகள்

நம் எல்லோருக்கும் கூகுள் என்றவுடன் அவர்களின் தேடுபொறி, யூ-ட்யூப், ஜிமெயில், கூகுள் போட்டோஸ் இவைதான் நினைவில் வரும், இவற்றைத் தாண்டி அவர்களின் சில இலவசச் செயலிகளை நாம் அறிந்து கொண்டால் தினந்தோறும் நம் கணினி/செல்பேசிப் பயன்பாடு எளிதாகும்.

கூகுள் காண்டாக்ட்ஸ்

நம்மில் பலருக்கு இது நடந்திருக்கும். தெரிந்தவரை அழைப்போம், எதிர்முனையில் அவர் “யார் நீங்கள்?” என்பார். நீங்கள் உங்கள் பெயரைச் சொல்லி ஏன் நீங்கள் கொஞ்சம் நாட்களாக என்னை அழைக்கவில்லை என்று கேட்டால், “என் பழைய போன் கெட்டுப் போய்விட்டது. அதில் இருந்த முகவரிகள், எண்கள் எல்லாம் அதோடு அழிந்து போய்விட்டது. அதனால் தான் உங்கள் எண் எனக்குத் தெரியவில்லை, மன்னிக்கவும்” என்பார். செல்பேசியை மாற்றினால் அதில் வைத்திருக்கும் எண்கள் தொலைந்து போகவேண்டுமா? அப்படிப் போகாமல் இருக்க என்ன செய்ய?

இருக்கிறது கூகுள் காண்டாக்ட்ஸ் (Google Contacts). எல்லாச் செல்பேசி நிறுவனங்களும், ஆப்பிள் உட்பட அவர்களின்

படைப்புகளில் ஒரு முகவரிகளைச் சேமிக்கும் செயலி, காண்டாக்ட்ஸ், கொடுக்கிறார்கள். ஆனால் குறிப்பிட்ட காண்டாக்ட்ஸ் குறிப்பிட்ட நிறுவனச் செல்பேசி, கணினிகளில் மட்டுமே வேலை செய்யும். உதாரணமாக ஆப்பிள் நிறுவனத்து காண்டாக்ட்ஸ் அவர்களின் ஐபோன், மேக் கணினிகளில் மட்டுமே வேலை செய்யும். சாம்சங் நிறுவனத்தின் செல்பேசிகளிலிருந்து அதை அணுக முடியாது. இதற்கு விடை தான் கூகுள் காண்டாக்ட்ஸ். ஒவ்வொரு ஜிமெயில் கணக்கோடு இலவசமாக வருகிறது கூகுள் காண்டாக்ட்ஸ். இதை contacts.google.com என்கிற இணையத்தளத்திலிருந்து, எல்லா ஆன்ட்ராய்ட் செல்பேசிகளில் இதே பெயரில் இருக்கும் செயலியிலிருந்து, விண்டோஸ் கணினியில் இருக்கும் மெயில் செயலியிலிருந்து, ஏன் ஐபோனில் ஆப்பிளின் காண்டாக்ட்ஸ் செயலியில் இருந்து கூடக் கூகுள் காண்டாக்ட்ஸில் சேமிக்கும் முகவரிகளை உருவாக்க, மாற்ற, அழிக்க முடியும். உங்களின் ஐபோனின் அமைப்புகளில் போய் ஜிமெயில் கணக்கை உள்ளீட்டுவிட்டால் ஐபோனில் இருந்தும் அணுகலாம்.

எல்லா இயங்குதளங்களிலிருந்தும் அணுகக்கூடிய திறந்த வடிவமைப்பு இதன் சிறப்பு. அடுத்த சிறப்பு, வேறு ஒரு செயலியில், இணையதளத்தில் நீங்கள் முகவரிகளை, செல்பேசி எண்களைச் சேமித்திருந்தால் அங்கேயிருந்து அவற்றை சி.எஸ்.வி (CSV) என்ற காற்புள்ளிகளால் பிரிக்கப்பட்ட உரைகள் என்னும் திறந்த வடிவுக் கோப்புகளில் அவற்றைத் தரவிறக்கி, கூகுள் காண்டாக்ட்ஸ்ஸில் ஒரே சொடுக்கில் உள்ளிடலாம். அதே போலக் கூகுள் காண்டாக்ட்ஸ்ஸில் இருக்கும் தரவுகளை இதே சி.எஸ்.வி கோப்பு முறையில் வேறு நிறுவனத்துச் செயலிகளுக்குக் கொண்டு செல்லலாம்.

கூகுள் காலண்டர்

முன்பெல்லாம் நம் சந்திப்புகளை, நண்பர்கள் உறவினர்களின் திருமண நாட்களை சுவரில் இருக்கும் நாட்காட்டியில் அல்லது நாள் குறிப்பேடுகளில் எழுதிக் கொள்வோம். இப்போதெல்லாம் அவற்றைச் செல்பேசிக் காலண்டரில் குறித்துக் கொள்கிறோம். மேலே நாம் காண்டாக்ட்ஸில் பார்த்த அதே பிரச்சனைதான் இதிலும். இதற்கும் தீர்வு கூகுள் தயாரிப்புத்தான். இதன்

பெயர் கூகுள் காலண்டர் (calendar.google.com). இதுவும் ஜிமெயில் கணக்கோடு இலவசமாக வருகிறது, இதுவும் எல்லா இயங்குதளங்களிலிருந்தும் அணுககக்கூடியது.

கூகுள் ஃபார்ம்ஸ்

இது பெரும்பாலும் பலருக்கு தெரிந்திராத கூகுள் படைப்பு. இந்த இலவச இணையச் சேவையைக் (forms.google.com) கொண்டு சுலபமாகக் கணக்கெடுப்பு, கருத்துக் கணிப்புகளைச் செய்யலாம். சரி. இது எனக்கு எதற்கு என்கிறீர்களா?

உங்கள் வாட்ஸ்-ஆப் குழுவில் இருக்கும் நூறு பேரிடம் இருந்து அவர்களின் பெயர்களை, அவர்களின் விருப்பமான திரைப்படத்தின் பெயர்களைப் பெற வேண்டும். உங்களின் இருநூறு வாடிக்கையாளர்களிடம் இருந்து ஆர்டர் விவரங்களை அவர்களின் பெயர், முகவரி, செல்பேசி எண் இவற்றோடு பெற வேண்டும். உங்களின் குழந்தையின் பிறந்த நாள் விழாவிற்கு வருவோருக்கு விருப்பமான உணவு வகைகளை அறிந்து கொள்ள வேண்டும். இவற்றை உங்களுக்கும் எளிதாக, பயனருக்கும் எளிதாகச் செய்ய வைக்கக் கூடியது தான் கூகுள் ஃபார்ம்ஸ் (Google Forms). இந்த தளத்தைத் திறந்தாலே, ஏற்கனவே கூகுள் நிறுவனமே வடிவமைத்த பல படிவங்கள் (ஃபார்ம்கள்) வரும், அதிலிருக்கும் ஏதாவதொன்று உங்களுக்குப் போதுமென்றால், பிடித்ததைச் சொடுக்கி உருவாகும் ஃபார்மை திறந்து, அதன் இணைய முகவரியைப் பிரதி எடுத்து உங்கள் பயனர்களுக்கு அனுப்பினால் வேலை முடிந்தது. இதில் பயனர்களிடம் இருந்து பெறப்படும் விவரங்களை உங்களுக்கு மின்-அஞ்சல்களாகப் பெறலாம், அல்லது எக்சல் ஷீட், கூகுள் ஷீட்களாகவும் சேமிக்கச் சொல்லலாம் - இந்த முறையில் தரவுகளைப் பெற்றால் அவற்றை அடுக்குவது, பிரிப்பது, ஆராய்வது எளிது.

ஒரு கூகுள் டாக்ஸ் அல்லது மைக்ரோசாப்ட் வேர்ட் செயலியில் ஒரு கோப்பை உருவாக்குவது போன்றதுதான் கூகுள் ஃபார்ம்ஸ் செயல்பாடும். முதல் முறை இதைப் பயன்படுத்துவது கொஞ்சம் சிரமம், ஒன்றிரண்டு யூ-ட்யூப் காணொலிகளைப் பார்த்துக் கற்றுக் கொள்ளலாம்.

கூகுள் ஃபார்ம்ஸ் போன்றதுதான் ஜோகோ (Zoho) ஃபார்ம்ஸ் மற்றும் மைக்ரோசாப்ட் ஃபார்ம்ஸ். இவற்றின் அடிப்படை நிலை இலவசமாகக் கிடைக்கிறது - இவற்றின் செயல்பாடுகளும் கூகுள் ஃபார்ம்ஸ் போன்றது தான். சிறிய வேறுபாடுகள் உண்டு. உங்களின் விருப்பம், எதை வேண்டுமென்றாலும் பயன்படுத்தலாம்.

கூகுள் டிராவல்

சுற்றுலாச் செல்ல விரும்புகிறீர்கள். எங்கே செல்வது? அந்த இடத்தைப் பற்றி ஆராய்ச்சி செய்ய வேண்டும். இருக்கவே இருக்கிறது கூகுள் டிராவல் (Google Travel) என்கிற இலவசச் சேவை. இது ட்ரிப்-அட்வைஸர் (TripAdvisor) போன்ற சேவை. பயன்படுத்திப் பாருங்களேன்.

கூகுள் ஆர்ட்ஸ் மற்றும் கல்ச்சர்

உலகத்தில் இருக்கும் புகழ்பெற்ற அருங்காட்சியகங்கள், கலைக்கூடங்கள் இவற்றிலிருக்கும் படைப்புகளை இணையம் வழியாக எல்லோரும் பார்க்கச் செய்யும் சேவை கூகுள் ஆர்ட்ஸ் மற்றும் கல்ச்சர் (Google Arts and Culture). ஆஸ்திரேலியாவில் இருக்கும் மெல்போர்ன் கிரிக்கெட் மைதானத்தை, ஆழ்கடல் பொக்கிஷங்களை, எகிப்து கிசா பிரமீட்களை, ரோம் கொலோசியமை எனப் பலவற்றை இந்தத் தளத்தில் தெள்ளத்தெளிவாகப் பார்க்கலாம். ஏன், பூமிக்குப் பல கிலோமீட்டர் உயரத்தில், வானத்தில் மிதக்கும் சர்வதேச விண்வெளி நிலையத்தினுள் கூடப் பார்க்கலாம்.

32. சொல்லும் செயலும்

அன்றாடம் அலுவலகத்தில் பயன்படுத்தும் செயலிகளில் முதலிடம் பிடிப்பது மைக்ரோசாப்ட் வேர்ட், எக்ஸ்சேல் என்கிற மைக்ரோசாப்ட் ஆபீஸ் செயலிகளாகத்தான் இருக்கும். ஒரு கணிப்புப்படி எண்பது சதவிகிதப் பயனர், மைக்ரோசாப்ட் ஆபீஸ் செயலிகளில் இருக்கும் வெறும் இருபது சதவிகித வசதிகளைத்தான் பயன்படுத்துகிறார்கள்; அப்படியென்றால் மீதமிருக்கும் எண்பது சதவிகித வசதிகள் என்ன, அவற்றைப் பயன்படுத்துவது எப்படி என்கிற கேள்விகளுக்கு இந்தக் கட்டுரை பதில் சொல்லும்.

முன்வடிவமைத்த படிவங்கள்

மேலதிகாரி நம்மை ஓர் ஆவணத்தை எழுதச் சொல்கிறார். ஆனால் அதற்கான மாதிரிகள் எதுவும் இல்லை. இதற்கு முன்னர் நாமும் இந்த வகை ஆவணத்தை எழுதியதில்லை. நாமே யோசிக்க வேண்டும், தவறாகச் செய்தால் என்ன செய்ய..? இருக்கவே இருக்கிறது மைக்ரோசாப்ட் வேர்ட்டின் டெம்ப்ளேட் (template) வசதி. வேர்ட் செயலி தொடங்கியவுடனே வரும் திரையைக் கவனமாகப் பார்த்தால் மேலேயே இந்த வசதியிருக்கும். அதைத் தேர்வு செய்தால் பல்லாயிரம் முன்வடிவமைக்கப்பட்ட படிவங்கள் அந்தந்தத் துறைக்கு, துறை சார்ந்த வல்லுநர்களால் வடிவமைக்கப்பட்டு தயாராக இருக்கும்.

உதாரணமாக விலைப்பட்டியல் (இன்வாய்ஸ்), சர்டிபிகேட், செயற்குறிப்பு (பிரோபோசல்) எனத் தேடினால் பல மாதிரிப் படிவங்கள் வரும். அவற்றில் ஒன்றை சொடுக்கினால் நமக்கு வேண்டிய ஆவணம் உருவாகிவிடும். அதில் நம் அலுவலக விவரங்களை உள்ளிட்டால் முடிந்தது வேலை.

மாற்றங்களை அடையாளம் காணுங்கள்

அடுத்த ஒரு வேர்ட் வசதி, இதை நீங்கள் உபயோகிக்க ஆரம்பித்தால் பல மணி நேரங்களை வீணடிக்கும் குழப்பங்களைத் தவிர்க்கலாம். இதன் பெயர் "டிராக் சேஞ்சஸ்" (Track Changes). நீங்கள் ஓர் ஆவணத்தை எழுதி உடன் பணியாற்றுபவரிடம் அனுப்புகிறீர்கள். அவர் அதில் பல மாறுதல்களைச் செய்து உங்களுக்குத் திருப்பி அனுப்புகிறார் - அவர் எதை மாற்றினார் என்று நீங்கள் முழு ஆவணத்தையும் படித்துக் கண்டுபிடிக்க வேண்டும். இந்த "டிராக் சேஞ்சஸ்" வசதியைச் செயல்படுத்திவிட்டால், அந்த ஆவணம் உங்களுக்குத் திரும்ப வரும் போது, அவரின் மாறுதல்கள் சிவப்பு நிறத்தில் தனியாக அவருடைய பெயரோடு தெரியும் - அவற்றில் உங்களுக்கு ஏற்றவற்றை நீங்கள் ஒப்புக்கொண்டு, மற்றதை நிராகரிக்கலாம்- எல்லாம் ஓரிரு சொடுக்கில். ஓர் ஆவணத்தில் இருவர் இல்லாமல் பலரும் மாறுதல்களைச் செய்கிறார்கள் என்றால் இந்த வசதி எவ்வளவு பயனாக இருக்கும் என்பதை நீங்களே புரிந்து கொள்ளலாம்.

கருத்துகள்

ஆவணத்தின் ஒரு பகுதியில் உங்கள் சகாவின் யோசனை தேவைப்படுகிறது, அவருக்கு இதைப் பற்றித் தனியாக மின்-அஞ்சல் அனுப்பாமல், ஆவணத்தின் உள்ளேயே எந்தப் பகுதியில் அல்லது வார்த்தையில் யோசனை தேவைப்படுகிறதோ அதைக் குறிப்பிட்டு, அங்கேயே நம் கேள்வியை, கருத்தைத் தேவையான சகாவின் பெயரைக் குறிப்பிட்டு எழுதலாம். இந்த வசதிக்குப் பெயர் கருத்து (கமெண்ட்ஸ்).

பொருளட்டவணை

ஓர் ஆவணத்தை எழுதிவிட்டு அதற்கான பொருளட்டவணை தயார் செய்ய வேண்டும். ஆவணத்தில் எழுதியுள்ள ஒவ்வொரு

தலைப்பாக எடுத்து, தொகுத்து உள்ளிடாமல் வேர்ட் செயலியே செய்துவிடும், அதற்காக இருக்கிறது டேபிள் ஆஃப் கன்டன்ட்ஸ் (Table of Contents) என்கிற வசதி - இது இருப்பது ரெஃபரென்ஸஸ் (References) ரிப்பனில். இது ஒழுங்காக வேலை செய்ய நாம் ஆவணத்தை எழுதும் போதே அத்தியாயங்களின் பெயர்கள் வரும் போது அந்த வார்த்தைகளை டைட்டில் (Title) என்னும் ஸ்டைல் (Style) என்று குறிப்பிட வேண்டும், அதே போல முக்கிய தலைப்புகளை ஹெட்டிங் *1* (Heading 1) என்றும், அதற்கு அடுத்து வருவதை ஹெட்டிங் *2* (Heading 2) என்று குறிப்பிட்டுப் போனால் அழகான பொருளட்டவணையைத் (டேபிள் ஆஃப் கன்டன்ட்ஸ்) தானியங்கியாகவே பெறலாம்.

வெள்ளைத் தாள்

சில சமயம் பெரிய கட்டுரைகள் எழுதும்போது வெறும் வெள்ளைத் தாள், வேறு ஏதுவும் திரையில் தெரியாமல் இருந்தால் சிறப்பு. இதைச் செய்ய வியூ (View) ரிப்பனில் (மேல் பட்டையில்) இமர்சிவ் ரீடர் (Immersive Reader) என்கிற வசதியைப் பயன்படுத்தலாம்.

மொழிபெயர்ப்பு

வேர்ட் உள்ளேயே மொழிபெயர்ப்பு (Translate) வசதியிருக்கிறது. நீங்கள் தனியாகப் பிரதி எடுத்துக் கூகுளுக்கு சென்று மொழிபெயர்க்க வேண்டாம் - ஒரே சொடுக்கில் இதை முடித்துவிடலாம். இது ரிவ்யு (Review) ரிப்பனில் இருக்கிறது.

பேசியே எழுதவும்

நாம் தமிழிலோ, ஆங்கிலத்திலோ மற்றும் பிற மொழிகளிலோ பேசுவதை வார்த்தைகளாக உள்ளிடக்கூடிய வசதி தான் டிக்டேட் (Dictate). தமிழில் பேசுவதை உள்ளிட, இந்த வசதியின் அமைப்பில் (செட்டிங்ஸ்) தமிழ் என்று தேர்வு செய்யவும்.

செல்பேசி இணைப்பு

விரைவில் வரப் போகும் பதிப்பில் இந்த வசதி வருகிறது. இன்று பெரும்பாலும் ஏதாவது ஒன்றை நாம் படமெடுத்து அதை நாம் எழுதும் வேர்ட் ஆவணத்தில் உள்ளிட வேண்டும்

என்று நினைப்போம். அப்படிச் செய்ய அந்தப் படத்தை நம் செல்பேசியிலிருந்து கணினிக்கு மைக்ரோசாப்ட் ஒன்-டிரைவ் அல்லது கூகுள்-டிரைவ் மூலம் அனுப்பி பின்னர் அதைப் பதிவிறக்கி வேர்டில் கொண்டு வருவோம். இதையெல்லாம் செய்யாமல், வேர்ட் உள்ளேயே இன்ஸெர்ட் ரிப்பனில் இருக்கும் இன்ஸெர்ட் பிக்சர்ஸ் வசதியைக் கொண்டு நேரடியாக ஆன்ட்ராய்ட் செல்பேசியில் இருக்கும் படத்தை ஆவணத்துள் நுழைக்கலாம்.

ஓவியக் காட்சிகள், மனிதர்கள்

சினிமாவில் குற்றம் நடந்த இடத்தில் இருந்த சாட்சியை அழைத்து, நீங்கள் பார்த்த குற்றவாளியை வர்ணிக்கவும் என்று காவலர்கள் சொல்ல, ஓர் ஓவியர் படமாக வரைவார். இதுபோன்ற ஓவியங்களை எளிதாக உருவாக்க வேர்டில் புதிதாக ஒரு வசதி வந்திருக்கிறது - அதன் பெயர் கார்ட்டூன் பீப்பிள் (Cartoon People). இதை இயக்க இன்ஸெர்ட் (Insert) ரிப்பனில் (மேல் பட்டையில்) ஐகான்ஸ் (Icons) என்கிற பட்டனைத் தேர்வு செய்யவும்.

மேலே நாம் பார்த்த வசதிகளில் சில சமீபத்திய மைக்ரோசாப்ட் ஆபீஸ் பதிப்புகளில்தான் இருக்கும். அப்படியும் சிலவற்றுக்கு அவர்களின் மைக்ரோசாப்ட் 365 சந்தா தேவைப்படலாம். சில அவர்களின் இலவச இணையப் பதிப்பான office.com-ல் இருக்கிறது. உங்களிடம் இருக்கும் பதிப்புக்கான விவரங்களுக்கு office.microsoft.com பக்கங்களைப் பார்க்கவும்.

33. ஆன்ட்ராய்ட் கெத்து!

ஐஃபோன் என்றால் அதில் ஒரே இயங்குதளம்தான்: அது ஆப்பிள் நிறுவனம் வெளியிடும் ஐ-ஓ-எஸ். இது ஒரு காப்புரிமை பெற்ற படைப்பு. வேறு எவரும் இதை வெளியிட முடியாது. ஆனால் ஆன்ட்ராய்ட் அப்படியில்லை. அது ஒரு திறன்மூலப் படைப்பு. அதனால் ஒவ்வொரு செல்பேசி உற்பத்தியாளரும் மூல ஆன்ட்ராய்ட் மென்பொருளைப் பிரதியெடுத்து அவர்களின் விருப்பத்திற்கு மாற்றி வெளியிட முடியும். அப்படித் தான் செய்கிறார்கள். இதனால்தான் சாம்சங் செல்பேசியினுள், ஒப்போ செல்பேசியினுள், ஒன்பிளஸ் செல்பேசியினுள் எல்லாம் இருப்பது ஆன்ட்ராய்ட் இயங்குதளம்தான் என்றாலும், ஒவ்வொன்றும் அங்கங்கே மாறுபடுகின்றன.

இன்று பெரும்பாலான பயனர்கள் பயன்படுத்தும் செல்பேசிகளை இயக்குவது இந்த ஆன்ட்ராய்ட் இயங்குதளம்தான். அதனால் அதிலிருக்கும் அதிகம் அறியப்படாத சில வசதிகளைப் பற்றிய உதவிக் குறிப்புகளை இந்தக் கட்டுரையின் மூலம் அறிந்து கொள்ளலாம்.

வலம்வரல்

செல்பேசியின் திரையில் இருக்கும் முக்கியமான பொத்தான்கள், மொத்தம் மூன்று. சிலரின் செல்பேசிகளில் இவை பின்னோக்கு

(Back), முகப்பு (Home), அண்மையில் (Recent) என்றிருக்கும். சிலரின் செல்பேசிகளில் இவை வேறு வரிசையில் வரும். வேறு சிலரின் செல்பேசிகளில் இந்த பொத்தான்கள் பட்டையே இருக்காது - திரைக்குக் கீழேயிருந்து மேல் நோக்கி விரலால் ஓர் இழு இழுத்தால் தெரிய வரும். உங்களுக்குப் பிடித்த முறையை நீங்கள் தேர்வு செய்து கொள்ளலாம். இதைச் செய்யும் வசதி சாம்சங் என்றால் அமைப்புகள் திரையில் வலம்வரல் பட்டை (Settings -> Navigation Bar) என்கிற இடத்திலிருக்கும். ஒப்போ செல்பேசியென்றால் அமைப்புகள் திரையில் வலம்வரல் (Settings -> System Navigation) என்கிற இடத்திலிருக்கும்.

பொதுவாக இந்த முகப்புப் பொத்தானை அழுத்தினால் கூகுள் உதவியாளர் (Google Assistant) என்கிற செயலி தொடங்கும். இதன் பயனைப் பின்வரும் பகுதியில் பார்க்கலாம். சாம்சங் செல்பேசிகளில் இதற்குப் பதிலாக அவர்களின் பிக்ஸ்பி என்ற உதவாக்கரை செயலி வருவதாகச் செய்திருப்பார்கள், இதை அமைப்புகள் திரையில் டிபால்ட் டிஜிட்டல் அசிஸ்டண்ட் ஆப் (Default Digital Assistant App) என்கிற இடத்தில் கூகுள் உதவியாளர்தான் வரவேண்டும் என்று அமைத்துவிடலாம்.

அறிவிப்புகளுக்கு மூக்கணாங்கயிறு கட்டுங்கள்

ஆன்ட்ராய்ட் 11 பதிப்பிலிருந்து அவ்வப்பொழுது வந்து தொந்தரவு செய்யும் அறிவிப்புகளை (Notifications) கட்டுப்படுத்துவது எளிதாக்கப்பட்டுள்ளது. உங்களுக்கு வேண்டாத அறிவிப்பு வந்தால், அந்தப் பட்டையைச் சிறிது நேரம் அழுத்தினால், அடுத்தமுறை இந்த அனுப்புநர் செய்தி அனுப்பினால் என்ன செய்ய வேண்டும் என்று அங்கேயே கட்டளையிட முடியும். இதற்காக அமைப்புகள் திரைக்குச் சென்று அறிவிப்புகள் என்று தேடிக் கொண்டிருக்க வேண்டாம். இந்த குறிப்பிட்ட அனுப்புநர் அடுத்த முறை அறிவிப்பு அனுப்பினால் அதைத் திரையிடவே வேண்டாம், அல்லது திரையிடலாம் ஒலி எழுப்ப வேண்டாம், ரகசியச் செய்திகள் ஓடிபி போன்ற எண்கள் என்றால் செல்பேசியைத் திறக்காமல் இருக்கும் நிலையில் அவற்றைக் காட்ட வேண்டாம் என்று பல விதங்களில் அறிவிப்புகளுக்கு மூக்கணாங்கயிறு கட்டலாம்.

கூகுள் உதவியாளர் (Google Assistant)

கூகுள் உதவியாளருக்குச் சில காலம் முன்னர் ஹிந்தி புரியத் தொடங்கியது. ஆனால் இந்தக் கட்டுரை எழுதிய பிப்ரவரி 2023 வரை தமிழ் மொழி புரியாது. அதனால் நம் கட்டளைகளை ஆங்கிலத்தில்தான் சொல்ல வேண்டும். என்ன மாதிரி உதவிகளைக் கேட்கலாம்..?

ஓ.கே. "கூகுள் சென்டு மாம் எ மெசேஜ்- வீ வில் பி தேர் இன் டென் மினிட்ஸ்" என்று சொன்னால் அம்மாவுக்கு (அவர்களின் எண்ணை மாம் என்று நாம் சேமித்து வைத்திருக்க வேண்டும்) ஒரு குறுஞ்செய்தி அனுப்பிவிடும். நாம் தட்டச்சு செய்ய வேண்டியதே இல்லை.

ஓ.கே. 'கூகுள், கால் மாம்' என்றால் அம்மாவை அழைக்கும்.

ஓ.கே. 'கூகுள் வாட் இஸ் தி வெதர் டுமாரோ?' என்றால் நாளைய தின வானிலை நிலையைச் சொல்லும்.

ஓ.கே. 'கூகுள் பிளே ரஜினிகாந்த் மியூசிக்' என்றால் யூ-ட்யூப் செயலியைத் தொடங்கி ஏதாவது ரஜினியின் ஒரு திரைப்பாடலைப் பாட விடும்.

ஓ.கே. 'கூகுள் மேக் எ நோட்- ஒன் கிலோ ஆரஞ்சு, ஃபோர் பனானாஸ்' என்றால் அந்தக் குறிப்பைச் சேமித்துக் கொள்ளும். பின்னர் 'ஷோ மீ மை நோட்ஸ்' என்றால் இதுவரை சேமித்துள்ள எல்லாக் குறிப்புகளையும் சொல்லும். இந்தக் குறிப்புகளைக் கூகுள் கீப் செயலியில் பிரதி எடுத்து வைக்கவும் என்று அமைப்புகள், நோட்ஸ் அண்ட் லிஸ்ட்ஸ் திரையில் கட்டளையிடலாம்.

ஓ.கே. 'கூகுள்- செட் என் அலார்ம் ஃபார் ஒன் ஹவர்' என்றால் ஒரு மணி நேரம் கழித்து அலாரம் (மணி ஒலி) அடிக்கும்.

போனைக் கண்டுபிடிக்கவும் (Find My Device)

போனைக் கண்டுபிடிக்கவும் (Find My Device) என்கிற வசதி எல்லா ஆன்ட்ராய்ட் செல்பேசிகளிலும் இருக்கும். இது செயல்பட்டுக் கொண்டிருக்கிறதா என்பதை அமைப்புகள், ஃபைண்ட் மை டிவைஸ் என்கிற திரையில் உறுதி செய்து

கொள்ளவும். இந்த வசதியைக் கொண்டு, உங்கள் செல்பேசியை நீங்கள் மறந்து வைத்துவிட்ட இடத்தை ஆன்ட்ராய்ட் கூகுள் மாப்ஸ்ஸில் காட்டும்.

தொந்தரவு செய்யாதே (Do Not Disturb)

பல சமயங்களில் முக்கியமான வேலை செய்யும் போதுதான் அழைப்பு வரும். அல்லது இரவில் தூங்கப் போனவுடன் தவறுதலான அழைப்பு வந்து தூக்கத்தைக் கெடுத்துவிடும். இதைத் தவிர்க்க அமைப்புகள், டூ நாட் டிஸ்டர்ப் என்கிற திரையில் இருக்கும் அட்டவணை (Do Not Disturb->Schedules) என்பதை இயக்கி உங்களின் உறக்க நேரத்தை, உதாரணமாக இரவு பத்து மணியிலிருந்து காலை ஆறு மணி என்று சொல்லிவிட்டால், அந்த நேரத்தில் உங்களின் முக்கிய அழைப்பாளர்களைத் தவிர்த்து (இந்த செயல்பாட்டையும் அங்கேயே கட்டுப்படுத்தலாம்) வேறு யார் அழைத்தாலும் மணி அடிக்காது, வாட்ஸ்-ஆப் ஒலிகளும் வராது.

விட்ஜெட்டுகள் (Widgets)

முகப்புத் திரையைத் தொடர்ந்து அழுத்தினால் கீழே வரும் பொத்தான்களில் வரும் பட்டியலில் இருப்பது இந்த விட்ஜெட்ஸ் (Widgets). இவற்றை துக்குணிச் செயலிகள் என்று சொல்லலாம். நாம் நிறுவியுள்ள செயலிகளில் சில அவற்றின் முக்கிய வசதிகளை மட்டும் துக்குணிச் செயலிகள் என்று ஆன்ட்ராய்ட் இயங்குதளத்தில் பதிவு செய்துவிடும். இந்த வசதிகள் முகப்புத் திரையிலேயே தெரியும். குறிப்பிட்ட செயலியைத் தொடங்க வேண்டாம், நேரம் மிச்சம்.

நிரலாளர் முறை எச்சரிக்கை! (Developer Mode)

ஆன்ட்ராய்ட் வித்தைகள் என்று தேடினால் இணையத்தில் பல பக்கங்களில் ஒரு யோசனை வருகிறது. அவர்கள் பரிந்துரைப்பது ஆன்ட்ராய்ட் அமைப்புக்குச் சென்று நிரலாளர் முறை (Enable Developer Mode) செயல்படுத்திக் கொள்ளவும் என்று. இதைக் கண்டிப்பாகப் பயனர்கள் யாரும் செய்யக் கூடாது. இது ஓர் ஆட்டோவை அதன் மேல்பகுதிகளைக் கழட்டி வெறும் அடிப்பீடத்தை மட்டும் கொண்டு ஓட்டுவது போன்றது. வண்டி ஓடும், ஆனால் அது மிக ஆபத்தானது,

சட்ட விரோதமும் கூட. அது போன்றதுதான் ஆண்ட்ராய்ட்டில் நிரலாளர் முறையை இயக்கிக் கொள்வது. இது மென்பொருள் பொறியாளர்களுக்கான ஒரு வசதி. அவர்கள் எழுதும் முழுமையடையாத செயலிகளைப் பகுதிகளாக இயக்கிச் சோதனை செய்வதற்காகக் கொடுக்கப்பட்டுள்ள வசதி.

34. கூகுளை அசைத்துப் பார்க்கும் குட்டிச் சாத்தான்

கணினி உலகம் நாளுக்கு நாள் 'நான் வளர்கிறேனே மம்மி' என்று வளர்ந்துகொண்டேதான் இருக்கும். அதற்கு ஓய்வு நாளெல்லாம் கிடையாது. இங்கே ஒவ்வொரு பத்தாண்டுகளிலும் ஒரு பெரிய மாறுதல் வரும். கடந்த இரண்டாண்டுகளில் தாமதமான விஷயங்களை இந்தாண்டிலிருந்து (2023) எதிர்பார்கலாம். அவை யாவை?

5-ஜி

இந்தாண்டு சகஜமாகிவிடப் போகிற 5-ஜி என்கிற கம்பியில்லாத தொடர் நுட்பம், நமது செல்பேசிப் பயன்பாட்டைப் பலவிதங்களில் மாற்றப்போகிறது. சில ஆண்டுகள் தாமதத்திற்குப் பிறகு இந்தியாவில் சென்ற ஆண்டு இறுதி முதல் ஏர்டெல், ஜியோ நிறுவனங்கள் சோதனை முயற்சியாக இதைச் செயல்படுத்தி வருகிறார்கள். 4-ஜி நுட்பத்துக்கும் இதற்கும் அலைவெண்கள் (frequency) வித்தியாசப்படுதல் மட்டுமே வேறுபாடில்லை.

5-ஜியின் வரவால் தரவுகள் பரிமாற்றத்தின் வேகம் பல மடங்கு கூடும். முக்கியமாக 5-ஜியில் லேட்டன்சி என்கிற தாமதம் மிக குறைவாகவிருக்கும். அதாவது செயலிகளை இயக்கியவுடன்

அல்லது ஒரு தரவை, வீடியோவை தொடங்கியவுடன் அது ஆரம்பமாகிவிடும், இணையத் தொடர்பில் நமக்கு பழக்கமான மந்தநிலை இருக்காது. 4-ஜி யின் செல் கோபுரங்கள், அதை இயக்கும் கணினிகள் பெரியவை. ஆனால் 5-ஜியின் செல் கோபுரச் சமாசாரங்கள் சிறியவை, சாப்பாட்டு இலை அளவே இருக்கும் இவை செய்யும் வேலைகள் உயர்நுட்பமானவை. சிறிய அளவில் இருப்பதால் இவற்றை தொலைபேசி நிறுவனங்களால் பல இடங்களிலும் சுலபமாக வைக்க முடியும். நகரங்களில் எல்லா இடங்களிலும் இவை இருக்கப்போவதால், செல்பேசித் தொடர்பு எளிதாக கிடைக்கும். பல்லாயிரம் பேர் ஒரே மண்டபத்தில் இருந்தாலும் அழைப்புக் கிடைப்பதில் பிரச்சனை இருக்காது. தற்போது கொஞ்சம் விலை அதிகமான செல்பேசிகளில் மட்டும் 5-ஜி வசதி இருக்கிறது. ஆனால் இந்த ஆண்டு சாதாரணத் திறன்பேசிகளிலும் இந்த நுட்பம் வந்துவிடும்.

இந்தியாவைப் பொறுத்தவரை 5-ஜி வரவால் மாதாந்திர செல்பேசிக் கட்டணம் கொஞ்சம் உயரலாம். அதிக அளவு ஏற்றம் இருக்காது என வல்லுநர்கள் நினைக்கிறார்கள்.

தோற்ற மெய்ம்மை (Virtual reality)

இரண்டு ஆண்டுகளுக்கு முன் ஃபேஸ்புக்கை நடத்தும் நிறுவனம் தனது பெயரை மெட்டா என்று மாற்றிக்கொண்டு பல்லாயிரம் கோடி ரூபாய்களைத் 'தோற்ற மெய்ம்மை' என்கிற நுட்பத்தை மேம்படுத்துவதில் செலவு செய்து கொண்டிருக்கிறது. புதிய வடிவில் அவர்களின் கொஸ்ட் (Meta Quest) என்கிற கண்ணாடிகள் இந்த ஆண்டு வெளிவந்திருக்கிறது.

20 ஆண்டுகளாகத் தோற்ற மெய்ம்மை நுட்பம் இருந்து வந்தாலும் அவை பெரும்பாலும் விளையாட்டுகளுக்கு மட்டுமே பயன்பட்டு வந்தன. பெருந்தொற்றுக் காலத் தடைகளால் கடந்த மூன்றாண்டுகளில் பெரு நிறுவனங்களும், மருத்துவம் போன்ற துறையில் இருப்பவர்களும் இந்த நுட்பத்தைப் பயன்படுத்த ஆரம்பித்திருக்கிறார்கள், இதனால் இந்தத் துறை அசுர வளர்ச்சியடைந்துள்ளது. இதன் வேகம் 2024-ல் இன்னும் கூடும்.

முக்கியமாகப் பலரும் எதிர்பார்ப்பது ஆப்பிள் நிறுவனத்தின் விஷன் ப்ரோ என்கிற படைப்பை. 2024 இன் முதல் பாதியில் வரப்போகும் இந்தக் கண்ணாடியின் விலை மூன்று இலட்சம் ரூபாய். வரும் ஆண்டுகளில் படிப்படியாக இதன் விலை குறையும், அப்போது ஒரு பயனர் புரட்சியின் தொடக்கமாக இது அமையும் வாய்ப்பு அதிகம்.

சாட்-ஜி-பி-டி (ChatGPT)

2015-ல் இலான் மஸ்க் மற்றும் சில கணினி வல்லுநர்களால் தொடங்கப்பட்ட ஓப்பன் ஏ-ஐ என்கிற திறமூல மென்பொருள் நிறுவனம், 2022ஆம் ஆண்டு இறுதியில் வெளியிட்ட புரட்சிகரமான எந்திர வழிக் கற்றல் படைப்பு இது. இணையத்தில் இருக்கும் பல்லாயிரம் கோடி தரவுகளைப் பார்த்து, அதைக் கொண்டு தன்னைத் தயார்ப்படுத்திக் கொண்டிருக்கும் ஓர் உரையாடல் செயலி இது.

கூகுள் தேடுபொறியில் ஓரளவுக்குக் கட்டளைகளாக நாம் கேட்ட கேள்விகளுக்குத்தான் கணினிகளால் பதில் சொல்ல முடிந்தது. ஆனால் சாட்-ஜி-பி-டி நுட்பத்தில் கட்டளைகளாய் இல்லாமல், உரையாடல் முறையில் கேட்கும் கேள்விகளுக்கும் கணினியால் பதில் சொல்ல முடியும். ஒருவரைப் பற்றி ஒரு குறிப்பைக் கேட்டால் கூகுள் இணையத்தில் அதற்கான பதிலிருக்கும் பக்கத்தின் முகவரியைக் கொடுக்கும். ஆனால் சாட்-ஜி-பி-டியிடம் ஒருவரைப் பற்றிய குறிப்பைக் கேட்டால் அதுவாகவே அவரை பற்றிய குறிப்பை எழுதி நமக்காகக் கொடுக்கும். ஆங்கிலத்தைத் தவிர மற்ற மொழிகளை இந்த நுட்பம் இன்னும் அதிகாரப்பூர்வமாக புரிந்துகொள்ளவில்லை. ஆனாலும் தமிழில் கொடுக்கும் சிறு குறிப்புகளுக்கு ஓரளவுக்குச் சரியாக பதில் சொல்கிறது. தமிழ் போன்ற மொழிகளில் இருக்கும் தரவுகளை இந்த நுட்பம் உள்வாங்கிக்கொள்ளும் போது இது மேம்படும்.

இதற்கு அடிப்படையாக இருக்கும் எந்திர வழிக் கற்றல் முறை கடந்த ஓராண்டுக்கு மேலாக மைக்ரோசாஃப்ட்டின் கிட்-அப் கோ-பைலாட் (Github Copilot) என்கிற வசதியின் மூலம் பொறியாளர்கள் குறிப்பாகச் சொல்பவற்றை மென்பொருள் மூல

நிரல்களாக எழுதிக் கொடுத்துவிடுகிறது. இதைப் பயன்படுத்தும் பொறியாளர்களின் ஆக்கத் திறன் பன்மடங்கு அதிகரித்துள்ளது என ஆரம்பக் கணிப்புகள் கூறுகின்றன. இதே மாதிரியான ஆக்கத்திறன் மேம்பாடு பயனர்கள் அனைவருக்கும் சாட்-ஜி-பி-டி மூலமாகக் கிடைக்கும் என்று எதிர்ப்பார்க்கபடுகிறது. இதனால் தன்னை யாருமே அசைக்க முடியாது என்று கம்பீரமாக இருந்த கூகுள் நிறுவனம் சற்றே அதிர்ந்துள்ளது. அதன் தலைவர் சுந்தர்பிச்சை இதற்காகவே அவசரக் குழுவைக் கூகுள் நிறுவனத்தின் உள்ளே அமைத்திருக்கிறார் என வதந்திகள் வரத் தொடங்கியுள்ளன. எது எப்படியிருந்தாலும் இந்த ஆண்டு இந்த நுட்பம் கணினித் துறையைத் திருப்பிப் போடுமென்பதில் சந்தேகமே இல்லை.

செயற்கை நுண்ணறிவுக் கலைகள்

கணினியால் மனிதர்கள் ஏற்கெனவே உருவாக்கிய கலைப்படைப்புகளிலிருந்து தேடி எடுத்துக் கொடுக்க முடியும் அல்லது அவற்றைச் சிறந்த முறையில் அடுக்கிக் கொடுக்கமுடியும் என்றுதான் நிலைமை இருந்தது. சென்ற சில ஆண்டுகளில் வெளிவந்த டாலி-2 (Dall-E 2), ஸ்டேபல் டிஃப்யூஷன் (Staple Diffusion) போன்ற செயற்கை நுண்ணறிவு நுட்பங்கள் நாம் கொடுக்கும் குறிப்பைப் புரிந்துகொண்டு, அது உணர்த்தும் விஷயத்தை ஒரு படமாக உருவாக்கித்தரத் தொடங்கிவிட்டது. உதாரணமாக “இரவு நேர நிலா வெளிச்சத்தில் பாடல் பாடிக்கொண்டிருக்கும் காதல் ஜோடிகள்” என்ற குறிப்பைக் கொடுத்தால், ரம்மியமான காட்சியை வரைந்து கொடுக்கும்.

இந்த நுட்பத்தைப் பயன்படுத்திப் பல செயலிகள் ஏற்கனவே வந்துவிட்டன. உதாரணமாக டிரா-திங்ஸ் (Draw Things by Liu Liu) என்கிற இலவசச் செயலியில் ஒரு குறிப்பைக் கொடுத்தால் நொடிகளில் ஒரு படமாக அதை வரைந்து கொடுக்கும். லேன்சா ஏ-ஐ (Lensa AI), பேஸ்-ஆப் (FaceApp) போன்ற செயலிகள் உங்களின் தற்போதையப் புகைப்படத்தை உள்ளீட்டால் உங்கள் விருப்பம் போல இளைய வயது படமாகவோ, கம்பீரமான தோற்றத்துடனோ உங்கள் முகம் தோன்றும்படி மாற்றி கொடுத்து விடும். டான் (Dawn - AI Avatars) செயலி உங்களைப் போன்றதொரு செயற்கை அவதாரத்தை உருவாக்கிவிடும்.

இந்த ஆண்டில் இந்தச் செயலிகள் பெரிய அளவில் முன்னேறி நம்மைப் பிரமிக்க வைக்கும்.

இதேபோன்ற செயற்கை நுண்ணறிவு நுட்பங்கள் இசையமைக்கவும் தொடங்கியுள்ளது. இந்த ஆண்டு வெளிவரும் பெரிய பட்ஜெட் திரைப்படத்தில் செயற்கை நுண்ணறிவுச் செயலி இசையமைத்த பாடல் ஒன்று வெளிவரலாம். மனிதர்கள் மனதைக் கொள்ளைக் கொள்ள என்னென்ன அம்சங்கள் வேண்டும் என்பதைக் கணித்து இந்தப் பாடலை உருவாக்கும், நமக்குப் பிடித்தும் போகலாம்.

35. ‘சி’க்குச் சொல்வோம் சியர்ஸ்!

இந்தியத் தரநிர்ணய அமைவனம், (ஐ.எஸ்.ஐ முத்திரை வழங்குவது இந்த நிறுவனம் தான்) 2025-ஆம் ஆண்டு மார்ச் மாதத்திலிருந்து இந்தியாவில் விற்கும் அனைத்து செல்பேசிகளுக்கும் யு.எஸ்.பி-சி (USB-C) பொருந்துக்குழி முறையில் தான் மின்னேற்றம் (சார்ஜிங்) இருத்தல் வேண்டும் என்று ஆணையிட்டுள்ளது. இதைத் தொடர்ந்து மடிக்கணினிகளிலும் இது கட்டாயமாக்கப்படும். யு.எஸ்.பி-சி ஏன் முக்கியம்?

ஐரோப்பா முன் மாதிரி

இன்று இந்தியாவில் விற்கப்படும் எல்லாக் கார்களும் பி.எஸ்.6 என்கிற மாசுக் கட்டுப்பாட்டு தரத்தைப் பூர்த்தி செய்ய வேண்டும். இதுவும் இதற்கு முன்னர் வந்த பி.எஸ்.5 போன்ற தரங்களும் ஐரோப்பா ஒன்றியம் நமக்கு முன்பே வடிவமைத்த தர நிர்ணயங்களைத் தழுவியதுதான். இன்று உலகளவில் பயனர் நலனில், அமெரிக்காவைக் காட்டிலும் அதிக அக்கறை எடுப்பது ஐரோப்பிய நாடுகளே. அவர்கள் இதில் முன்னோடியாக இருக்கிறார்கள். நல்லதை எங்கிருந்து எடுத்தாலும் தப்பில்லைதானே...

இதேபோலத்தான், கடந்த ஆண்டு ஐரோப்பா ஒன்றியம், பெருகி வருகின்ற மின்னணுக் கழிவுகளைக் கட்டுப்படுத்தும் நோக்கில் ஒவ்வொரு செல்பேசியோடு வருகின்ற சார்ஜர்கள் ஒவ்வொரு முறையில் இல்லாமல், எல்லா தயாரிப்பாளர்களையும் யு.எஸ்.பி-சி முறைக்கு 2024-ஆம் ஆண்டு டிசம்பர் மாதத்திற்கு முன் மாற கட்டளையிட்டது. ஆப்பிள் நிறுவனம் ஐ-ஃபோனில் இருக்கும் அவர்களின் பிரத்தியேக லைட்னிங் செருகி முறையால் மட்டும் ஆண்டுக்குப் பல்லாயிரம் கோடி சம்பாதிக்கிறார்கள். இதனால் முதலில் இந்தக் கட்டளைக்கு எதிராக முரண்டு பிடித்தார்கள். ஆனால் இப்போது வழிக்கு வந்துவிட்டார்கள். 2023ஆம் ஆண்டு பிற்பகுதியில் வெளிவந்துள்ள ஐ-போன் 15-யில் இருந்து யு.எஸ்.பி.சி. பொருந்துக்குழி வந்துவிட்டது. இதற்கு முன்னே இந்தியாவும் இந்த முடிவை எடுத்துள்ளது.

யு.எஸ்.பி-சி தோற்றம்

சுமார் முப்பதாண்டுகளுக்கு முன், மேஜைக் கணினி யுகத்தில், பிரிண்டரை இணைக்க ஒரு செருகி, விசைப்பலகையை இணைக்க ஒரு செருகி, ஒலிபெருக்கியை இணைக்க ஒரு செருகி என்று பல பல கேபிள்கள் இருந்து பயனர்களை குழப்பியது. ஒன்றுக்கான கேபிளைத் தவறுதலாக இன்னொன்றுக்குச் சொருக்கினால், கணினியே பழுதாகும் வாய்ப்பு அதிகம். இதை நிவர்த்தி செய்ய 1996-ஆம் ஆண்டு அன்றையக் கணினி ஜாம்பவனான இன்டெல் தலைமையில் அவர்களின் சிறந்த மின்னணு வடிவமைப்பாளரான அஜய் பட் (குஜராத்தின் பரோடாவில் பட்டம் படித்தவர்) யு.எஸ்.பி. என்கிற ஒற்றை செருகி, அதற்கான பொருந்துக்குழி, இவை இரண்டையும் இணைக்கும் கேபிள் என்றொரு முழுமையான சீர்முறையைக் கண்டுபிடித்தார். மைக்ரோசாப்ட், ஐ.பி.எம். போன்ற நிறுவனங்களும் இதை வழிமொழிந்து தங்களின் கணினிகளில் அதற்கான பொருந்துக்குழிகளை, மென்பொருட்களில் தேவையான வசதிகளை கொண்டு வந்தார்கள். அடுத்தசில ஆண்டுகளில் எந்தக் கணினியை வாங்கினாலும் அதில் இந்த யு.எஸ்.பி. பொருந்துக்குழி இருந்தது பயனர்களுக்கு வரமாக அமைந்தது. ஆப்பிள் நிறுவனம் மட்டும் சில ஆண்டுகள் கழித்துத்தான் வழிக்கு வந்தார்கள். முதலில் வந்த யு.எஸ்.பி. செருகியை இன்று யு.எஸ்.பி.-ஏ என்று அழைக்கிறோம்.

செல்பேசிகள் வந்தவுடன் இதே பிரச்சனை மீண்டும் வந்தது. நோக்கியா செல்பேசிகளை மின்னேற்ற ஒரு வகை செருகி, மைக்ரோமாக்ஸ் செல்பேசிகளை மின்னேற்ற வேறு வகை செருகி என்று ஒவ்வொருவர் வீட்டிலும் பல வகை கேபிள்கள் சேர்ந்துவிட்டன. முதலில் வந்த யு.எஸ்.பி-ஏ செருகி கணினிகளுக்கு வடிவமைக்கப்பட்ட காரணத்தால் பெரியதாக இருந்தது, அதைச் சுருக்கி மைக்ரோ-பி என வந்தது. ஆனால் இதிலும் கூட மேல் முனை ஒரு மாதிரியும், கீழ் முனை வேறு மாதிரியும் இருந்ததால், மேலே-கீழே திருப்பிப் போட முடியாது, தவறுதலாக அழுத்தி நுழைத்தால் செல்பேசியில் இருக்கும் பொருந்துக்குழி உடைந்து போகும். இதில் ரகசியம் என்னவென்றால் எல்லாமே கிட்டத்தட்ட ஒரே வேலையைத்தான் செய்தன. நிறுவனங்களின் போட்டியால் ஒவ்வொருவரும் தனி முறையைத் தழுவியிருந்தார்கள்.

இந்தக் காலகட்டத்தில் கணினியின் சில வேலைகளைச் செல்பேசிகளே செய்யத் தொடங்கியிருந்தன. அதனால் விசைப்பலகை, சுட்டி போன்ற கணினி உபகரணங்களைச் செல்பேசியோடு இணைக்க வேண்டி வந்தது. இதைச் செய்ய இரண்டும் ஒரே செருகி முறைக்கு வரவேண்டியிருந்தது. இதை 2016-ல் ஐ.இ.சி. என்கிற சர்வதேச அமைப்பு தரநிர்ணயம் செய்து, யுஎஸ்பி-சி என்கிற பெயரில் வெளியிட்டது. இந்த முறை கணினியில், செல்பேசிகளில், கார்களில், டிவியில், காமிராவில், பொம்மைகள், கொசு மட்டை என அனைத்துவகை மின்னணு இயந்திரங்களிலும் வேலை செய்ய ஏற்றது. ஆப்பிள் நிறுவனம் அவர்களின் ஐ-ஃபோனில் 2012-ஆம் ஆண்டு கொண்டு வந்த லைட்னிங் பொருந்துக்குழியை யு.எஸ்.பி-சியின் உந்துதலாகக் கருதலாம்.

யு.எஸ்.பி-சியின் ஐந்து சிறப்புகள்

ஒன்று, யு.எஸ்.பி-சி முறையில் தகவலை மட்டுமில்லாமல், சாதனத்தை இயக்கத் தேவையான மின்சாரத்தையும் சேர்த்துக் கடத்தச் செய்ய முடியும். தனியாக மின்னேற்றத்திற்கான கம்பி வடங்கள் தேவையில்லை. இதனால் ஒரே சார்ஜரைக் கொண்டு உங்களின் ஆன்ட்ராய்ட் செல்பேசி, ஆப்பிள் ஐ-பேட், மடிக்கணினி, புளூடூத் இயர்போன் என்று பல

வகை மின்னணுப் பொருட்களையும் மின்னேற்றலாம். மடிக்கணினிக்கு அதிக சக்தி வாய்ந்த சார்ஜர் தேவைப்படும். அதனால் செல்பேசியின் சார்ஜரைப் பயன்படுத்தினால் மிக மெதுவாகத்தான் மின்னேற்றம் நடக்கும்.

இரண்டு, இந்த முறையிலான செருகிகளை மேலே, கீழே என எப்படி வேண்டுமானாலும் செருகலாம், இரண்டு முனையும் ஒரே மாதிரி தான் இருக்கும், சாதனத்தின் இயங்குதளம் தானாகவே நீங்கள் செருகிய முறையை உணர்ந்து மாற்றிக்கொண்டுவிடும்.

மூன்று, லைட்னிங் முறையில் செருகிகளைச் செய்யும் நிறுவனங்கள் அதற்கு முதலில் ஆப்பிளிடம் அனுமதிபெற வேண்டும். அவர்கள் விற்கும் ஒவ்வொரு செருகிக்கும், லைட்னிங் முறையில் ஐபோனோடு இணைக்கும் ஒவ்வொரு கேபிளுக்கும் ஆப்பிளுக்குக் கப்பம் கட்டவேண்டும். இந்த மாதிரிச் சிக்கல்கள் யு.எஸ்..பி-சியில் கிடையாது. இது ஒரு திறமூலத் தரம். இதனால் வாடிக்கையாளர்கள் வாங்கும் ஒவ்வொரு யு.எஸ்.பி-சி முறையில் இருக்கும் ஒலிபெருக்கியோ, இயர்போனோ விலை மலிவாகக் கிடைக்கும். உலகளவில் பலரும் செய்வதால் புத்தாக்கம் தானாகவே நடக்கும்.

நான்கு, இதுவரை வெளிவந்து அதிகப் பயனிலிருக்கும் செருகிகளின் தரங்களிலேயே மிக வேகமானது யு.எஸ்.பி-சி தான். அதுமட்டுமில்லாமல் இந்த முறை வெளிவந்த அளவிலேயே இல்லாமல் அதே பொருந்துக்குழி, செருகி வடிவமைப்பைக் கொண்டே தான் கடக்கும் தரவுகளின் வேகத்தையும், மின்சாரத்தின் சக்தியையும் பதிப்புக்குப் பதிப்பு அதிகரிக்கும் திறனும் இருக்கிறது. இந்த காரணத்தால் பயனர்கள் புதிய கணினியோ, செல்பேசியோ வாங்கினால், பழைய (சில ஆண்டுகள் ஆன) கேபிள்களையே பயன்படுத்திக் கொண்டில்லாமல், புதிதாக அப்போதைய யு.எஸ்.பி-சி பதிப்புக்கு ஏற்றாற் போல வாங்கினால் அதிக பயன்கிடைக்கும். எல்லா கம்பிவடங்களும் பார்க்க ஒரே மாதிரி இருந்தாலும் அவற்றின் திறன் மாறுபடும். அதனால் முடிந்தளவு அந்தந்தச் சாதனத்தோடு வந்த கேபிள்களை பயன்படுத்துவது நல்லது.

இறுதியாக, ஒற்றை யு.எஸ்.பி-சி பொருந்துக்குழி உங்கள் கணினியில் இருந்தாலே போதும். கூடுமையம் (Hub) என்கிற சாதனத்தை இந்த ஒரு குழியில் இணைத்து, அதிலிருந்து கணினித்திரை, ஒலிபெருக்கி, ஒலிவாங்கி, விசைப்பலகை, சுட்டி, பிரிண்டர் எனப் பலவற்றையும் இணைக்கலாம். சில கூடு மையங்களின் உள்ளேயே மின்னேற்றியும் இருப்பதால் தனியாக சார்ஜர்கள் தேவையில்லை. நினைவில் கொள்க. யு.எஸ்.பி-சி வந்து சில ஆண்டுகளே ஆனதால் தற்சமயம் இந்த பல்பயன் கூடு மையங்களின் விலை மிக அதிகமாக உள்ளது. ஆனால் விரைவில் இது குறைந்துவிடும்.

36. ஜிமெயில் ரகசியங்கள்

என்னதான் எல்லா வேலைகளையும் வாட்ஸ் ஆப்பில் செய்தாலும் அலுவல் பணிகளுக்கு, வரி செலுத்த, பொருட்களை வாங்கும் போது ரசீதுகளுக்கு இன்றும் மின்னஞ்சல் தேவைப்படுகிறது. மின்னஞ்சல் என்றாலே நம் எல்லோரிடமும் இருப்பது கூகுள் நிறுவனத்தின் இலவச ஜிமெயில் கணக்குத்தான். ஜிமெயில் செயலி எல்லோருடைய செல்பேசியிலும் இருந்தாலும் அதில் இன்னும் நிறைய வசதிகள் இருக்கின்றன. மேலும் சிறப்பு வசதிகள் அதன் இணையதளத்தில் மட்டும் இருக்கிறது. நம்மில் பெரும்பாலானவர்கள் அந்த வசதிகளை அறிந்திருப்பதில்லை. இந்தக் கட்டுரையில் அதில் சிலவற்றைப் பார்க்கலாம்.

ஒலியடக்கு

நமக்கு அழையா விருந்தாளிகளாக வருகின்ற மின்னஞ்சல் குப்பைகளை ஸ்பேம் என்று கூறி முழுவதுமாகத் தடுத்துவிடலாம். அதேசமயம் சில அஞ்சல்கள் அப்போது வேண்டாம்; ஆனால் பிறகு தேவைப்படலாம். அது ஜிமெயிலுக்கு எப்படித் தெரியும்? இந்த அஞ்சல்கள் வரும்போதும் நம் செல்பேசி ஒலியெழுப்பி நம்மைத் தொந்தரவு செய்யும். அதைத் தடுக்க வாட்ஸ்ஆப்பில் இருப்பது போன்ற

ஒலியடக்கி (மியூட்) வசதி ஜிமெயிலிலும் இருக்கிறது. வந்த ஒரு மின்னஞ்சலை அழுத்திக்கொண்டு இருந்தால் மேலே வலது கோடியில் வரும் மூன்று புள்ளிகளை அழுத்தினால் மியூட் என்கிற வசதி வரும். இதைப் பயன்படுத்துவதால் குறிப்பிட்ட மின்னஞ்சல் இன்பாக்ஸ் பட்டியலிலிருந்து நகர்ந்து 'ஆல் மேல்' என்கிற பட்டியலுக்குச் சென்றுவிடும். மியூட் செய்யப்பட்ட ஈமெயிலுக்குக் குழுவிலிருந்து மீண்டும் பதில் வந்தால் அதுவும் தானாகவே சத்தமே செய்யாமல் 'ஆல் மேல்' என்கிற பட்டியலிலேயே தொடர்ந்து இருக்கும்.

சிறுதுயில்

முக்கியமான வேலையில் இருக்கும் போது தான் கடனட்டையின் அஞ்சல் வரும். அதற்கு உடனடியாக நாம் பணம் செலுத்த நேரம் இருக்காது. அவசரப்பட்டுத் தவறாக அனுப்பவும் கூடாது. பின்னர் செய்ய நினைத்திருப்போம், ஆனால் மறந்து விடுவோம். பின்னர் வங்கி 40% வட்டி போட்டு நம்மிடம் கறந்து விடுவார்கள். அது வங்கி மின்னஞ் சலாக இல்லாமல் நீண்ட கட்டுரையாகப் பின்னர் படிக்க விரும்புவதாக இருக்கலாம். இந்த மாதிரி மின்னஞ்சல்களை மறக்காமல் ஆனால் பின்னர் நமக்கு நினைவுபடுத்துவதற்கு இருக்கும் வசதிதான் சுனூஸ் (Snooze). இந்த வசதியைப் பயன்படுத்தி, வந்த மின்னஞ்சலை இன்றைக்கு மாலை அல்லது நாளை அல்லது நாம் குறிப்பிடும் எந்த ஒரு தேதியிலோ நேரத்திலோ கண்ணில் படும்படி இன்பாக்ஸ் பட்டியலில் மீண்டும் கொண்டு வரும்படிச் செய்யலாம். சுனூஸ் பட்டனை அழுத்தியவுடன் அந்த மின்னஞ்சல் இன்பாக்ஸில் இருந்து சென்றுவிடும். பயப்பட வேண்டாம்... அந்த மின்னஞ்சல் எங்கேயும் போகவில்லை. உங்களது கணக்கில் சுனூஸ் என்கிற சிறப்புப் பட்டியலில் சென்று உட்கார்ந்து கொண்டிருக்கும். நீங்கள் குறிப்பிட்ட நேரம் வந்தவுடன் அங்கிருந்து நகர்ந்து இன்பாக்ஸ் பட்டியலுக்கு வந்துவிடும்.

ஆட்டோ-அட்வான்ஸ்

ஒரு மின்னஞ்சலைப் படித்தபின் அழித்தவுடன் ஜிமெயில் நம்மை மீண்டும் முகப்புத் திரைக்குக் கொண்டு போய்விடும். அங்கே அடுத்த ஈமெயிலை நாமாகத் தேர்வு செய்து படிக்க

வேண்டும். ஒரு மின்னஞ்சலை அழித்தவுடன் புதிதாக இருக்கும் அடுத்த மின்னஞ்சலுக்கு அதுவாகவே நம்மைக் கூட்டிச் செல்லும் வசதிக்குப் பெயர் தான் ஆட்டோ அட்வான்ஸ் (Auto Advance). இதை இயக்க செட்டிங்ஸ் சென்று 'ஜெனரல் செட்டிங்ஸ்' என்பதனுள் இருக்கும் இந்தப் பெயர் கொண்ட வசதியைச் செயல்படுத்திக் கொள்ளலாம். நேரத்தை மிச்சப்படுத்தும் சுலபமான வசதி இது. இதே வசதி ஜிமெயில் இணைய தளத்திலும் இருக்கிறது. ஆனால் அங்கே சென்று தனியாகச் செயல்படுத்திக் கொள்ள வேண்டும்.

திரும்பப் பெறுவது

பல சமயங்களில் அவசரப்பட்டு ஒரு மின்னஞ்சலை அனுப்பிவிட்டுப் பிரச்சனையில் சிக்கியிருப்பதைப் பார்த்து இருக்கிறோம். ஒரு ஈ மெயிலை அனுப்பு என்று சொன்னவுடன் அடுத்த சில வினாடிகளுக்கு அண்டூ (undo) என்கிற வசதி நம் திரையில் கீழே வரும். நாம் இது தவறு என்று உணர்ந்தால் இந்த அண்டூ பட்டனை அழுத்தி உடனே அந்த மின்னஞ் சல் செல்லாமல் தடுத்துவிடலாம். எவ்வளவு நேரம் இந்த அண்டூ வசதி இருக்கும் என்பதை ஜிமெயில் இணைய தளத்தில் செட்டிங்ஸ் என்கிற பக்கத்தில் மாற்றிக் கொள்ளலாம். இது ஏதோ மின்னஞ்சலை பெறுநர்க்கு அனுப்பிவிட்டு, நாம் அண்டூ என்று சொன்னால் திரும்பப் பெறுகிறது நினைத்துக் கொள்ள வேண்டாம். நாம் சொல்லி உள்ள நேரத்திற்கு அனுப்பு என்று சொன்னாலும் அனுப்பாமல் காத்திருந்து, அந்த நேரம் முடிந்தவுடன் ஜிமெயில் அனுப்புகிறது. இதற்கு முன் நாம் மனதை மாற்றிக்கொண்டால் மின்னஞ்சல் நம் கணக்கை விட்டுச் செல்வதே இல்லை.

அட்டவணைப்படி அனுப்பு

அலுவலகங்களில் வெள்ளிக்கிழமை மதியத்துக்கு மேல் அனுப்பப்படும் மின்னஞ்சல்களுக்கு அன்றைய தினம் பதில் வராது. திங்கட்கிழமை வந்தவுடன் பார்த்துப் பதில் போடுவார்கள் என்று நினைத்தால் பல சமயங்களில் ஏமாற்றமாகத்தான் முடியும். அன்றைக்கு வந்த புதிய மின்னஞ் சல்களைப் பார்த்து அதற்கு முந்தைய வாரத்தில் வந்த இந்த மின்னஞ்சலை மறந்து விடுவார்கள். இதைத் தவிர்க்க ஒரு

மின்னஞ்சலை நாம் வெள்ளிக்கிழமை எழுதினாலும் அது வரும் திங்கட்கிழமை காலைதான் செல்ல வேண்டும் என்று ஜிமெயிலுக்கு ஓர் உத்தரவு போட முடியும். அந்த வசதிதான் குறிப்பிட்ட நேரத்தில் அனுப்பு (Scheduled Send).

மறுபெயர் முகவரிகள்

ஆலியஸ் (Aliases) என்கிற இந்த வசதியைக் கொண்டு நம் ஒரு ஜிமெயில் கணக்கைக் கொண்டு பல மின்னஞ்சல் முகவரிகளை உருவாக்கிக் கொள்ளலாம். இதற்குத் தனியாக எந்தக் கட்டளைகளையும் பயன்படுத்தத் தேவையில்லை. நமது முகவரி google@gmail.com என்று இருக்குமானால், google+apple@gmail.com, google+television@gmail.com, google+orange@gmail.com என்று பல்வேறு மறுபெயர் முகவரிகளை நாமாகவே பயன்படுத்தலாம். இதில் @ குறிக்கு முன்னர், நம் முகவரியின் முதல் பெயருக்கும் நடுவில் ஒரு + குறியீட்டு அதற்கு அப்புறம் நாம் விரும்பிய பெயரை/வார்த்தையைச் சேர்க்கலாம். வார்த்தைக்கு நடுவில் காலி இடம் இருக்கக்கூடாது. இப்படி நாம் + குறியீட்டு எழுதும் எல்லா முகவரிகளுக்கும் அனுப்பப்படும் மின்னஞ்சல் மூல மின்னஞ்சலான google@gmail.com-க்கு தான் வரும்.

இதன் பயன்: ஒவ்வொரு பயன்பாட்டுக்கும் அல்லது நாம் தொடர்பு கொள்ளும் ஒவ்வொரு நிறுவனத்திற்கும் நாம் தனித்தனியாக ஒரு மின்னஞ்சல் முகவரியைக் கொடுக்கலாம். அவர்கள் நமக்கு அனுப்பும் மின்னஞ்சல்களை ஜிமெயிலின் ஃபில்டரிங் வசதியைக் கொண்டு நம் விருப்பப்படிப் பிரித்து வெவ்வேறு பட்டியலில் சேர்த்துக் கொள்ளலாம்.

மேலனுப்பு

அமேசான், நெட்ஃபிளிக்ஸ் என எல்லா இணையச் சந்தாக்களில் இருந்து அவர்களின் புதிய வரவுகளைப் பற்றிய மின்னஞ்சல்கள் என் முகவரிக்குத் தான் வரும். ஆனால் வரும் விஷயங்கள் என் மனைவிக்கும் பயனாக இருக்குமென்பதால் நான் அந்த மின்னஞ்சல்களை அவரிடம் பகிர்வேன். ஒவ்வொரு மின்னஞ்சலையும் தனித்தனியாக ஃபார்வர்ட் செய்வதற்குப் பதிலாக ஜிமெயில் செயலி தானாகவே நெட்ஃபிளிக்ஸ், அமேசான் போன்று நான் குறிப்பிடும் சேவைகளிலிருந்து வரும் குறிப்பிட்ட

மின்னஞ்சல்களை என் மனைவியின் ஜிமெயில் முகவரிக்கு அனுப்பச் செய்ய முடியும். இந்த மேலனுப்பு (Forward) வசதி ஜிமெயில் இணையத் தளத்தில் மட்டுமே (செல்பேசி செயலியில் இல்லை) இயக்கிக்கொள்ள முடியும். ஒரு முறை இயக்கிவிட்டால் அதற்குப்பிறகு நாம் செல்பேசிச் செயலியைப் பயன்படுத்தினாலும் கூகுள் மேகக்கணினிகளில் இது இயங்கி மேலனுப்பிவிடும். முதல் முறை இயக்க மட்டும் தான் கூகுள் ஜிமெயில் இணைய தளத்திற்குச் சென்று செட்டிங்ஸ் பக்கத்தில் இந்த ஃபார்வர்ட் வசதியை இயக்கிக் கொள்ள வேண்டும். இப்படி நாம் ஃபார்வர்ட் செய்யும் மின்னஞ்சல் யாருக்கு அனுப்புகிறோமோ அவர்கள் ஒருமுறை அதை ஒப்புக்கொள்ள வேண்டும், அவ்வளவுதான்...

37. காப்பி அடிக்க முடியாத நோட்ஸ்

தற்போது ஐபோனின் பாதி விலையில் தரமான, உயர்ரக ஆன்ட்ராய்ட் செல்பேசிகள் சாம்சங், கூகுள் நிறுவனங்களிடமிருந்து வருகின்றன. இவை ஐபோனோடு நேருக்கு நேர் நிற்கக் கூடியவை. இவற்றைப் பார்க்கும் உங்களுக்கு, பல வருடங்களாக ஐபோன் பயனராக இருந்தாலும், உங்களின் அடுத்த செல்பேசி ஐபோனாக இல்லாமல் சாம்சங் போனாக இருக்கலாமே என்று தோன்றும். ஆனால், உங்களின் ஐபோனில் பலநூறு முகவரிகள், குறிப்புகள், படங்கள், குறுஞ்செய்திகள், தரவுகள் இருக்கும், பொதுவாக இவற்றை ஐபோன் அல்லாத வேறு போனுக்குக் கொண்டு செல்ல முடியாது, இதனால் நீங்கள் தயங்கிக் கொண்டிருந்தால் இந்தக் கட்டுரையில் அதற்கு விடை இருக்கலாம்.

கூகுள் போட்டோ

முதலில் சுலபமானதைப் பார்ப்போம். உங்களின் ஐபோனில் கூகுள் போட்டோ செயலியை நிறுவி, அதில் சேமி (பேக்அப்) வசதியை இயக்கிவிட்டால் ஐபோனில் இருக்கும் அனைத்துப் படங்களும் கூகுள் மேகக் கணினிகளுக்கு ஒரு பிரதி போய்விடும். பிறகு உங்களின் புது ஆன்ட்ராய்ட் செல்பேசி எந்த நிறுவனத்தின் வகையாக இருந்தாலும், எந்த இயங்குதளத்தில்

இருந்தாலும் அதில் கூகுள் போட்டோ செயலியை நிறுவி, அந்தப் படங்களைத் தரவிறக்கிக் கொள்ளலாம். ஒரே விஷயம், நீங்கள் சேமிக்கும் படங்களின் மொத்த அளவு, உங்களின் கூகுள் கணக்கின் காலி சேமிப்பிடமாக இருக்க வேண்டும், இடமில்லையென்றால் கூடுதல் சேமிப்பிடத்தை கூகுளுக்கு காசு கொடுத்து வாங்க வேண்டும்.

முகவரிகள், நாட்குறிப்புகள்

இவற்றை உங்களின் ஐபோனிலிருந்து கூகுள் மேகக் கணினிகளுக்கு அனுப்பக் கூகுள் ஒன் என்கிற சிறப்புச் செயலி வேண்டும். இதைக் கொண்டு மேலே பார்த்த கூகுள் போட்டோ வசதியையும் சேர்த்து, அதோடு ஐபோனில் இருக்கும் முகவரிகள் (காண்டாக்ட்ஸ்), நாட்குறிப்புகள் (காலண்டர்) தரவுகளையும் ஒரே சொடுக்கில் அனுப்பிவிடலாம். பிறகு அவை தானாகவே புது ஆன்ட்ராய்ட் செல்பேசியில் வந்துவிடும். உங்களின் கூகுள் கணக்கைப் பொறுத்து, இந்தக் கூகுள் ஒன் செயலியைப் பயன்படுத்த நீங்கள் சந்தா எடுக்க வேண்டியிருக்கும்.

நினைவில் கொள்க... இந்தச் செயலியால் கூட ஐபோனில் இருக்கும் குறிப்புகள் (நோட்ஸ்), குறுஞ்செய்திகள், மற்றும் அழைப்புப் பட்டியல் (கால்-ஹிஸ்டரி), வாட்ஸ்-ஆப், இவற்றைப் பிரதி எடுக்க முடியாது. அதேபோல ஐபோனில் இருக்கும் செயலிகள், அவற்றிலிருக்கும் கடவுச் சொற்கள், வைஃபையின் அமைப்புகள் (செட்டிங்ஸ்) போன்றவற்றையும் புது ஆன்ட்ராய்ட் செல்பேசிக்குக் கொண்டு செல்ல முடியாது, நீங்கள்தான் ஒவ்வொன்றாக நிறுவிக் கொள்ள வேண்டும்.

இலவசமாக செய்யலாம் - சாம்சங் போனில்

மேலே பார்த்த இரண்டுக்கும் கூகுள் சந்தா வேண்டும். ஏனெனில் அவற்றில் தரவுகள் கூகுள் மேகக் கணினிகளுக்கு சென்று அங்கேயிருந்து புது செல்பேசிக்கு வந்து சேரும். உங்களின் புதுச் செல்பேசி சாம்சங் போன் என்றால், அவர்களின் போனில் சாம்சங் ஸ்மார்ட் ஸ்விட்ச் (Samsung Smart Switch) என்கிற செயலியை இலவசமாகக் கொடுக்கிறார்கள். புது போனை இயக்கியவுடன் வரும் அமைப்புகள் திரைகளிலேயே இதற்கான அறிவிப்பு வரும். பிறகென்றாலும் போனின் அமைப்புகள்

(செட்டிங்ஸ்) ரெஸ்டோர் திரையில் இது இருக்கும். இதைப் பயன்படுத்தும் முன், இரண்டு போனையும், ஐபோனை லைட்னிங் பொருந்துக்குழியில் இருந்து, சாம்சங் போனின் யுஎஸ்பி-சி பொருந்துக்குழிக்கு கேபிளைக் (கம்பி) கொண்டு இணைக்க வேண்டும்.

பிறகு இந்தச் செயலியைப் பயன்படுத்தி எந்தக் கட்டணமும் இல்லாமல் எந்த அளவுக்கு வேண்டுமானாலும், வேகமாகத் தரவுகளை ஐபோனிலிருந்து ஆன்ட்ராய்ட் போனுக்கு அனுப்பலாம். இந்த முறையில் படங்கள், முகவரிகள் இவற்றோடு குறுஞ்செய்திகள், மற்றும் அழைப்பு பட்டியலும் (கால்-ஹிஸ்டரி) போகும். அதோடு ஐபோனில் இருக்கும் செயலிகளுக்கான ஆன்ட்ராய்ட் பதிப்பிருந்தால் அவற்றின் தரவுகளை, அமைப்புகளையும் சேர்த்து அனுப்பிவிடலாம். நீங்கள் தனியாக ஒவ்வொரு செயலியையும் நிறுவ வேண்டாம். இந்த முறையில் கூடக் குறிப்புகள் (நோட்ஸ்) ஐபோனிலிருந்து ஆன்ட்ராய்ட் போனுக்கு போகாது.

இந்த முறையின் இன்னொரு சிறப்பு இதில் வாட்ஸ்-ஆப் அரட்டைகளும், படங்களும், வீடியோக்களையும் கூட ஆன்ட்ராய்ட் போனுக்கு அனுப்பலாம் - இதைச் செய்வது வாட்ஸ்-ஆப்பில் வந்திருக்கும் புது வசதி, இது எல்லா புது சாம்சங் போனிலும் வேலை செய்யும், அதோடு வேறு சில ஆன்ட்ராய்ட் நிறுவனங்களின் படைப்புகளிலும் இருக்கலாம், வாங்கும் முன் இணையத்தில் இதை உறுதி செய்யவும்.

இலவசமாகச் செய்யலாம் - கூகுள் பிக்சல் போனில்

மேலே பார்த்த வசதி கூகுள் பிக்சல் செல்பேசிகளிலும் வருகிறது.

ஐபோன் குறிப்புகள் (நோட்ஸ்)

இதுதான் பிரச்சனையே. கூகுள் அவர்களின் கீப் (Google Keep) செயலியை ஐபோன், ஆன்ட்ராய்ட் என எல்லாச் செல்பேசிகளுக்கும் வழங்குகிறார்கள். அதே போல எவர்-நோட் (Evernote) போன்றவர்களும் செய்கிறார்கள். மைக்ரோசாப்ட்டின் நோட்ஸ் செயலியில் இருக்கும் குறிப்புகளை நேரடியாக நீங்கள் ஐபோனின் நோட்ஸ் செயலியில் இருந்தே படிக்கலாம், மாற்றலாம். நான் இப்படித் தான் செய்கிறேன்.

அதனால் நான் என் ஐபோனில் எழுதும் குறிப்புகளை என்னால் ஆன்ட்ராய்ட் போனில் மைக்ரோசாப்ட் ஆபீஸ் செயலியிலிருந்தும் விண்டோஸ்ஸில் ஸ்டிக்கி நோட்ஸ் (Sticky Notes) செயலியிலிருந்தும் அணுக முடிகிறது.

ஆனால் ஐபோன் நோட்ஸ் செயலியின் கதையே வேறு. ஐபோனில் நீங்கள் எழுதியிருக்கும் குறிப்புகளை ஆன்ட்ராய்ட்க்கு கொண்டுவருவது மிகமிகக் கடினம். ஏனென்றால், ஆப்பிள் நிறுவனம் அவர்களின் நோட்ஸ் செயலியை அவர்களின் செல்பேசிகள், கணினிகள், ஐ-பேட்களுக்கு மட்டுமே வெளியிட்டிருக்கிறார்கள்.

பிறகு எப்படித்தான் குறிப்புகளை ஆன்ட்ராய்ட்க்கு கொண்டு வருவது? நோட்ஸ் செயலியைத் திறந்து ஒவ்வொரு குறிப்பாகக் கூகுள் கீப் செயலிக்கோ, மைக்ரோசாப்ட் ஆபீஸ் நோட்ஸ் செயலிக்கோ, அல்லது ஜிமெயிலுக்கோ நீங்கள் அனுப்பி, அவற்றை ஆன்ட்ராய்ட்டில் பெறலாம். ஆனால் பல நூறு குறிப்புகள் இருந்தால் இது உதவாது. சில மூன்றாம் நிறுவனங்களின் செயலிகள் இவற்றைச் செய்வதாகச் சொல்கிறார்கள், ஆனால் அவையெல்லாம் விலை கொடுத்து வாங்க வேண்டியவை. அதோடு அவர்களின் நம்பகத்தன்மை நமக்குத் தெரியாது. நம் தரவுகளை அவர்களின் படைப்புகளை நம்பிக் கொடுப்பது ஆபத்து.

தவறான யோசனைகள்

இணையத்தில் பல பழைய, அல்லது தவறான யோசனைகள் இந்த ஐபோன் நோட்ஸ் பிரச்சனைக்குக் கொடுக்கிறார்கள். அவற்றைத் தவிர்த்து உங்கள் நேரத்தை மிச்சப்படுத்தவும்.

ஒன்று, ஒரு விண்டோஸ் கணினியை, ஐபோனோடு கேபிள் மூலம் இணைக்க வேண்டும், பின்னர் கணினியில் நிறுவியிருக்கும் ஆப்பிள் ஐட்யூன்ஸ் (iTunes) செயலியின் பேக்அப் வசதியைக் கொண்டு, ஐபோன் நோட்ஸ்களை மைக்ரோசாப்ட் அவுட்லுக் (Outlook) செயலிக்கு அனுப்பலாம், பின்னர் அவற்றை அங்கிருந்து ஆன்ட்ராய்டுக்கு பெறலாம். இது ஆப்பிள் ஐ-கிளவுட் மேக-கணிமைக்கு முந்தைய வசதி, தற்போது இது கிடையாது.

இரண்டு, கூகுள் ஜிமெயில் கணக்கை ஐபோனில் நிறுவி நோட்ஸ் சிங்க் என்கிற வசதியை இயக்குவது. இது புதிதாக நீங்கள் எழுதும் குறிப்புகளுக்கு, அதுவும் அவற்றை நீங்கள் ஜிமெயில் கோப்புறைகளில் சேமித்தால் மட்டுமே பயன்படும், அப்போது அவற்றை நீங்கள் எந்த இயங்குதளத்திலும் இருக்கும் ஜிமெயில் செயலியில் அல்லது வலை உலாவியில் (கூகுள் க்ரோம்) இருந்தும் அணுகலாம். ஏற்கனவே ஆப்பிள் ஐ-கிளவுட் மேக-கணிமை சேமிப்பில் இருக்கும் குறிப்புகளை இந்த முறையில் ஆப்பிள் அல்லாத சாதனங்களிலிருந்து அணுக முடியாது.

38. சாலையைப் பார்த்துக் காரை ஓட்டவும்

கடைக்குப் போனோம், இருப்பதைப் பார்த்து நமக்குப் பிடித்ததைத் தேர்வு செய்து வாங்கி, வீட்டுக்குக் கொண்டு வந்து சிலகாலம் கழித்துப் பிடிக்கவில்லை என்றால் உடனே விற்றுவிட்டு வேறு பொருள் வாங்குவது போன்றது இல்லை கார். காரை இரண்டு, மூன்று ஆண்டுகளுக்கு ஒருமுறை செல்பேசியை மாற்றுவது போல மாற்றுவதும் இல்லை. தினம் தினம் நம்மைப் பாதுகாப்பாக வீட்டுக்குக் கொண்டுவிட்டு, வாங்கி பல ஆண்டுகள் நம்மோடு இருக்கும் பொருள் அது. அப்படியான வண்டியைத் தேர்வு செய்யும் போது, இப்போதெல்லாம் முக்கியமாகப் பார்க்கப்படுவது அதிலிருக்கும் பொழுதுபோக்குக் கருவியின் திறனை. அதில் ஒன்று ஆன்ட்ராய்ட் ஆட்டோ வசதி.

ஆன்ட்ராய்ட் ஆட்டோ

நம் செல்பேசிகளில் இருக்கும் அதே ஆன்ட்ராய்ட் இயங்குதளத்தைக் கார்களில் இருக்கும் பொழுதுபோக்குக் கருவியோடு இணைக்கும் வசதியின் பெயர் தான் ஆன்ட்ராய்ட் ஆட்டோ. எதற்காக இது வேண்டும் என்று பிறகு பார்க்கலாம். இது வேலை செய்ய இரண்டு வசதி இருத்தல் வேண்டும் - ஒன்று, உங்கள் காரில் இருக்கும் பொழுதுபோக்குக் கருவியில் ஆன்ட்ராய்ட் ஆட்டோவுக்குக்கான இடைமுகம் இருக்க

வேண்டும். கடந்த ஐந்து ஆண்டுகளில் வரும் பெரும்பாலான கார் பொழுதுபோக்குக் கருவிகளில் இது இருக்கிறது. இரண்டாவது உங்கள் செல்பேசியில் ஆன்ட்ராய்ட் 10 அல்லது அதற்கு மேலான பதிப்பு இயங்க வேண்டும். இது இரண்டும் இருந்தால், உங்கள் செல்பேசியை, கார் இசைப் பெட்டியோடு, யு.எஸ்.பி. (USB) கேபிள் மூலம் இணைக்கலாம் - இது போனைச் சார்ஜ் செய்யப் பயன்படுத்தும் அதே கேபிள்தான். இப்படி இணைப்பதால் உங்கள் செல்பேசியில் இருக்கும் ஆன்ட்ராய்ட் திரையே உங்கள் வாகனத்தில் இருக்கும் பொழுதுபோக்குக் கருவியின் தொடுதிரையில் வந்துவிடும். இதனால் உங்களுக்குத் தெரிந்த கூகுள் மாப்ஸ், ஸ்போடிபை (Spotify), அமேசான் மியூசிக் போன்ற செயலிகள் வாகனத்தின் திரையிலும் வேலை செய்யும். வாகனத்தின் இசைக் கருவியில் இருக்கும் மாப்ஸ் செயலிகள் பல நேரம் ஒன்றுக்கும் உதவாத ஒன்று. அதனால் கூகுள் மாப்ஸ் அந்த இடத்தில் வேலை செய்வது வரப் பிரசாதம். அடுத்து, கூகுள் அசிஸ்டண்ட் என்கிற வாய் வார்த்தைகளால் செயலிகளை இயக்கும் வசதியும் வேலை செய்யும். ஆன்ட்ராய்ட் ஆட்டோவில் வரும் எல்லாச் செயலிகளின் திரையும் பெரிய எழுத்தில், குண்டு குண்டாகப் பார்க்க எளிதாக இருக்கும். வாகனம் ஓட்டும் போது கவனம் சிதறக்கூடாது என்பதால் யூ-ட்யூப் போன்ற ஒளி-ஒலி படங்களைக் காட்டும் செயலிகள் வேலை செய்யாது.

உங்கள் வாகனத்தில் ஆன்ட்ராய்ட் ஆட்டோ இருக்கிறதா என்று பார்க்க கூகுள் நிறுவனத்தின் இந்தப் பக்கத்தில் (www.android.com/auto/compatibility) தேடிப் பார்க்கலாம். துரதிர்ஷ்டவசமாக உங்கள் வண்டியில் இந்த வசதியில்லை என்றால், கவலை வேண்டாம், வண்டியை மாற்ற வேண்டாம். அருகில் இருக்கும் வாகன இசைக் கருவிகள் (Car Audio System) கடைக்குச் சென்று, பயனீர் (Pioneer) அல்லது சோனி போன்ற நிறுவனங்களின் ஆன்ட்ராய்ட் ஆட்டோ வசதியிருக்கும் இசைப்பெட்டிக் கருவியை வாங்கி வண்டியுடன் வந்ததைக் கழட்டி, மாட்டிவிடலாம். இன்னொரு விஷயம், சரியான ஆன்ட்ராய்ட் பதிப்பு இருந்தாலும், மிக விலை குறைந்த ஆன்ட்ராய்ட் செல்பேசிகளில் ஆன்ட்ராய்ட் ஆட்டோ வேலை செய்யாது.

கேபிள் இணைத்ததும் வேலை செய்கிறது. ஆனால் அவ்வப்போது தடங்கல் ஏற்படுகிறது அல்லது வேறு பிரச்சனைகள் வந்தால் கேபிள் சரியில்லை என்று அர்த்தம். பெயர் தெரிந்த நிறுவனங்களின் தரமான தயாரிப்புகளை, அதுவும் மூன்று அடி (ஒரு மீட்டர்) அளவுக்கு குறைவாகவிருக்கும் கம்பிவடங்களைப் பயன்படுத்திப் பார்க்கவும். இந்த ஆன்ட்ராய்ட் ஆட்டோ, கேபிளை இணைக்காமல் புளூடூத் வசதியின் மூலமாகக் கம்பியில்லாமல் வேலை செய்யுமா என்றால், செய்யும், ஆனால் அது சக்திவாய்ந்த சில சாம்சங் செல்பேசிகளிலும், உயர்ரக வாகனங்களிலும் மட்டுமே தற்போது கிடைக்கிறது.

உங்களிடம் ஐஃபோன் இருக்கிறது என்றால் அதில் ஆன்ட்ராய்ட் ஆட்டோ வேலை செய்யாது. ஆப்பிள் நிறுவனத்தின் கார் பிளே என்கிற வசதி உங்கள் வாகனத்தில் இருந்தால் அது ஐஃபோனோடு வேலை செய்யும்- இது ஆன்ட்ராய்ட் ஆட்டோ போன்றது.

வேறு என்ன செய்யலாம்?

ஆன்ட்ராய்ட் ஆட்டோ பயன்படுத்தி வழியைப் பார்க்கலாம், பாட்டுக் கேட்கலாம். வேறு என்ன செய்யலாம்?

ஒரே சமயத்தில் இரண்டு அல்லது மூன்று செயலிகளின் திரைகளையும் ஆன்ட்ராய்ட் ஆட்டோவில் பார்க்கலாம். போகும் வழியை கூகுள் மாப்ஸ் காட்டிக் கொண்டிருக்கும்போது, வரைபடத்தை மறைக்காமல் நமக்கு விருப்பமான பாடல்களைத் தேர்வு செய்ய கூகுள் மியூசிக் செயலியைப் பயன்படுத்த இந்த வசதி உபயோகமாக இருக்கும்.

கையில் செல்பேசியை எடுக்காமல் தொலைபேசி அழைப்புகளை ஒப்புக் கொண்டு காரின் ஒலிவாங்கி, ஒலிபெருக்கிகளின் மூலம் பேசலாம். கூகுள் அசிஸ்டண்ட் வசதி மூலமாக, குரல் கட்டளைகள் மூலம் ஒருவரை அழைத்துப் பேசலாம் - அதாவது நாம் ஒரு தொலைபேசி எண்ணைத் தொடர்பு கொள்ளலாம். அதேபோல, குரல் மூலமாகவே ஒருவருக்குக் குறுஞ்செய்தி அனுப்பலாம். நமக்கு வந்த குறுஞ்செய்தியை ஒலியாக ஆன்ட்ராய்ட் ஆட்டோ படித்துவிடும் - நாம் கண்ணைச் சாலையிலிருந்து எடுத்து, தொடுதிரையில் தெரிவதை படிக்க வேண்டாம் - படிக்கவும் கூடாது.

குறுஞ்செய்தியைப் போலவே, வாட்ஸ்-ஆப் செயலியின் மூலமாகவும் செய்திகளை ஆன்ட்ராய்ட் ஆட்டோவைப் பயன்படுத்தி அனுப்பலாம், பெறலாம். கூகுள் நியூஸ் செயலியைப் பயன்படுத்தி நடப்புச் செய்திகளை ஒலியாகக் கேட்கலாம்.

சில உயர்ரக வாகனங்களில் ஆன்ட்ராய்ட் ஆட்டோவைப் பயன்படுத்தி, வாகனத்தின் செயல்பாடுகளையும் பார்க்கலாம் -உதாரணமாக வாகனத்தில் இருக்கும் எரிபொருள் அளவு, சக்கரத்தில் இருக்கும் காற்றின் அழுத்தம், வாகனம் போகும் வேகம், குளிர் சாதனத்தின் தட்பவெப்ப அளவு என்று பலவற்றைப் பார்க்கலாம் . இதற்கு வாகனத்தில் ஆன்ட்ராய்ட் ஆட்டோவின் சிறப்புப் பதிப்பு இருத்தல் வேண்டும்.

ஆன்ட்ராய்ட் ஆட்டோ 2023

உலகெங்கும் சுமார் இருபது கோடி வாகனங்களில் இந்த ஆண்டு வரப் போகும் ஆன்ட்ராய்ட் ஆட்டோவின் பதிப்பில் இருக்கும் புதிய வசதிகள் சில கீழே.

நீங்கள் போகப் போகும் இடத்தை அடையும் நேரத்தை உங்களின் நண்பர்களுக்கு ஒரே ஒரு சுட்டி மூலம் அனுப்பும் வசதி. மின்சார வாகனங்கள் என்றால், அடுத்து எங்கே மின்னேற்றல் நிலையம் இருக்கிறது என்று தானாகவே காட்டும் வசதி. உங்கள் அலுவலக இணையச் சந்திப்புகளில் (மைக்ரோசாப்ட் டீம்ஸ், கூகுள் மீட், ஜூம்) வாகனத்திலேயே ஒலி வடிவில் கலந்துக் கொள்ளும் வசதியும் வருகிறது.

இவற்றோடு தேவையில்லாத, ஆபத்தான ஒரு வசதியும் வருகிறது, சில குறிப்பிட்ட விளையாட்டுச் செயலிகளின் திரையும் ஆன்ட்ராய்ட் ஆட்டோ மூலம் வாகனத்தின் தொடுதிரையில் வரவிருக்கிறது. கூகுள் நிறுவனம் அடிப்படைப் பாதுகாப்பைக் கருத்தில் கொண்டிருப்பார்கள் என்றாலும் இது நல்லதாகத் தோன்றவில்லை. உங்கள் பாதுகாப்பு உங்கள் பொறுப்பு!

39. எங்கெங்கு காணினும் போலிகளடா!

சாட்-ஜி-பி-டி (ChatGPT) போன்ற ஈனும் செயற்கை நுண்ணறிவு (Generative AI) நுட்பங்கள் பயனர்களுக்கு வரப்பிரசாதம், அதேநேரம் இந்த நுட்பங்கள் கெட்டவர்களுக்கும் சுலபமாகக் கிடைப்பதால் சமூகத்திற்கும், தனிப்பட்ட நபர்களுக்கும் இவற்றால் மிகப் பெரிய தீங்குகள் இழைக்கப்படக்கூடும்.

எத்தகைய தீங்குகள் வரத் தொடங்கியுள்ளன, அவற்றில் இருந்து ஓரளவுக்கு நம்மைப் பாதுகாத்துக் கொள்வது எப்படி என்பவற்றை இந்தக் கட்டுரையில் பார்க்கலாம்.

அறிமுகம்

இதுவரை கண்டுபிடிக்கப்பட்ட அறிவியல் நுட்பங்களிலேயே சமீபத்தில் வந்த ஈனும் செயற்கை நுண்ணறிவுதான் மனிதர்களைப் போலவே, சில சமயங்களில் அவர்களைவிட ஒரு விஷயத்தை இன்னும் சிறந்ததாகச் செய்யக்கூடிய திறன் வாய்ந்தது.

ஒரு சிறு கேள்வி கேட்டால் அதற்கான அறிவு எங்கே இருந்தாலும் அவற்றைத் தேடிக் கொடுப்பதோடு, இல்லாத ஒரு விஷயத்தைத் தானாகவே உருவாக்கக்கூடிய செயல்திறன்தான் இந்த ஈனும் செயற்கை நுண்ணறிவு நுட்பங்களின் தனிச்சிறப்பு. இதுவரை மனிதர்களால் ஏற்கனவே உருவாக்கப்பட்ட விஷயங்களைத் திரும்பக் கொடுக்கக் கூடியதாகக் கணினிகள் இருந்தன. தற்போதைய செயற்கை நுண்ணறிவு வந்ததற்குப்

பிறகு ஒருசில வார்த்தைகளைக் கொடுத்தால் கணினியைக் கவிதை எழுதச் சொல்ல முடியும், கதையை எழுதச் சொல்ல முடியும். ஏன்... புதிதாக நகைச்சுவைத் துணுக்கைக்கூட எழுதச் சொல்ல முடியும். இதோடு இல்லாமல் ஒருசில கட்டளைகளைக் கொடுத்தால், உதாரணமாக அதிகாலை வேளை தண்ணீர் நிரம்பி இருக்கும் ஆற்றின் நடுவில் போகும் படகில் சிறுவனொருவன் பாடிக் கொண்டே செல்கிறான் என்றால் கணினியே அத்தகைய ஒரு படத்தை உருவாக்கிக் கொடுத்துவிடும். அது உருவாக்கும் படத்தில் இருக்கும் சிறுவனோ, ஆறோ, படகோ உலகில் எங்குமே இல்லாதவை, கணினியே தனது கற்பனையில்(?) உருவாக்கிய விஷயங்கள் அவை.

மேலும் கணினிக்கு ஒரு காணொலியை அல்லது சில படங்களைக் கொடுத்து, அதோடு நாமே எழுதியிருக்கும் சில வாக்கியங்களையும் சேர்த்துக் கொடுத்தால் அந்த வார்த்தைகளைப் படத்தில் இருக்கும் நபர் உயிரோட்டமாகப் பேசுவது போன்ற காணொலியைக் "பொய்யாக" உருவாக்கிக் கொடுக்கும். இதைக் கொண்டு மறைந்த மக்கள் திலகம் அவர்களைக் கதாநாயகனாக வைத்து ஒரு புது படத்தை உருவாக்கி தமிழர்கள் அனைவரையும் மகிழ்விக்கலாம். அப்படி உதவக்கூடிய நுட்பத்தை வைத்து நல்லது மட்டுமில்லாமல் கெட்டதும் செய்யப்படுகிறது.

என்ன நடக்கும்?

இந்த நுட்பம் பல ஆண்டுகளாக ஆராய்ச்சியில் இருந்தாலும் இந்தளவு வளர்ந்தது, பொதுப் பயன்பாட்டுக்கு வந்தது கடந்த ஒரு வருடமாகத்தான். அதனால் இதைக் கொண்டு என்ன நல்லது, கெட்டது செய்ய முடியும் என்று முழுப் புரிதல் யாருக்கும் இல்லை. இந்த நுட்பத்தை உருவாக்கியவர்களுக்கும்கூட இல்லை. அதனால்தான் முன்னணியில் இருக்கும் ஓபன். ஏ.ஐ. நிறுவனம் அவர்களாகவே இந்த நுட்பப் பயன்பாட்டைச் சீர்செய்ய அரசுகளைச் சட்டங்களைக் கொண்டு வரச் சொல்லி வற்புறுத்துகிறார்கள்.

ஆள்மாறாட்டம் செய்வதும் போலிச் செய்திகளை ஒரு குறிப்பிட்ட மக்களிடம் பரப்புவதும்தான் இந்த நுட்பத்தைக் கொண்டு அதிகமாகச் செய்யப்படுவதாகத் தெரிகிறது, சில

உதாரணங்களைப் பார்க்கலாம். ஒரு குறிப்பு: இவற்றைப் படித்து, பயப்பட வேண்டாம், பயப்படுவதால் ஒன்றும் ஆகப்போவதில்லை. இப்படியெல்லாம் நடக்கும் என்ற புரிதலே நமக்கு ஓர் ஆரம்பநிலைப் பாதுகாப்பைக் கொடுக்கும் என்பதை நினைவில் கொள்க.

நீங்கள் மளிகைக் கடையில் வேலை செய்கிறீர்கள் என்று வைத்துக் கொள்வோம். பல மாதங்களாக ஒரு வாடிக்கையாளர் பாக்கி வைத்துள்ளார். இந்த நிலையில் மேலும் சில பொருட்களை அவர் கடனாகக் கேட்கும் சமயத்தில், ஒரு தொலைபேசி அழைப்பு வருகிறது. கடை முதலாளி பேசுகிறார், குறிப்பிட்ட வாடிக்கையாளர் எல்லாக் கடனையும் அடைத்து விட்டார், அவர் எதைக் கேட்டாலும் கொடுத்து விடுங்கள் என்று சொல்லுவது போலவே அவரின் குரலிலேயே அழைப்பை உருவாக்கிச் செயல்படுத்த முடியும். இதற்கு முன்பு இது போன்ற அழைப்பைச் செய்யக் கெட்டவர்களுக்கு மாற்றுக்குரலில் பேசும் திறன் வேண்டும். இப்போதோ யார் வேண்டுமானாலும் கணினி மென்பொருளைக் கொண்டு சுலபமாகச் செய்ய முடியும். முன்னர் இந்த மாதிரி போலிகள் பதிவு செய்யப்பட்ட அழைப்பாக மட்டுமே செய்ய முடியும், ஆனால் இப்போது நீங்கள் கேட்கும் கேள்விகளுக்கும் உங்கள் முதலாளியைப் போலவே அவரின் குரலிலேயே உடனடியாகக் கணினியே யோசித்து பதில் சொல்லச் செய்ய முடியும்.

ரஷ்யாவினுள் உக்ரைன் படைகள் ஊடுருவி விட்டன, நாடு முழுதும் அவசர நிலை பிரகடனம் செய்யப்பட்டுள்ளது என்று ரஷ்ய அதிபர் புதின் அறிவிப்பது போன்ற வீடியோ, அந்த நாட்டின் சில பகுதிகளில் கலவரத்தைத் தூண்ட எண்ணிப் பரப்பப்பட்டது. இது பெரியதாக நம்பப்படவில்லை என்றாலும், அணு ஆயுதங்களைப் பற்றி இப்படி ஒரு போலி வீடியோ கட்டளையாக அந்த நாட்டின் இராணுவத்தலைமைக்குச் சென்றால் என்னவாகும் என்று நினைக்கவே பயமாக இருக்கிறது. சில மாதங்களுக்கு முன்பு, தமிழ் நாட்டிலேயே பீகாரித் தொழிலாளர்கள் தாக்கப்பட்டது போல வந்த போலிக் காட்சிகள் செய்த சேதாரத்தைப் பார்த்தோம்.

இதைப் போலவே, பெருந்தொற்றுக் காலங்களில் பல போலி வீடியோக்களைப் பார்த்தோம், ஆனால் அவை போலி என்று சுலபமாகத் தெரிந்தது. தற்போது அவை செய்யப்பட்டால் உடனடியாக அவற்றைக் கண்டுகொள்வது மிகக் கடினம். அவ்வளவு தத்ரூபமாகச் செய்ய முடியும்.

சென்ற ஆண்டு வெளிவந்து வெற்றி பெற்ற 'லவ் டுடே' படத்தில் ஒரு காட்சி வரும்: கதாநாயகியை வைத்து அவரைப் போலவே இருக்கும் போலி ஆபாசக் காட்சியை உருவாக்கி, அவளின் தந்தையே அவளை வெறுத்ததைப் பார்த்தோம். அதற்கான செயலிகள் ஏற்கனவே இருந்தன. தற்போது அதே 'போலி' ஆபாசக் காட்சியை நேரலையாகச் செய்ய முடியும், இதைச் செய்யக் கதாநாயகியின் ஒற்றைப் படம் இருந்தால் போதும், மூல ஆபாசக் காட்சியை வேறு நடிகர்கள் நடித்திருக்கும் வீடியோ எதுவும் தேவையில்லை.

இவையெல்லாம் கற்பனை என்று நினைக்க வேண்டாம். இவற்றைவிட மோசமானது மேலை நாடுகளில், குறிப்பாக அமெரிக்காவில் வரத்தொடங்கியுள்ள போலி மெய்நிகர் கடத்தல் முயற்சிகள். நீங்கள் அலுவலகத்தில் மும்முரமாக வேலை செய்து கொண்டிருப்பீர்கள், அப்போது உங்களின் மனைவியின் தொலைபேசியிலிருந்து அழைப்பு வரும். அதில் அவர் அழுது கதறிக்கொண்டே தான் கடத்தப்பட்டதாகச் சொல்லுவார். எப்போது, எங்கே, என்ன செய்ய வேண்டும்? என்று நீங்கள் கேட்கும் கேள்விகளுக்கு பதிலும் அவரின் குரலிலேயே வரும். பின்பு அவர் சொல்லும் தொலைபேசி எண்ணிற்கு நீங்கள் பணம் அனுப்பியவுடன் அவரே அழைத்து, தான் விடுவிக்கப்பட்டதாகவும் நன்றாக உள்ளதாகவும் சொல்லுவார். இது எல்லாமே போலி. நாம் முன்பே பார்த்தது போல இத்தகைய அழைப்புகள் தொலைபேசி வந்த காலத்தில் இருந்தே வந்து கொண்டிருந்தாலும், இவற்றைச் செய்த குற்றவாளிகள் ஒவ்வொருவராக அழைத்து இத்தகைய குற்றங்களைச் செய்தார்கள். தற்போது இருக்கும் தொழில்நுட்பத்தைக் கொண்டு பல ஆயிரம் நபர்களின் தனிப்பட்ட விஷயங்களை, அவர்களின் உற்றார் உறவினர்களின் எண்களை அறிந்து அவர்களைப்போலவே குரலை மாற்றி ஒரே சமயத்தில் பலநூறு பேர்களையும் அழைத்து ஏமாற்ற

முடியும் என்பது இந்த நுட்பங்களின் தாக்கத்தை, வீரியத்தை அறிந்துகொள்ள உதவும்.

இப்படி வரும் அழைப்புகளில் ஒலியாக மட்டுமில்லாமல் ஒளி, ஒலியாகவும் வரும்படி செய்ய முடியும். அதாவது உங்களை அழைக்கும் அழைப்பு வாட்ஸ்-ஆப்பில் காணொலியாக வந்து உங்களின் மனைவியின் முகம் தெரியும், அவரின் குரலும் கேட்கும். இதனால் உங்களை எளிதாக உணர்ச்சி வசப்படவைத்து நீங்கள் ஏமாறுவது உறுதி செய்யப்படும்.

கண்டறியும் செயலிகள்

எழுத்தாக, வாக்கியங்களாக வரும் ஒரு செய்தி மனிதனால் எழுதப்பட்டதா அல்லது கணினியின் உருவாக்கமா என்று கண்டு கொள்ள ஓபன்-ஏ.ஐ. நிறுவனமே சோதனை முயற்சியாக ஒரு வலைப்பக்கத்தை வெளியீடுள்ளார்கள். இங்கே (platform.openai.com/ai-text-classifier) சென்று உங்களுக்கு வந்த செய்தியை உள்ளீட்டால் அது மனிதனா, செயற்கை நுண்ணறிவா, எழுதியது யார் என்று கணித்துச் சொல்லும். இதே போன்ற செயலிகளை மேலும் பலரும் (writer.com/ai-content-detector) வெளியிட்டுள்ளார்கள்.

நாம் செய்ய வேண்டியது

முதலில் சுலபமானவற்றைப் பார்க்கலாம். தேவையில்லாமல் சமூக வலைத்தளங்களில் உங்களின் படங்களைப் பகிர வேண்டாம். குறிப்பாகக் குழந்தைகளின் படங்கள் வேண்டவே வேண்டாம். உங்கள் குடும்ப வாட்ஸ்-ஆப் குழு என்றால் பரவாயில்லை, அங்கேயும் ஒருநாளில் மறைந்துவிடும் அமைப்பை இயக்கி வைக்க முடிந்தால் நலம். முன்பு வந்த கட்டுரைகளில் கூகுள் போட்டோஸ் செயலியைக் கொண்டு எப்படிப் பாதுகாப்பாகக் குறிப்பிட்ட மின்னஞ்சல் முகவரிகளுக்கு மட்டும் பகிரலாம் என்று பார்த்தோம், அதைச் செய்யலாம். முக்கியமாக நீங்கள் தற்போது எங்கே இருக்கிறீர்கள், என்ன செய்து கொண்டு இருக்கிறீர்கள் என்ற விவரங்கள் வேண்டவே வேண்டாம். பயணத்தில் இருந்தால் முடிந்தளவு திரும்ப வந்தவுடன் ஒவ்வொரு நாளாக, அங்கேயிருந்த போது எடுத்த படங்களைப் பகிரலாம்.

சமூக விரோதிகளை, அதைவிட முக்கியமாக எது உண்மை, எது செயற்கை நுண்ணறிவு நுட்பங்களை கொண்டு பொய்யாக உருவாக்கப்பட்டது என்பதைக் கண்டறியும் நுட்பங்கள் இதுவரை வரவில்லை. அதுவரை நம்மைப் பாதுகாப்பது எப்படி என்று ஆராய்ச்சியாளர்கள் தொடர்ந்து யோசித்து வருகிறார்கள். சமீபத்தில் அமெரிக்காவின் புகழ்பெற்ற எம். ஐ. டி பல்கலை (www.media.mit.edu/projects/detect-fakes/overview/) மற்றும் இஸ்ரேல் நாட்டின் நெகேவ் பல்கலைகள் (arxiv.org/pdf/2301.03064.pdf) தனித்தனியாக வெளியிட்டுள்ள ஆய்வுக் கட்டுரைகளில் இருந்தும் சில யோசனைகளைத் தெரிந்து கொள்ளலாம்.

இவர்களின் பரிந்துரைகள்: சந்தேகப்படக் கூடிய அழைப்புகள் வந்தால், பேசுபவர்களை இரும, சிரிக்க, (அதிகம் தெரியாத பழைய) பாடலை ரீங்காரம் (வாயை மூடிப்பாட) சொல்லுங்கள். கைதட்ட, விசில் அடிக்க கேட்கலாம். பேசும் போது வேகம் கூட்டி, குறைத்துப் பேசக் கேட்கலாம்.

இதே காணொலி அழைப்புகளாக வந்தால், முதலாவதாக அழைப்பவரின் முகத்தைக் கவனமாக, குறிப்பாக உதடுப் பகுதிகளை, புருவங்களை, மச்சங்களைக் கவனிக்கச் சொல்கிறார்கள். முகத்தின் தோல், அதிகச் சுருக்கமாகவோ அல்லது சுருக்கமே இல்லாமல் பட்டுபோல இருந்தால் சந்தேகம் கொள்ளவும். கண்ணாடி அணிந்திருந்தால் அவற்றைக் கழட்டி வைத்து வர, தண்ணீரைக் கோப்பையிலிருந்து கீழே கொட்ட, கன்னத்தை அழுத்திவிட, கண்ணை வேகமாகச் சிமிட்டச் செய்து சந்தேகம் வருகிறதா என்று பார்க்கவும். இரண்டு செய்கைகளைச் சேர்த்துச் செய்யச் சொல்லுங்கள். உதாரணமாக, கையை தட்டிக் கொண்டு பேசவும், ஒரு பொருளை (பந்தை என்று வைத்துக் கொள்ளவும்) கீழே போட்டுவிட்டு வேகமாகத் தலையைத் திருப்பச் சொல்லலாம், சட்டைக் கையை மடித்துக் கொண்டே சிரிக்கச் சொல்லலாம்.

இன்றைய தேதியில் செயற்கை நுண்ணறிவு நுட்பங்கள் இந்த அதிகம் செய்யப்படாத செய்கைகளில் தடுமாறும் என்று கண்டுபிடித்துள்ளார்கள்.

விளையாட்டாகத் தோன்றினாலும் இவையும் பயன் தரக்கூடிய பாதுகாப்பு முயற்சிகள்: பழைய படங்களில் வருவது போன்று உங்கள் குடும்பத்தினர்களுக்கு மட்டும் தெரிந்திருக்கும்படி ஓர் ரகசிய வாக்கியத்தை, பாடலை வைத்துக் கொள்ளலாம். அதேபோல, வீடியோ அழைப்பாக வந்தால் வாயை திறந்து உங்களுக்கு மட்டுமே தெரிந்துள்ள சொத்தைப் பல்லைக் காட்டச் சொல்லலாம்.

அடிக்குறிப்பு

தொழில்நுட்பம் வளர வளர, மேலே பார்த்த சோதனைகளையும் கணினிகள் சுலபமாக செய்துவிடும், அதைக் கையாள அமேசான், பேஸ்புக், மைக்ரோசாப்ட் போன்ற நிறுவனங்கள் சேர்ந்து 'ஆழ்ந்த போலிகள்' கண்டுபிடிப்பு போட்டியையும் அதற்குப் பரிசாக எட்டரைக் கோடி ரூபாயும் அறிவித்திருக்கிறார்கள்.

எவ்வளவு ஜாக்கிரதையாக இருந்தும் நீங்கள் ஏமாற்றப்பட்டால் நீங்கள் முட்டாள் என்று அர்த்தமில்லை. தொழில்நுட்பம் நம்மை மிஞ்சி வளர்ந்துவிட்டது என்றுதான் பொருள். நமக்குத் தெரிந்தவர்களை வைத்து ஆபாசப்படங்கள் வெளிவந்தால், அது உண்மை என்று உடனே நம்பி, தாம் தூம் என்று குதிக்க வேண்டாம், வேண்டாத முடிவுகள் எடுக்க வேண்டாம். நிறுத்தி நிதானமாக, உண்மையை உறுதி செய்தபின் அடுத்ததை யோசியுங்கள்.

தெரிந்தே ஆபாசப் படங்களில் நடித்து பணம் சம்பாதித்து, பின்னர் பாதை மாறி இன்று பல இந்தியப் படங்களில் நல்ல பாத்திரங்களில் நடிக்கும் அளவுக்கு, ஏன்... பல சமூக, கலை நிகழ்ச்சிகளில் அவர் கலந்து கொண்டால் அவரை காணப் பெரியவர் முதல் சிறுவர் வரை அலை அலையாக வரும் அளவுக்குத் தைரியமாக முன்னேறிய சன்னி லியோனை அரவணைத்த நமக்கு, அவரைவிட நம் உற்றார்கள் மேல் அன்பில்லாமலா போகும்?

இத்தகைய சமூக மாற்றங்கள் வரக் காலங்கள் பல எடுக்கும். ஆனால் இந்த நுட்பங்கள் வரும் வேகம் அதிகம் என்பதால் விரைவாக நம் சமூகம் மாற வேண்டும். சிறியவர்கள் முதல்

பெரியவர்கள் வரை, பள்ளிகளில் ஆரம்பித்து அலுவலகங்கள், குடும்பங்களில் இவற்றைப் பற்றிப் பேசத் தொடங்க வேண்டும்.

வருங்காலத்தில் போலிகளைக் கண்டுபிடிக்கும் நுட்பங்கள் நிச்சயம் வந்துவிடும், அதோடு சட்டங்களும் வரும். அதுவரை நம்மையும் நம் உற்றார்களையும் பாதுகாத்துக் கொள்ள இவற்றைப் பற்றிய அறிவு தான் ஆயுதம், வேறு எதுவும் தற்போது இல்லை.

40. மெட்டாவேர்ஸ்: சில குறிப்புகள்

சுமார் இரண்டு ஆண்டுகளுக்கு முன்னர் .ஃபேஸ்புக் நிறுவனம் தனது பெயரை மெட்டா என்று மாற்றிக்கொண்டதிலிருந்து அதிகமாக எதிர்பார்க்கப்படும் ஒரு புதிய துறை மெய்நிகர் உலகம் (மெட்டாவேர்ஸ்) என்பது. விரைவில் இதே துறையினுள் ஆப்பிள் நிறுவனமும் வருகிறது. இவை என்ன, எவ்வளவு தூரம் இவையெல்லாம் நடப்பில் சாத்தியம், இவற்றின் விலை என்ன என்பவற்றைப் பற்றிச் சிறிது பார்ப்போமா?

அறிமுகம்

இவற்றை எளிதாகப் புரிந்து கொள்ள மூன்று முக்கிய தொழில்நுட்பங்களைப் பார்க்கலாம்.

முதலில் வருவது ஆக்மென்டட் ரியாலிட்டி (Augmented Reality), சுருக்கமாக ஏ.ஆர். இதைத் தமிழில் மதிப்புயர்த்திய மெய்ம்மை என்று சொல்லலாம். இன்று வரும் நவீன செல்பேசிச் செயலிகளில் ஒருவரின் படத்தைப் பிடித்து அவரின் அருகில் ஒரு புலியோ அல்லது சூப்பர்மேனோ இருப்பது போல ஒரு ஸ்டிக்கர் ஒட்டிச் செய்வதுதான் ஏ.ஆரின் ஆரம்ப உதாரணம்.

அடுத்து வருவது விரிச்சுவல் ரியாலிட்டி, சுருக்கமாக வி.ஆர். இதைத் தமிழில் மெய்ந்நிகர் காட்சி என்று சொல்லலாம். கணினி நுட்பத்தால் உருவாக்கப்படும் முப்பரிமாணச் சூழல்

இது. இதன் சிறப்பு, நாமே அப்படி உருவாக்கப்பட்ட ஒரு மெய்ந்நிகர் சூழலுக்குள் இருப்பது போன்ற தோற்றத்தை உணரச் செய்வதுதான். அதாவது நீங்கள் நிஜ உலகத்தில் இதைப் படித்து கொண்டிருக்கும் அறையிலிருந்து வெளியேறி கன்னியாகுமரி விவேகானந்தர் பாறையில் இருப்பது போல உங்களுக்குத் தோன்றச் செய்வது தான் வி.ஆரின் ஆரம்ப உதாரணம். இது உண்மை என்று நீங்கள் ஏமாற வேண்டியதில்லை.

இந்த இரண்டையும் கலக்கி ஓர் எண்ணிம உலகத்தை, செயற்கையாக உருவாக்குவது தான் மெய்நிகர் வெளி என்னும் மெட்டாவேர்ஸ்.

மேலே பார்த்த மூன்றும் ஏதோ முப்பரிமாணத் (3 டி) திரைப்படத் தொழில்நுட்பம் என்று புரிந்து கொள்ள வேண்டாம். அன்று பார்த்த மை டியர் குட்டிச்சாத்தான், அவதார் 3டி எல்லாம் வேறு. அதே போலச் சமீபத்தில் வெளிவந்த ஆர்.ஜே.சிவாவின் சிங்கிள் ஷங்கரும் ஸ்மார்ட்ஃபோன் சிம்ரனும் படத்தின் கடைசிக் காட்சியில் வரும் ராட்சசப் பாத்திரங்கள் எல்லாம் ஹாலோகிராம் என்னும் வேறொரு நுட்பம்.

மூன்றில் ஏ.ஆர். என்பது பயன்பாட்டிற்கு ஏற்கனவே வந்துவிட்டது, இன்றே ஆப்பிள் செல்பேசிகளில் இவற்றை நல்ல முறையில் பயன்படுத்தலாம். நாம் வாங்கவிரும்பும் காரை நம் வீட்டு வாசலில் கற்பனையாக நிறுத்தி அழகு பார்க்கலாம், பாலைவன மணலில் எப்படி ஓடும் என்று ஓட்டிப் பார்க்கலாம். கொஞ்சக் காலம் முன்னர் உலகையே கட்டிப் போட்ட போக்கி-மான்-கோ (Pokemon Go) ஒரு ஏ.ஆர். செயலிதான். அடுத்தசில ஆண்டுகளில் நாம் பயன்படுத்தும் பல செயலிகளில் ஏ.ஆர். சாதாரணமான வசதியாக இருக்கும்.

அடிப்படையான வி.ஆர். காட்சியைப் பார்க்க ஒரு வி.ஆர். கண்ணாடி வேண்டும். இருப்பதில் விலை குறைவானது ஃபேஸ்புக் நிறுவனத்தின் மெட்டா குயெஸ்ட் (Meta Quest). சுமார் முப்பதாயிரம் ரூபாய். அதற்குக் கீழே கிடைப்பது எல்லாம் பொம்மைகள். அவற்றைத் தவிர்க்கவும். பயன்படுத்தக்கூடிய மெட்டாவேர்ஸ் என்பது இன்றளவில் வரவில்லை. தற்போது இருக்கும் கருவிகள், மென்பொருட்கள் எல்லாம் அதை நோக்கி முன்னேறிக் கொண்டிருக்கின்றன.

மெய்ந்நிகர் காட்சி என்னும் வி.ஆர்.

இந்த ஆண்டே பெரியளவில் வந்துவிடும் என்று சொல்லப்பட்ட பல தொழில்நுட்பங்களில் இந்த வி.ஆரும் ஒன்று. இதற்குத் தேவையான குறைந்தளவு கணினித் திறன்கள்கூட இன்றளவும் விலை அதிகம். அதனால், சில ஆண்டுகள் வரை வி.ஆர். என்றால் கணினி விளையாட்டுக்களுக்கு மட்டுமே பயன்பட்டு வந்தது. அதுவும் முகத்தை நெற்றியிலிருந்து பாதி மூக்குவரை மறைக்கும் பெரியளவு, எடை அதிகமான கருப்பு (அல்லது வெள்ளை) பெட்டிகளை (கண்ணாடி என்று சொல்லவில்லை) மாட்டிக் கொண்டு, விலையுயர்ந்த கணினியோடு கம்பி மூலமாக இணைத்துப் பயன்படுத்த வேண்டும். பயன்படுத்துபவர்களில் பத்திலிருந்து பதினைந்து சதவிகிதப் பயனர்களுக்குச் சில நிமிடங்களிலே தலை சுற்றக்கூடிய ஆபத்து இதிலிருக்கிறது. பலருக்குப் போக போக இது பழகிவிடும் என்று சொல்லப்படுகிறது.

ஆனால் கடந்தசில ஆண்டுகளுக்கு முன்வந்த மெட்டா குயெஸ்ட் பெரியளவில் இந்தச் சிக்கல்களைச் சுலபமாக்கியிருக்கிறது, அப்படி என்ன செய்ய முடியும் இந்த வி.ஆரைக் கொண்டு..?

பெருந்தொற்றுக் காலத்தில் எல்லோரும் வீட்டில் அடைந்திருந்த போது, மெட்டா குயெஸ்ட்டை மாட்டிக் கொண்டு என்னால் பாரிஸ் நோர்டே-டாம் தேவாலயத்தின் உள்ளே மெய்ந்நிகராகச் செல்ல முடிந்தது. தலையைத் தூக்கி மேலே பார்த்தால் வானுயர்ந்த அந்தக் கூரையை, அதிலிருந்து தொங்கும் விளக்குகளையும், கீழே குனிந்து பார்த்தால் முகம் தெரியும் பளிங்குத் தரையையும் பார்க்க முடிந்தது. நான் நடந்த இடங்களில் சாதாரணமாக அங்கே கேட்கும் ஒலிகளையும் கேட்டேன். உண்மையில் ஏதோ நானே அந்த இடத்தில் இருப்பது போன்றதோர் உணர்வு எனக்கு வந்தது. அடுத்து நான் போனது சீனப் பெருஞ்சுவர், பின்னர் சிட்னி ஒபேரா அவுஸ். இதைத் தவிர்த்து உடற்பயிற்சிக்கான செயலிகள் வி.ஆரில் வருகிறது. அவற்றில் ஃபிட்-எக்ஸ்-ஆர் (FitXR) போன்ற சில செயலிகள் நன்றாகயுள்ளது.

ஆனால் பெருந்தொற்றுக்குப் பிறகு நான் சிலமுறை தான் இந்த மெய்ந்நிகர் பயணங்களில் போனேன். ஏனென்றால், இன்றளவும்

தினம் பயன்படுத்தும் அளவு வி.ஆர். எளிதாகவில்லை. இவற்றை எடுத்து மாட்டிக் கொண்டு வீட்டில் தனியாக இருப்பது எல்லாம் சிரமம். அதிக நேரம் பயன்படுத்தினால் கண்வலி நிச்சயம். கற்பனையைவிட ஒட்டுமொத்தத் திறனும் குறைவாகத் தான் இருக்கிறது.

இருந்தும் சில ஆண்டுகளாக அதிகமாக வி.ஆரைப் பயன்படுத்தத் தொடங்கியிருக்கின்றன பல நிறுவனங்கள். பல ஆண்டுகளாகவே விமான ஓட்டுனர் பயிற்சி வி.ஆர். சூழலில் தான் நடக்கிறது. ஏற்கனவே அமெரிக்கா போர்ப் பயிற்சிகளில் வி.ஆரைப் பயன்படுத்தி வருவதாகச் சொல்லப்படுகிறது. இந்திய ராணுவமும் பல்வேறு முயற்சிக்கான ஒப்பந்தங்களைச் செய்து வருகிறது. தற்போது பெரிய தொழிற்சாலைகளைக் கொண்டு இயங்கும் வாகன உற்பத்தி, ஆபத்தான இரும்பு உற்பத்தி, விலையுயர்ந்த மருத்துவ ஆராய்ச்சி போன்றவற்றில் வி.ஆர். கண்ணாடிகளைத் தினம் பயன்படுத்தி வருகிறார்கள். உலகளவிலான அவர்களின் பணியாளர்களுக்கு இணைய வழிப் பயிற்சி வகுப்புகளையும் நடத்துகிறார்கள். அதோடு நிஜத்தில் செய்ய முடியாத, ஆபத்தான சோதனைகளையும் இந்த வி.ஆர். சூழலில் ஆரம்ப அளவில் செய்கிறார்கள். இவை அடுத்த சில ஆண்டுகளில் அசுர வளர்ச்சி அடையும் என்பது நிச்சயம்.

மெய்நிகர் வெளி என்னும் மெட்டாவேர்ஸ்

மேலே நாம் பார்த்த வி.ஆரில் ஒவ்வொரு சூழ்நிலைக்கும் தனியாகச் செல்ல வேண்டும். நம் வாழ்வில், அடிப்படை மனித வாழ்விற்குத் தேவையான உண்ண உணவு, இருக்க இடம், உடல் நலம் போன்றவற்றைத் தவிர்த்து மீதமிருக்கும் வேலை, வருவாய், சம்பளம், வரி, கல்வி, பொழுதுபோக்கு, சுற்றுலா என அனைத்தையும் செயற்கையான ஒரு மாய உலகில் ஒருசேரச் செய்ய வைப்பது தான் மெட்டாவேர்ஸ். இது ஏதோ புதுக் கற்பனையில்லை. கால் நூற்றாண்டுகளுக்கும் மேலாகவே ஊதி ஊதி மிகவும் எதிர்பார்க்கப்பட்டது இந்த யோசனை.

இந்த உலகத்தை எப்படிப் படைப்பது, யார் கட்டுப்பாட்டில் அது இருக்கும், அதில் வரும் இலாபத்தை எல்லாம் எப்படி ஒரே நிறுவனம் எடுத்துக் கொள்ளச் செய்வது என்று அமெரிக்காவில் இருக்கும் பெரும் கணினி நிறுவனங்கள்

அனைத்தும் போட்டி போட்டுக் கொண்டிருக்கின்றன. அவற்றில் ஃபேஸ்புக் நிறுவனம் தான் முதலில் களத்தில் பெரியளவில் குதித்திருக்கிறது, அவர்களின் மெட்டா குயெஸ்ட் கண்ணாடியில் இதற்கான மிக ஆரம்பநிலைச் செயலிகள் வரத் துவங்கியுள்ளது. இன்னும் சொல்லும்படி எதுவுமில்லை. அதே சமயம் தற்போது இருக்கும் யூனிட்டி-3டி, அன்-ரியல் போன்ற விளையாட்டு இயங்கு தளங்களை கொண்டு பலரும் இந்த மெட்டாவேர்ஸ்ஸை இணைய உலாவிகளிலேயே இரண்டு பரிமாணக் காட்சிகளாகப் பாவனை முயற்சியாகச் செய்யத் தொடங்கியுள்ளார்கள். இவற்றை யூ-ட்யூபில் மெட்டாவேர்ஸ் என்று தேடிப் பார்க்கலாம்.

41. மந்திரமில்லை, ஆனால் மாங்காய்கள் உண்டு!

சாட்-ஜி-பி-டி (ChatGPT) போன்ற ஈனும் செயற்கை நுண்ணறிவு நுட்பங்கள் ஆர்வலர்கள் எதிர்பார்த்ததைவிடக் கணினி உலகை வேகமாக மாற்றி வருகின்றன. இவற்றை அடிப்படையாகக் கொண்டு மைக்ரோசாப்ட் மற்றும் கூகுள் நிறுவனங்கள் போட்டி போட்டுக் கொண்டு பல புதுப் படைப்புகளை அறிமுகம் செய்த வண்ணம் இருக்கிறார்கள். அவற்றில் சிலவற்றை இங்கே பார்க்கலாம்.

அடிப்படைகள்

'ஒரு ரஜினி படத்திற்குக் கதை சொல்லவும்' என்று ஆங்கிலத்தில் (Give a story for a Rajni movie) என்று கேட்டால் உடனே ஒரு புதுக் கதையை நமக்காகவே 'யோசித்து'ச் சொல்கிறது சாட்-ஜி-பி-டி. மந்திரம் மாதிரி ஒரு நொடியில் நடக்கும் இந்தச் செயலுக்குப் பின்னால் கணினியின் உள்ளே செய்யப்படும் பல ஆயிரம், கோடிக்கணக்கான தகவல்கள் உள்ளன என்றால் ஆச்சரியமாகத் தானே இருக்கிறது.? அதுதான் உண்மை.

இதுபோன்ற மென்பொருட்களை வடிவமைக்க உதவும் செயற்கை நுண்ணறிவுத் துறையில் ஒரு பிரிவு 'அடிப்படை மாதிரிகள்' (ஃபவுண்டேஷன் மாடல்ஸ்). அதில் முக்கியமான ஒன்று மிகப்பெரிய மொழி மாதிரிகள் என்றழைக்கப்படும் எல்.எல்.எம். (Large Language Models). இவை பல்லாயிரம்

கோடித் தரவுகளைப் பார்த்து, படித்து, அவற்றைப் புள்ளி விவரங்களாக மாற்றி, அலசி, அதைக் கொண்டு மொழியில் தன்னைத் தயார்ப்படுத்திக் கொண்டிருக்கும் மென்பொருட்கள். இப்படிச் சொல்வதால் கணினிக்கு நாம் சொல்வது புரிந்து விட்டது, அது ஓர் உயிரினமாக மாறிவிட்டது என்றெல்லாம் அர்த்தம் கொள்ளக் கூடாது. கணினி கற்றுக் கொண்டிருப்பது மொழியில் என்னென்ன வார்த்தைகள் வருகின்றன, அவை எந்த அமைப்பில் வருகின்றன போன்ற புள்ளி விவரங்களை, எண்ணிக்கைகளைத் தான். நாம் கேட்கும் கேள்வியையும் இதுபோன்றே கணக்கிட்டு, இரண்டையும் கூட்டி, வரும் (கணக்கு) விடையை மீண்டும் மொழியாக மாற்றி நமக்குச் சொல்கிறது. பெரும்பாலும் இவை சொல்பவற்றை சரியாக இருக்கும் என்றோ சரியானவைதான் என்றோ அறுதியிட்டுச் சொல்ல முடியாது. கணினிக்கு மனிதனைப் போன்ற சிந்திக்கும் திறன் இன்னும் வரவில்லை. வரும் வரை இவையெல்லாம் கணக்கைக் கொண்டு செய்யும் ஊகங்கள்தான்.

இந்த சாட்-ஜி-பி-டி நுட்பத்தைப் பற்றி மேலும் ஒன்றைத் தெரிந்து கொள்ளலாம். எல்.எல்.எம். மொழி மாதிரிகள் குடும்பத்தில் ஓர் உறுப்பினர் ஜி.பி.டி. இதைத் தான் சாட்-ஜி-பி-டி என்கிற வார்த்தையின் பின்பகுதி குறிக்கிறது. ஆங்கிலத்தில் இதன் விரிவாக்கம் ‘ஜெனெரட்டிவ் பிரேடிக்குஷன் டிரான்ஸ்ஃபார்மர்’. தமிழில் ‘முன்பயின்ற ஈனும் மாற்றி’.

ஒவ்வொரு வார்த்தையாகப் பார்க்கலாம். முன்பயின்ற - அதாவது ஏற்கனவே பல்லாயிரம் கோடி தரவுகளைப் படித்துவிட்ட, ரஜினியின் எந்திரன் படத்தில் சிட்டி ரோபோ முடிதிருத்தகக் கடையில் இருக்கும் எல்லா புத்தங்களையும், தொலைபேசி எண்களையும் ஒரு நொடியில் படித்து நினைவில் கொள்ளுமே அது போல. ஈனும் - ஒன்றை உருவாக்குதல், குட்டி போடுதல். மாற்றி - இருக்கும் முறையிலிருந்து வேறொன்றுக்கு மாற்றுவது. இந்த மூன்றையும் சேர்ந்து செய்கின்ற வித்தை ஜி.பி.டி.

மைக்ரோசாப்ட் பிங்க்

ஓபன்-ஏ-ஐ நிறுவனத்தின் சாட்-ஜி-பி-டி. இணையத்தளம் ஒரு சோதனை முயற்சி. சந்தா செலுத்தினால் சிறப்பு வழி கிடைக்கும்

என்று அறிவித்திருக்கிறார்கள். ஆனால், இலவசமாகவே அதே நுட்பத்தைப் பயன்படுத்துவது எளிது. உங்கள் செல்பேசியில் மைக்ரோசாப்ட் பிங்க் (bing) செயலியை நிறுவிக்கொள்ளலாம். அல்லது உங்கள் விண்டோஸ் கணினியில் இருக்கும் எட்ஜ் (Edge) வலை உலாவியில் புதிதாக வந்திருக்கும் பிங்க் சாட் பொத்தானை இயக்குவது.

இதைக் கொண்டு என்ன செய்யலாம்? என்னன்னமோ செய்கிறார்கள், ஒரே ஒரு வரிக் கட்டளையை (பிராம்ப்ட்) கொடுத்துவிட்டு, ஒரு முழுக் கட்டுரையை எழுத வைக்கிறார்கள். அது சரியா, தவறா என்று கேட்கக் கூடாது. பிங்க் செயலியைச் சில வாரங்களாக நான் அதிகம் பயன்படுத்துகிறேன். வெள்ளைத் தாள் சிக்கலைத் தாண்டிச் செல்ல மிகப் பயனாக இருக்கிறது. அது கொடுக்கும் யோசனைகளில் சிலவற்றை எடுத்துக் கொண்டு, மேலும் விவரங்களை அதனிடமே கேட்டு, எனக்குத் தெரிந்தவற்றைச் சேர்த்து நான் என் சொந்த வரிகளில் எழுதுகிறேன்.

உதாரணமாகப் பொன்னியின் செல்வன் படக்கதைச் சுருக்கத்தை கொடுக்கவும் என்று பிங்க் சாட்டுக்குக் (chat) கட்டளை கொடுத்தால் ஒரே நொடியில் விடையாகவே கொடுத்துவிடுகிறது. கூகுள் தேடுபொறி என்றால் அது கொடுக்கும் பட்டியலைப் பார்த்து, அவற்றில் ஒன்றைச் சொடுக்கி வரும் பக்கத்திற்குச் சென்று படிக்க வேண்டும். இங்கே விடை உடனே.

கம்போஸ் (Compose) என்கிற வசதியைக் கொண்டு, வங்கி மேலாளருக்கு வைப்புத் தொகையை மேலும் ஒரு வருடம் நீட்டிக்கவும் என்றால், ஒரு முழுநீளக் கடிதத்தை பிங்க் செயலியே எழுதிக் கொடுத்து விடுகிறது. வரும் கடிதத்தின் உரைநடையை வேடிக்கையான மொழியில் வேண்டும் என்றால் உடனே எழுதியதை அதற்கு ஏற்ப மாற்றிக் கொடுத்துவிடும். அளவைப் பெரியதாக்கவோ, குறைக்கவோ சொல்லலாம்.

மைக்ரோசாப்ட் டிசைனர்

வெறும் உரைநடை பெறுவதைத் தாண்டி ஜி.பி.டி. நுட்பத்தைப் பயன்படுத்தி மேலும் பல அதிசயச் செயல்களைக் கணினியில்

செய்யலாம். உதாரணமாக மைக்ரோசாப்ட் டிசைனர் (designer.microsoft.com) என்ற புதிய செயலி. இது கான்வா போன்ற ஒரு வடிவமைப்புச் செயலி.

இதன் விசேஷம் இதில் சேர்க்கப்பட்டுள்ள ஜி.பி.டி. நுட்பம். செயலியை இயக்கி 'வரும் வெள்ளிக்கிழமை நடைபெறும் சுற்றுச் சூழல் பாதுகாப்பு குறித்த பேச்சைப் பற்றி ஓர் இன்ஸ்டாகிராம் பதிவு வேண்டும்' என ஆங்கிலத்தில் உள்ளிட்டால் அதுவாகவே படங்களைத் தேர்வு செய்து, வண்ணங்களை முடிவு செய்து, வார்த்தைகளை எழுதி, மொத்தமாக எல்லாவற்றையும் வடிவமைத்துக் கொடுத்துவிடும். விரும்பினால் நாம் அதில் மாறுதல்களைச் செய்யலாம்.

மைக்ரோசாப்ட் 365 கோ-பைலாட்

மைக்ரோசாப்ட் நிறுவனப் பொறியாளர்களைத் தாண்டி வெளியில் யாருக்கும் இன்னும் இதற்கு அனுமதி கிடைக்கவில்லை. சமீபத்தில்தான் இதைப் பற்றி முறையாக மைக்ரோசாப்ட் பேசியது.

மைக்ரோசாப்ட் *365* கோ-பைலாட்டை கொண்டு மைக்ரோசாப்ட் வேர்ட் செயலியில் இப்படி ஒரு கட்டளையை ஆங்கிலத்திலிடலாம் 'ஏப்ரல் மாதச் செலவுகள் கணக்கைக் கொண்ட எக்சல் ஷீட்டை எடுத்து, அதோடு புது அலுவலக வேர்ட் டாக்குமென்ட்டை இணைத்து ஓர் இரண்டு பக்கச் சுருக்கத்தைக் கொடுக்கவும்'. அப்படியே ஒரு புது வேர்ட் ஆவணம் உருவாக்கப்பட்டு நமக்குக் கிடைக்கும்.

மேலும் சில உதாரணங்கள்: 'இந்த வேர்ட் ஆவணத்தைக் கொண்டு, ஒரு நான்கு பக்க பவர்பாயிண்ட் வில்லைகளை உருவாக்கவும்', 'சென்ற வாரம் நான் விடுமுறையில் இருந்த போது வந்த அனைத்து மின்-அஞ்சல்களையும் தொகுத்து ஓரிரு பத்திகளில் முக்கிய விவரங்களைச் சொல்லவும்', 'இப்போது நாம் பங்குபெற்ற காணொலியில் எடுத்த முக்கிய முடிவுகள் எவை?', 'சென்ற ஆண்டு வருவாயை இரட்டிப்பாக்கி, செலவை ஒன்றரை மடங்காக்கி, அடுத்த ஆண்டுக்கான வரவு-செலவுக் கணக்கை ஒரு வரைபடமாகக் கொடுக்கவும்'.

மேலே பார்த்தவற்றை மைக்ரோசாப்ட் பொறியாளர்கள் செயல்முறை விளக்கமாகக் காட்டிய போது பிரமிப்பாக இருந்தது, நம் ஒவ்வொருவரின் கணினிப் பயன்பாட்டைப் பல விதங்களிலும் மாற்றக் கூடியது ஜி.பி.டி. நுட்பம் என்பதில் சந்தேகமேயில்லை. சுவையான மாங்காய்களுக்குப் பஞ்சம் இருக்கப் போவதில்லை, மந்திரம் போடத் தயாராகவும்.

42. வித்தை காட்டும் கலை

கறுப்பு வண்ணத்தில் சாதாரண உடை, தனக்குப் பின்னால் இருக்கும் திரையில் கறுப்பு வண்ணக் காட்சி, அதில் ஒரு சில வார்த்தைகள் வெள்ளை நிறத்தில் அவ்வளவுதான். ஆனால் அரங்கில் இருக்கும் அனைவரும், அதை காணொலியாகப் பார்த்துக் கொண்டிருக்கும் கோடானுகோடி மக்களும் அவர் விற்கும் எந்தக் கணினியையும் எவ்வளவு விலை கொடுத்தாவது வாங்க இரவு பகலாக வரிசையில் நிற்பார்கள். அந்த மாதிரியான வசீகரப் பேச்சாளர் ஆப்பிள் நிறுவனத்தின் ஸ்டீவ் ஜாப்ஸ். ஆனால், நாமெல்லாம் அவரை மாதிரி கருப்புநிறக் காட்சிகளை மட்டும் வைத்துக் கேட்பவரின் கவனத்தை ஈர்க்க முடியாது. நமக்குத் தேவை ஜொலிக்கும் விளக்கக் காட்சிகள், அதைச் செய்வதற்குச் சிறந்த செயலி இன்றும் மைக்ரோசாப்ட் ஆபீஸ் தொகுப்பில் வரும் மைக்ரோசாப்ட் பவர்பாயிண்ட் தான்.

தற்போது மைக்ரோசாப்ட் *365* என்கிற சந்தா மூலமாக வருவது நம் அப்பா காலத்து மைக்ரோசாப்ட் பவர்பாயிண்ட் கிடையாது. கடந்த சில ஆண்டுகளில் பல நூறு புதிய வசதிகள் இதில் வந்து கொண்டே இருக்கின்றன. அவற்றில் சிலவற்றை இங்கே பார்க்கலாம்.

முகத்தைக் காட்டவும்

ஒவ்வொரு காட்சி வில்லைகளாக (ஸ்லைட்) திரையிட்டுப் பேசிக் கொண்டே போனால், பார்வையாளர்களோடு தொடர்பு ஏற்படுத்த முடியாது. அதுவும் இணையக் வழி காணொலி என்றால் இன்னும் மோசம். நாம் பேசும் வார்த்தைகளைக் கேட்பதோடு நம்மையும் நம் முகபாவங்களையும் பார்க்க முடிய வேண்டும். இதைச் செய்ய ஜும், மைக்ரோசாப்ட் டீம்ஸ் போன்றவற்றால் முடியும். ஆனால் வீடியோக் கோப்பாகப் பதிவு செய்ய வேண்டும். யூட்யூப்பில் பகிர வேண்டும் என்றால் மூன்றாமவர் செயலிகளைத்தான் நாட வேண்டும்.

இப்போது இதை மைக்ரோசாப்ட் பவர்பாயிண்ட் செய்ய முடியும். இதைச் செய்ய ரெகார்ட் (Record) ரிப்பனின் (மேல் பட்டையில்) காமியோ (Cameo) என்கிற வசதியைப் பயன்படுத்தலாம். இது மிகவும் எளிது.

இந்த வசதியில் ஒளிப்படக் கருவி மூலமாக வரும் நம் தோற்றத்தை வட்டமாக, சதுரமாக, சப்பையாக என்று பல வடிவங்களில் வரச் செய்யலாம், விளிம்புகளை வேண்டிய தடிமனில், நிறத்தில் வரையலாம். இந்த ரெகார்ட் (Record) ரிப்பனில் இருக்கும் வசதியைக் கொண்டே நம் முழு பேச்சையும், எல்லாக் காட்சி வில்லைகளையும் சேர்த்து அசைபடமாகப் பதிவும் செய்து விடலாம்.

முன் வடிவமைத்த படிவங்கள்

இந்த வசதி முதல் மைக்ரோசாப்ட் பவர்பாயிண்ட் பதிப்பிலேயே இருந்தாலும், பெரும்பாலானவர்கள் இதை மறந்து விடுகிறார்கள். ஒரு புதுக் காட்சி வில்லைத் தொகுப்பைச் செய்கிறீர்கள் என்றால், ஒவ்வொரு ஆக்கக்கூறுகளாக- அதாவது வரிகளைக் காட்டும் வார்த்தைகள் பெட்டி (டெக்ஸ்ட்பாக்ஸ்), படப்பெட்டி (பிக்சர்), வடிவங்கள் (ஷேப்ஸ்) என இன்ஸெர்ட் ரிப்பன் மூலமாக நுழைத்துக் கொண்டே வரவேண்டாம். ஒரு காட்சிவில்லை எப்படியிருக்க வேண்டும், வலதில் ஒரு வார்த்தைப் பெட்டி, இடதில் ஒரு படப்பெட்டி என்றிருக்க வேண்டும் என்றால் அப்படியான ஒரு வடிவமைப்பை ஏற்கனவே மைக்ரோசாப்ட் வைத்திருக்கிறார்களா என்று

பார்க்கவும். புதுக் காட்சி வில்லையின் (ஸ்லைடின்) நடுவில் சுட்டியைக் கொண்டு சென்று வலது விரலால் சொடுக்கி, வரும் பட்டியலில் வடிவமைப்பு (லேஅவுட்) என்பதினுள் சென்றால் பல மாதிரிகள் இருக்கும், அதில் கிட்டத்தட்ட நமக்கு வேண்டியதைத் தேர்வு செய்யவும். இப்படிச் செய்வதால் பல பயன்கள்.

ஒன்று இதில் வரும் வடிவமைப்புகள் அனைத்தும் வல்லுநர்களால் உருவாக்கப்பட்டது, அதனால் அவை அம்சமாக இருப்பது உறுதி. இரண்டு, இது தான் முக்கியம்- நாமாக அங்கொன்று இங்கொன்றாகப் பெட்டிகளை நுழைக்காமல், வடிவமைப்புகளை மட்டுமே கொண்டு முழு பிரசன்டேஷனையும் செய்திருந்தால் ஒரே ஒரு சொடுக்கில் அதிலிருக்கும் எல்லாக் காட்சி வில்லைகளின் நிறத்தை, தோற்றத்தை, அசைவுகளை மாற்ற முடியும். அதைச் செய்ய டிசைன் (Design) ரிப்பனைப் பயன்படுத்தவும். அதில்பல 'தீம்ஸ்' என்கிற முன்வடிவமைத்த படிவங்கள் இருக்கும். அதற்கும் மேல் பல ஆயிரம் மைக்ரோசாப்ட் இணையதளத்திலிருந்து பெறலாம்.

மந்திர வடிவமைப்பாளர்

இந்தச் சிறப்பம்சத்தைக் கொண்டு உங்களின் காட்சி வில்லைகளை மிளிர வைக்கலாம். எந்தவித வண்ணமோ, சிறப்பு வடிவமைப்போ இல்லாமல். ஆனால் விவரங்கள் மட்டுமே எழுதியிருக்கும் காட்சி வில்லையில், டிசைனர் வசதியைக் கொண்டு மந்திரம் போலப் படங்களையும், வண்ணங்களையும் வரவைக்கலாம். எந்திரவழிக் கற்றல் மூலமாக இந்த வசதி வேலை செய்வதால் தானாக வரும் படங்களும், வண்ணங்களும் ஏதோ பொதுவாக இல்லாமல் நாம் எழுதியுள்ள கருத்துக்கு ஏற்றது போல வரும். உதாரணமாக விமானங்களைப் பற்றி எழுதியிருந்தால் விமானங்கள், விமான நிலையப் படங்கள் வரும்.

இந்த வசதியை இயக்க டிசைன் (Design) மேல் பட்டையின் வலது கோடியில் டிசைனர் பொத்தானை அழுத்தவும்.

தனிப்பட்ட பயிற்றுநர்

காட்சி வில்லைகளைச் செய்தாகிவிட்டது, பேச்சும் தயார். ஆனால் நாம் நன்றாகச் செய்திருக்கிறோமா என்பதைச் சரிபார்க்க வந்திருக்கும் புது அம்சம் இது. இதன் பெயர் பயிற்றுநரோடு ஒத்திகை பார் (Rehearse with coach). இது இருப்பது ஸ்லைட்-ஷோ மேல் பட்டையில். இதை இயக்கி நம் முழு பிரசன்டேஷனையும் ஓட்டி, பேசினால் பவர்பாயிண்ட்டின் செயற்கை நுண்ணறிவு மென்பொருள் நாம் பேசியதைக் கேட்டு, அளந்து, ஆராய்ந்து நாம் பேசியிருந்தால் மெதுவாகப் பேசவும் என்று ஆலோசனை சொல்லும். பல இடங்களில் ஊஊஊம் என வார்த்தைகளைப் பேசாமல் இழுத்துக் கொண்டிருந்தால் அதையும் சுட்டி காட்டும்.

இந்தக் காட்சிவில்லையில் நிறைய வார்த்தைகள் இருக்கின்றன. ஆனால் நீங்கள் குறைவாகப் பேசுகிறீர்கள் என்றும் சொல்லும். மிக வசதியான நம் தனிப்பட்ட பயிற்றுநர் இவர். நன்றாகப் பயன்படுத்திக் கொண்டு உங்கள் பேச்சுக்களை இன்னும் சிறப்பாகச் செய்யவும்.

பகிரவும்

நாம் உருவாக்கிய பவர்பாயிண்ட் கோப்பை அடுத்தவரோடு பகிர்வது மிக எளிது. உங்களிடம் இலவச மைக்ரோசாப்ட் கணக்கு இருந்தால் போதும். கணினியில் பவர்பாயிண்ட் செயலியின் வலது கோடியில் ரிப்பன் பட்டைக்கும் மேலே ஷேர் என்கிற, சிகப்பு நிறத்தில் இருக்கும் பொத்தானை இயக்கி, ஒரே சொடுக்கில் கோப்பை மைக்ரோசாப்ட் ஒன்டிரைவ்வில் சேமிக்கலாம். அது வழங்கும் இணைய முகவரியை மற்றவரிடம் வாட்ஸ்-ஆப் அல்லது மின்-அஞ்சல் மூலமாகப் பகிரலாம்.

குறிப்பு : மேலே நாம் பார்த்த வசதிகளில் சில சமீபத்திய மைக்ரோசாப்ட் ஆபீஸ் பதிப்புகளில் தான் இருக்கும், அப்படியும் சிலவற்றுக்கு அவர்களின் மைக்ரோசாப்ட் 365 சந்தா தேவைப்படலாம். சில அவர்களின் இலவச இணையப் பதிப்பான office.com-ல் இருக்கலாம். உங்களிடம் இருக்கும் பதிப்புக்கான விவரங்களுக்கு office.microsoft.com பக்கங்களைப் பார்க்கவும்.

43. சிங்கிளாக வந்த சிங்கம்

பல மாதங்களாக 'வரும், வராது', 'இதுவரை வந்தது எதுவும் பெருமளவில் புகழ் பெறவில்லையே, அதனால் இவர்கள் இதைச் செய்வார்களா செய்ய மாட்டார்களா', 'அந்தப் பழ நிறுவனம் தனது மந்திரக்கோலை இந்தத் துறையின் மீது தொடுவார்களா' என்று பல கேள்விகளோடு கணினி உலகமே எதிர்பார்த்தது வந்தேவிட்டது.

இந்திய ரூபாயில் மூன்று இலட்சம் விலை. அதுவும் அடுத்த ஆண்டு (2024-ல்) தான் வரப்போகிறது, இருந்தும் கணினியுலகப் பத்திரிகையாளர்கள் அனைவரும் இதைப் பற்றித்தான் பேசுகிறார்கள். வெளிவந்த ஆண்டில் மட்டுமே இதன் விற்பனையின் மூலம் தயாரிக்கும் நிறுவனத்திற்கு நேரடி வருவாயாக நாற்பதாயிரம் கோடி ரூபாய் வரும் எனக் கணித்திருக்கிறது பாங்க் ஆஃப் அமெரிக்கா.

அப்படி என்ன மாயாஜாலச் சாதனம் இது? உண்மையில், மாயங்களை நம் வீட்டின் வரவேற்பறைகளில், அலுவலகங்களில் செய்யக் கூடிய, வெற்றி பெற்றால் அடுத்த தலைமுறை எப்படிக் கணினியோடு உறவாடுவார்கள் என்பதைப் புரட்டிப் போடக் கூடியதன் ஆரம்பம்தான் ஆப்பிள் நிறுவனம் 2023-ஆம் ஆண்டு ஜூன் 5-ஆம் தேதி அறிமுகப்படுத்திய ஆப்பிள் விஷன் ப்ரோ (Apple Vision Pro).

திரையை விலக்கலாம்

சில ஆண்டுகளாக ஃபேஸ்புக் (தற்போது மெட்டா) நிறுவனத்தின் மெய்நிகர்க் காட்சிகளை (விரிச்சுவல் ரியாலிட்டி சுருக்கமாக வி. ஆர்.) திரையிடும் கருவி மெட்டா குயெஸ்ட் (Meta Quest) கிடைக்கிறது. மற்ற சில நிறுவனங்களும் இதைப் போன்ற கருவியைத் தயாரித்தாலும், ஆகுலஸ்தான் அதிகமாகப் பயன்பாட்டில் இருக்கிறது. மெட்டா குயெஸ்ட் என்பது முகத்தை நெற்றியிலிருந்து பாதி மூக்குவரை மறைக்கும் பெரியளவு, எடை அதிகமான வெள்ளைப் பெட்டி. இதை மாட்டிக் கொண்டால், கற்பனை உலகில் நீங்கள் சஞ்சரிக்கலாம். ஆனால் உங்களுக்கு அருகில், எதிரில் இருப்பவரைப் பார்க்க முடியாது. அவரால் உங்களின் கண்களைப் பார்க்க முடியாது.

இதற்கு மாற்றாக நிஜ உலகில் நாம் பார்ப்பவற்றின் மேலேயே மெய்நிகர் காட்சிகளைச் சேர்த்து திரையிடும் முறையின் பெயர் ஆக்மென்டட் ரியாலிட்டி (சுருக்கமான ஏ.ஆர்.) அதாவது மதிப்புயர்த்திய மெய்ம்மை என்னும் நுட்பம். இதை இன்றே உங்களின் செல்பேசியின் காமிரா செயலிகளில் உங்களின் முகத்தை அழகாக மாற்றும் முறையில் பார்க்கலாம். ஏ.ஆர். நுட்பத்தின் ஒரு எளிய பயன்பாடு இது. வி.ஆர். மற்றும் ஏ.ஆர். தான் தொழில்நுட்ப உலகின் அடுத்த மாபெரும் புரட்சி என்று மார்க் சக்கர்பெர்க் சூளுரைத்தாலும் இதற்குப் பெரிதாக மக்களிடம் வரவேற்பில்லை. முக்கியக் காரணம் இந்த நுட்பத்தைப் பயன்படுத்தத் தேவையான அணிகலன்கள் (கருவிகள்) பெரியதாகவும், சுமாராகவும், அதிக நேரம் பயன்படுத்த முடியாமலும் இருப்பதுதான். இவற்றையெல்லாம் சரி செய்து, கவர்ச்சிகரமான ஒரு கருவியை உருவாக்கியிருக்கிறோம் என்கிறார் ஆப்பிளின் டிம் குக்.

ஆப்பிள் விஷன் ப்ரோ

முகத்தில் கண்களுக்கு மேல் மாட்டிக் கொள்ளும் கருவி இது. இதைக் கொண்டு வி.ஆர். மற்றும் ஏ.ஆர். என இரண்டு மெய்நிகர்க் காட்சி முறைகளையும் பார்க்கலாம். இதை இயக்குவது ஆப்பிள் நிறுவனத்தின் எம்.2. மையச்செயலகம், மற்றும் புது இயங்குதளமான விஷன் ஓ.எஸ்.. இந்தக் கருவியில்

துல்லியமான ஒலிகளைக் கேட்க ஸ்டீரியோ ஒலிபெருக்கிகளும், நாம் பேசுவதை அடுத்த முனையில் இருப்பவரிடம் சரியாக, இரைச்சல் இல்லாமல் கொண்டு சேர்க்க ஆறு ஒலிவாங்கிகளும் இருக்கின்றன.

இதன் வெளிப்புறத்திலும் (அடுத்தவருக்குத் தெரியும் பக்கம்), உட்புறத்திலும் (பயனரின் கண்களைத் தொடும் பக்கம்) கணினித் திரைகள் இருக்கின்றன. இந்தக் கருவியில் அணிவோர் காட்சிகளைப் பார்க்க உட்புறத்தில் இருக்கும் திரை எதற்கு என்று புரிந்துவிடும், ஆனால் வெளிப்புறத்தில் திரைகள் எதற்கு? நாம் ஒருவரோடு பேசும் போது, அவரின் உணர்ச்சிகளை, உடல் மொழிகளை வெளிப்படுத்துவது அவரின் கண்கள் தான், அவை தெரியாவிட்டால் நமக்குக் கோபம் வந்துவிடும். இதைப் போக்க அருகில் இருப்பவருக்குப் பயனரின் கண்கள் வெளிப்படையாக தெரிவது போலத் தோன்றச் செய்யத் தான் இந்த வெளிப்பக்கத் திரை. விஷன் ப்ரோ கருவியை அணிந்திருப்போரின் கண்களை உட்பக்கமாகப் பார்த்தபடி இருக்கும் படக்கருவிகள் படமெடுத்து முன்பக்கத் திரையில் காட்டும். இந்த மாதிரி முன்பக்கமும் திரைகள் இருப்பது இது தான் முதல் முறை.

இவற்றைத் தவிரத் திரையில் நம் கண்கள் எங்கே பார்க்கின்றன என்று கணிக்க, நம்மைச் சுற்றியுள்ள அறையில் என்ன நடக்கிறது என்று தெரிந்து கொள்ள இந்தக் கருவியில் சுமார் பன்னிரண்டு படக்கருவிகளும், லைடார் (LiDAR) என்னும் லேசர் (சீரொளி) கருவிகளும் இருக்கின்றன. நம் பேச்சைக் கொண்டும், கைகளை அசைத்தும் திரையில் தெரிவதைக் கட்டுப்படுத்தலாம். இதனால் இந்தக் கருவியைப் பயன்படுத்தக் கையில் எந்தவித கட்டுப்படுத்திகளும் தேவையில்லை. செல்பேசிகளைப் போன்று இதிலும் வேகத்தை, தனது தற்போதைய நிலைப்பாட்டை அறியப் பல உணரிகளும் இருக்கின்றன.

இதன் பயன்கள் என்னென்ன?

இன்று கணினி மற்றும் செல்பேசித் திரைகளில் நாம் பார்ப்பது இரண்டு பரிமாண, தட்டையான காட்சிகள். ஆப்பிள் விஷன் ப்ரோவின் திரைகளில் முப்பரிமாணக் காட்சிகளைக் காணலாம். அதோடு நம்மைச் சுற்றியுள்ள அறையின் சுவர்களின்

அளவிற்குத் திரையில் தெரியும் காட்சிகளின் அளவை பெரியதாக்கிக் கொள்ளலாம். இதனால் 100 அடி பெரிய திரையில் சினிமாவைப் பார்க்கும் தோற்றத்தைப் பெறலாம். நம்மைச் சுற்றியுள்ள நிஜ உலகின் காட்சிகள் நமக்குத் தெரிய வேண்டுமா, அதாவது ஏ.ஆர். வசதி வேண்டுமா, அல்லது நம் இருப்பிடத்தை மறந்து கனவுலகிற்கு நம்மை வி.ஆர். மூலம் கொண்டு செல்ல வேண்டுமா அல்லது இரண்டையும் கலந்து தர வேண்டுமா என்று இந்தக் கருவியின் மேலேயுள்ள திருகாணியைத் திருப்புவதன் மூலம் தேர்வு செய்யலாம்.

சினிமா என்றில்லை, அலுவலக வேலையையும் செய்ய இந்தக் கருவி பயன்படும். நமது மேஜையில் இடத்தை அடைக்கும் பெரிய கணினித் திரைகள் தேவையில்லை. விஷன் ப்ரோவைக் கொண்டு நம் முன்னர் பல 40 இன்ச் கணினித் திரைகள் இருப்பது போன்ற வசதியையும் பார்க்கலாம். நம்மிடம் மேக் கணினி இருந்தால் அதன் திரையை இந்த கருவியின் மூலம் பார்த்தால் போதும்... அதன் திரை அப்படியே விஷன் ப்ரோவில் பெரியதாக வந்துவிடும். நம் கண்களைக் கொண்டே திரையில் இருக்கும் சுட்டியை நகர்த்தலாம் அல்லது எப்போதும் போல விசைப்பலகையையும் பயன்படுத்தலாம்.

இப்போதெல்லாம் உலகில் எந்த மூலையில் இருப்பவரோடும் காணொலிக் காட்சிகளைக் கொண்டு பேசுவது வழக்கமாகி விட்டது, இதை இன்னும் உயிரோட்டமாகச் செய்ய உதவுகிறது விஷன் ப்ரோ.

அடிக்குறிப்பு: பார்க்க, கேட்க விஷன் ப்ரோ கருவி அருமையாக இருக்கிறது. பயன்பாட்டிற்கு வரும் போதுதான் அதன் உண்மையான திறன் தெரியும். விலை மூன்று இலட்சம் என்பதால், குறைந்த எண்ணிக்கையில்தான் இதை வாங்குவார்கள். அவர்கள் இதைப் பாராட்டினால், சில வருடங்களில் கணினித் துறையில் எப்போதும் நடப்பது போல இந்தக் கருவியின் விலையானது படிப்படியாகக் குறைந்து சாமானியர்களும் வாங்கும் அளவுக்கு வரக்கூடும்.

இதன் பேட்டரி நேரம் இரண்டு மணி நேரம்தான். ஆப்பிள் கூட முப்பது நிமிடங்கள்தான் இதைப் பயன்படுத்தப்

பத்திரிக்கையாளர்களை அனுமதித்திருக்கிறார்கள். அதனால் அதிக நேரமோ, நாள் முழுவதுமோ இதைப் பயன்படுத்த முடியும் என்று தோன்றவில்லை. இதனால் எல்லாம் தற்போது இருக்கும் சூழலில் இது செல்பேசியை விரட்டிவிடும் சாத்தியங்கள் தெரியவில்லை. ஆனாலும் கணினித் துறையில் இது மிகப் பெரிய மாற்றத்திற்கான ஆரம்பம் என்பதில் சந்தேகம் இல்லை.

44. எங்கெங்கு காணினும் AI–யடா!

எங்கு பார்த்தாலும் செயற்கை நுண்ணறிவு என்பது பேச்சாக இருக்கிறது. ஏற்கனவே கூகுள் பார்ட், மைக்ரோசாப்ட் பிங் சாட், சாட்-ஜி-பி-டி என்னென்ன செய்யும் என்று பார்த்துவிட்டோம். இவர்கள் மட்டும்தான் இந்தத் துறையில் புதுமை செய்கிறார்களா என்றால் இல்லை. பல புதுத்தொழில்களும் இதில் மும்முரமாக இறங்கியிருக்கிறார்கள். அப்படியான சில செயலிகளை இங்கே பார்க்கலாம்.

எழுதும் எல்லோருக்கும்

பயர்லி (Bearly.AI) என்னும் செயலி விண்டோஸ், ஐஃபோன், லினக்ஸ் இயங்குதளங்களில் கிடைக்கிறது. இதைக் கொண்டு இணையத்தில் கிடைக்கும் விவரங்களை, உங்களின் கணினியில் இருக்கும் தரவுகளைப் படிப்பதை எளிதாக்கலாம், நீங்கள் எழுதும் மின்-அஞ்சல்களை, கட்டுரைகளை, அலுவலகக் கோப்புகளை நன்றாக இருக்கும்படி மாற்றி, இலக்கணப் பிழைகளைச் சரிசெய்து தரச்சொல்ல முடியும். இதைத் தவிர இந்தச் செயலியைக் கொண்டு யூட்யூப், அமேசான் தளங்களில் நீங்கள் பார்க்கும் பக்கத்தில் இருக்கும் எண்ணற்ற கருத்துக்களைத் தொகுத்து, சுருக்கமாகக் கொடுக்கச் செய்ய முடியும்.

காணொலிகளை பார்க்காமல் பார்க்கவும்

கூகுள் க்ரோம் அல்லது மைக்ரோசாப்ட் எட்ஜ் வலையுலாவிகளில் நிறுவிக் கொள்ளக்கூடிய எக்ஸ்டென்ஷன் எய்ட்டிஃபை (eightify). இதைக் கொண்டு யூட்யூப்பில் இருக்கும் ஒரு முழு வீடியோ என்ன சொல்கிறது என்பதைப் பார்த்து நேரத்தை வீணடிக்காமல், ஒரே சொடுக்கில் அதில் பேசப்பட்டிருக்கிற முக்கியப் பகுதிகளைத் தொகுத்து, சில வரிகளாகப் படிக்க முடியும். பிடித்திருந்தால் முழுக் காணொலியையும் பார்த்துக் கொள்ளலாம். முப்பது நிமிடங்களுக்கு மேலேயிருக்கும் காணொலிகள் என்றால் எய்ட்டிஃபை சந்தா எடுக்க வேண்டும்.

காணொலிகளைத் தொகுக்கவும்

பல சமயங்களில் காணொலிப் படம் எடுத்து முடித்திருப்போம். ஒருமணி நேரப் படத்தில் சில இடங்களில் தேவையில்லாமல் அதிக வெறுமையான பகுதிகள் இருக்கும், சில சமயம் ஹும்ம், ஹஆ என்று சொல்லியிருப்போம், அல்லது தேவையான வார்த்தையைத் தவறாகச் சொல்லியிருப்போம். இவற்றையெல்லாம் படங்களாகப் பார்த்து, வெட்டி, ஓட்டுவது மிகச் சிரமம். அப்படியில்லாமல் பேசிய வார்த்தைகளாகப் பார்த்து, தேவையில்லாததை நீக்கி, சில வார்த்தைகளைச் சரிசெய்து, புதிதாகச் சில வார்த்தைகளைச் சேர்க்க முடிந்தால் சுலபமாக இருக்கும். இதைச் செய்யக் கூடியது டிஸ்க்ரீட் (descript) செயலி. நாம் பேசாத வார்த்தைகளை, மென்பொருளே செயற்கை நுண்ணறிவைக் கொண்டு நாம் பேசுவது போலவே செய்ய இதனால் முடியும். இந்தச் செயலியில் ஆங்கிலம், மலாய், மற்றும் ஐரோப்பா மொழிகளில் பேசிய வீடியோக்களை தற்போது எடிட் செய்யலாம். இந்திய மொழிகள் வசதி விரைவில் வரும் என நினைக்கிறேன்.

நாம் பேசியிருந்ததை எடிட் செய்வது சரி, எழுதிய வரிகளிலிருந்து தானாகவே வீடியோப் படத்தை உருவாக்கி, அதில் நாம் தேர்வு செய்த அவதாரத்தைப் பேசுவது போலச் செயற்கையாக செய்யும் தளம் தான் சின்தேஷியா (Synthesia.io). இவர்கள் தளத்தில் தமிழ்நாட்டுத் தமிழ் மற்றும் இலங்கைத் தமிழ் பேசும் வசதியிருக்கிறது, தமிழ் உச்சரிப்பு நன்றாகவே இருக்கிறது.

இவற்றைப் போலவே இன்னொரு செயலி இன்வீடியோ (Invideo.io), நாம் கற்பனை செய்த வீடியோவை, வெறும் வார்த்தைகளால் வர்ணித்தால் எப்படி டால்-இ படங்களை உருவாக்கிக் கொடுக்கிறதோ அதுபோல வீடியோக்களைப் படைக்கக்கூடியது இது. அதோடு வெறும் குறிப்புகள் கொடுத்தால் அதுவாகவே வசனங்களை எழுதிக் காணொலிப் படமாகக் கொடுக்கும்.

நாம் ஏற்கனவே எடுத்த படத்தில் விரும்பாத ஒரு பொருள் வந்துவிடும். உதாரணமாக, நம் குடும்பத்தோடு தாஜ்மஹால் முன் அழகான படம் எடுத்திருப்போம் ஆனால் அங்கேயிருக்கும் குப்பைத் தொட்டி அடிப்பகுதியில் வந்திருக்கும். அதை மட்டும் நீக்க இருக்கிறது இந்த இலவசத் தளம் மேஜிக் இரைஸர் (Magic Studio Magic Eraser).

உதவியாளர் வேண்டுமா?

தயாரிப்பில் இருக்கும் ஒரு செயற்கை நுண்ணறிவு உதவியாளர் தான் கிளாட் (Antrophic Claude). சாட்-ஜி-பி-டியைவிட இவர்களின் தயாரிப்பில் மிகமிகப் பெரிய அளவிலான கேள்விகளை (சுமார் எழுபதாயிரம் வார்த்தைகள்), தரவுகளை உள்ளிட முடியும், வேகமாகவும் பதில் சொல்ல முடியும். இதனால் இது ஆர்வமாக எதிர்பார்க்கப்படுகிறது.

இதைக் கொண்டு உலகில் இருக்கும் எல்லாச் சட்டப் புத்தகங்களையும் ஒரு நொடியில் படித்துத் தொகுக்கச் சொல்ல முடியும். காணொலிகளை, ஒளிப்பதிவுகளைப் படித்து விரைவாகத் தொகுத்து, கேட்கப்படும் கேள்விகளுக்கு உடனடியாகப் பதில்தர முடியும்.

சந்திப்புகளில் என்ன பேசினோம்?

பெருந்தொற்றுக்குப் பிறகு ஒரு நாளில் பல காணொலிச் சந்திப்புகள் நடக்கிறது, அவற்றில் என்ன பேசினோம் என்பதை எழுதித் தொகுப்பது என்பதே பெரிய வேலை. இதைச் சுலபமாக்க வந்திருக்கிறது பாரட் (Parrot.AI) தளம். கூகுள் மீட், ஜூம் போன்ற செயலிகளோடு இணைந்து அவற்றில் நீங்கள் பேசிய சந்திப்புகளைப் படித்து, புரிந்து கொண்டு தொகுத்து வழங்கக்கூடியது பாரட். ஓர் காணொலியைப் பாரட்

படித்துவிட்டால், அந்தச் சந்திப்பில் என்ன பேசப்பட்டது என்று பொதுவாக கேள்வி கேட்டு விடைகளைப் பெறலாம். அல்லது குறிப்பாக இந்த விஷயத்தை யார் பேசினார்கள் என்று கேட்கலாம். பின்னர் பயன்பாட்டுக்கு ஒரு குறிப்புப் பக்கத்தையையும் உருவாக்கலாம்.

ஒலிகளை மெருகேற்றவும்

பல சமயங்களில் நாம் இருக்கும் அறையில் நல்ல ஒலிவாங்கி இருக்காது. அறையில் எதிரொலி கேட்கும், அல்லது வெளியிலிருந்து சத்தம் வரும். இந்தச் சூழலில் நாம் பதிவு செய்யும் ஒலியோ, காணொலியோ நன்றாக வராது. இப்படிச் சுமாராகப் பதிவு செய்யப்பட்ட ஒலிப்பதிவை அடோபி என்ஹன்ஸ் (podcast.adobe.com/enhance) செயலியிடம் கொடுத்தால், சத்தங்களை நீக்கி, துல்லிய ஒலியாக மாற்றிக் கொடுக்கும். தற்போது இது இலவசமாக இருக்கிறது.

வீட்டை மாற்றி அமைக்கவும்

நாம் வீட்டைப் பழுதுபார்க்க, புதுப்பிக்க வேண்டும் என்று விரும்பினால், என்ன மாதிரி அறைகள் வேண்டும் அவற்றினுள் என்னென்ன இருக்க வேண்டும், என்ன வண்ணம் வேண்டும் என்று பலப்பல கேள்விகளுக்கு விடை கண்டுபிடித்தால்தான் செலவு எவ்வளவு என்று யூகிக்க முடியும்.

இன்டீரியர் என்கிற தளத்தில் (Interirorai.com), கட்டணம் செலுத்தி உள் சென்றால் நம் வீட்டின் தற்போதைய படத்தைக் கொடுத்து, நாம் எப்படி மாற்றி அமைக்க விரும்புகிறோம் என்று எழுதினால் பல வடிவங்களை உருவாக்கிக் கொடுக்கும்.

வரும் மாதங்களில் மேலும் பல புதுமையான செயற்கை நுண்ணறிவுச் செயலிகள் வரப் போகின்றன. பயனர்கள் காட்டில் மழைதான்!

45. பசு மாட்டை போனுக்குள் கட்டி வையுங்கள்!

சமீபத்தில் வெளிவந்து வெற்றி பெற்ற 'லவ் டுடே' படத்தில் முக்கியமான கதாபாத்திரம் நாயகன், நாயகியின் செல்பேசிகளும் அதனுள் இருக்கிற வாட்ஸ்-ஆப், இன்ஸ்டாக்ராம் போன்ற செயலிகளும் தான். இந்த பிரபலமான செயலிகளைத் தாண்டிப் பல இலட்சம் செயலிகள் இருக்கின்றன. அவற்றில் தேர்ந்தெடுத்த ஆறு செயலிகளை இங்கே தெரிந்து கொள்ளலாம்.

சமமாகப் பகிர்தல்

நண்பர்களோடு சினிமாவுக்குச் செல்கிறீர்கள். ஒருவர் டிக்கெட் வாங்கப் பணம் தருகிறார், வேறொருவர் வாகன நிறுத்தக் கட்டணம் கட்டுகிறார், இன்னொருவர் இடைவேளையில் சிறுதீனி மற்றும் பனிக்கூழ் வாங்கித் தருகிறார். இப்போது எல்லோரின் செலவுகளையும் எப்படிக் கூட்டி, சமமாகப் பிரித்துக் கொடுக்க வேண்டியவர்களுக்குக் கொடுத்துச் சரி செய்வீர்கள்? இதுகூடப் பரவாயில்லை, பத்துப் பேர் குழுவாக வெளியூருக்குச் செல்கிறீர்கள், செய்யும் செலவுகளை எழுதி வைத்துக் கொள்வதே இங்கே சிக்கல். அதுவும் வெளிநாட்டுப் பயணம் என்றால் இன்னும் சிரமம். இதற்கெல்லாம் தீர்வு ஸ்ப்லிட்-வைஸ் (Splitwise) என்கிற விலையில்லாச் செயலி.

இதைக் குழுவில் இருக்கும் அனைவரும் அவர்களின் ஐஃபோன் அல்லது ஆன்ட்ராய்ட் செல்பேசியில் நிறுவி, ஓர் இலவசக் கணக்கைத் தொடங்கிவிட்டால் போதும். அவரவர்கள் செய்யும் செலவை எழுதி, படம் ஒன்றை வேண்டுமானால் இணைத்து, யாருக்கு எவ்வளவு விழுக்காடு பங்கு என்றும் உள்ளீட்டால் போதும். செயலி அவரவர்களின் பெயருக்கு நேராகச் சரியான தொகையைச் சேர்த்துவிடும். இதில் இன்னொரு சிறப்பு, குழுவில் ஒவ்வொரு செலவையும் எல்லோரும் எல்லோருக்கும் கொடுக்க வேண்டும் என்று சொல்லாது. எந்தளவு பரிமாற்றங்களின் எண்ணிக்கையை குறைத்துத் தீர்க்க முடியுமோ அப்படிச் செய்துவிடும் - எப்படி டாலி கணக்கிடுதல் மென்பொருள் சாதாரணமாக செய்யுமோ அது போல ஒரு வசதி இதில் உண்டு.

மகிழ்ச்சியான பசுமாடு

தமிழகத்தைத் தாண்டி, அதுவும் மொழி தெரியாத ஜப்பான், கொரியா போன்ற நாடுகளுக்கு செல்லும் போது அங்கே சைவ உணவு விடுதிகளைத் தேடிக் கண்டுபிடிப்பது கடினம். இதற்காகவே பலரும் மாவு மாதிரி சுவையே இல்லாத பீட்ஸா வகைகளை, இல்லையென்றால் வெறும் சோற்றை, கொண்டு செல்லும் பருப்புப் பொடியைப் போட்டுச் சாப்பிடுவார்கள். அவர்களின் சிரமத்தைப் போக்கும் செயலி “ஹாப்பி கௌ” (Happy Cow). இதன் விலை ஐஃபோனில் ரூ *350*. இதில் நீங்கள் இருக்கும் இடத்திற்கு அருகில் இருக்கும் சைவ உணவகங்களின் பட்டியல் வரும், தேர்வு செய்து பசியாற முடியும். இதன் சிறப்பு இதில் வேகன் (Vegan) உணவு வகைகள் கிடைக்கும் இடங்கள்தான் வரும். அது என்ன வேகன்? புல்லுணவு என்று தமிழில் சொல்லலாம். இறைச்சி மட்டுமில்லாமல் பால், முட்டை, தயிர் என மிருகங்களிலிருந்து பெறப்படும் எல்லாமே தவிர்க்கப்படும்.

கணக்கில் புலி ஆகவும்

இன்று கணிதம் மிக முக்கியமான பாடமாகிவிட்டது. கணினி செயற்கை நுண்ணறிவு உலகமே கணக்குதான். நம்மில் பலருக்கும் ஓர் இயற்கணிதக் (அல்ஜீப்ரா) கணக்கைக் கொடுத்து தீர்க்கச் சொன்னால் கொஞ்ச நேரமாகும், பழக்கம்

விட்டுப் போயிருக்கும். மாணவர்களுக்குக் கணக்கில் உதவி தேவைப்பட்டால் என்ன செய்ய? இருக்கிறது இந்த விலையில்லாச் செயலி. மைக்ரோசாப்ட் மேத்ஸ் சால்வர் (Microsoft Maths Solver), இதில் ஒரு கணக்குப் புதிரை எழுதியோ, எழுதியதன் படத்தையோ உள்ளிட்டால் அதற்கு விடையும், விடையைத் தீர்த்த முறையையும், அதோடு வரைகட்டத்தையும் சேர்த்துக் கொடுக்கும். கற்றுக் கொள்ள மிக வசதியாக இருக்கும். இந்தச் செயலியைப் போன்றதே போட்டோ-மேத் (PhotoMath) செயலியும்.

நமக்கு நாமே

இன்றைக்கு பேஸ்புக் ஆகட்டும், டிவிட்டர் ஆகட்டும், விளம்பரங்களுக்குத்தான் அவர்களின் முகப்புப் பக்கத்தில் அதிக இடம் கொடுக்கிறார்கள். நமக்கு அவ்வளவாகப் பிடிக்காத அல்லது கோபம் வரவைக்கக்கூடிய பதிவுகளைத் தான் அதிகம் முக்கியத்துவம் கொடுக்கிறார்கள். அதற்குக் காரணம் அப்படியான பதிவுகள் தான் நம்மை அதிக நேரம் செலவு செய்யத் தூண்டுகிறது - அதிக நேரமென்றால் அதிக விளம்பரம், அவர்களுக்கும் அதிக வருவாய்.

இதைத் தவிர்க்க நமக்கு பிடித்த பத்திரிகைகள், எழுத்தாளர்களின் பக்கங்களை, வலைப்பதிவுகளை நாமே தேர்வு செய்து அந்த முகவரிகளை இந்தச் செயலியில் சேர்த்துவிட்டால் நமக்கான தனியான ஒரு முகப்புப் பக்கத்தை உருவாக்கிக் கொடுக்கும். இந்தப் பட்டியலில் விளம்பரங்கள் கிடையாது, மார்க் அல்லது இலான் என்று யாருடைய தலையீடும் கிடையாது. கலப்படமில்லாத செய்திகள், பதிவுகள் மட்டுமே. இந்தச் செயலியின் பெயர் ஃபீட்லீ (Feedly). இதே செயலியில் சந்தா செலுத்தினால், டிவிட்டர் பக்கங்களையும் சேர்த்து ஒரே இடத்தில் படிக்கலாம்.

பல ஆண்டுகளுக்கு முன்னர் கூகுள் இதே போன்ற ஒரு செயலியைக் கூகுள் ரீடர் என்ற பெயரில் வழங்கினார்கள், இப்போது அது இல்லை.

சித்திரமும் கைப்பழக்கம்

இது ஒரு வித்தியாசமான செயலி. இது கணினியில் இருக்கும் கூகுள் க்ரோம் மற்றும் மைக்ரோசாப்ட் எட்ஜ் உலாவிகளில் மட்டுமே வேலை செய்யும். செல்பேசிப் பதிப்பு கிடையாது.

ஒரு புது மொழியை எப்படி கற்கலாம்? ஆசிரியரிடம் சென்று, இணைய வகுப்பு மூலமாக, புத்தகங்கள் மூலமாக. இந்த முறைகளில் எல்லாம் நாம் இதற்காகத் தனியாக நேரம் ஒதுக்க வேண்டும். ஜாயின் டோயு கான் (jointoucan.com) செயலியை (பிரவுசர் எக்ஸ்டென்ஷன்) நிறுவி விட்டு, நீங்கள் கற்க விரும்பும் மொழியைத் தேர்வு செய்தால் போதும். எந்த இணையப் பக்கமாகட்டும், அதிலிருக்கும் ஓரிரு ஆங்கில வார்த்தையை எடுத்துவிட்டு, அந்த வார்த்தையின் பொருளுக்கு ஈடான, நீங்கள் கற்க விரும்பிய மொழியின் வார்த்தையை மாற்றிவிடுவார்கள். வேறு மொழியில் இருந்தாலும் உங்களால் யூகித்துப் படிக்க முடியும். உங்கள் வாசிப்பில் எந்த மாறுதலும் இருக்காது. இது நம் எல்லோருக்கும் இருக்கும் ஒரு மனிதத் திறமை என்று அவர்கள் சொல்கிறார்கள். தற்போது பதினொரு மொழியை (பிரெஞ்சு, ஜப்பான், அரேபிக், ஹிந்தி மற்றும் சில) கற்க அவர்கள் வசதி செய்துள்ளார்கள்.

இதற்கு மேல் கற்க வேண்டுமானால் டிரப்ஸ் (Drops) போன்ற உலக மொழிகளை சுலபமாகக் கற்கும் செயலிகளைப் பயன்படுத்தலாம்.

மூளைக்கு வேலை

உடற்பயிற்சியில் உதவ இன்று பல செயலிகள் வந்துவிட்டன. மூளைக்குப் பயிற்சி செய்ய, சுறுசுறுப்பாக இயங்கச் சில செயலிகள் இருக்கின்றன. எலிவெட் (Elevate) செயலி நம் மொழியறிவை, கணிதத் திறனை அதிகரிக்க, ஞாபக சக்தியைப் பெருக்க என நம் மூளைக்கு வேலை கொடுக்கும் பல வசதிகளை, விளையாட்டுப் போன்ற முறையில் வழங்குகிறார்கள்.

46. மினி மகத்துவம்

நீண்ட நேரம் செயலிகளில் வேலை செய்ய வேண்டியிருக்கிறது ஆனால் செல்பேசியின் சிறிய திரையில் பார்ப்பது கடினமாக இருக்கிறது என்றால் உங்களுக்குத் தேவை ஒரு கணினி. விலை குறைந்த மடிக்கணினியைத் தேர்வு செய்வதை ஏற்கனவே இங்கே பார்த்து விட்டோம்.

உங்களின் கணினிப் பயன்பாடு உங்களின் வீட்டில் அல்லது அலுவலகத்தில் இருக்கும் போதுதான். உள்ளூரில் வேறு இடங்களுக்கு அல்லது வெளியூருக்கு எடுத்துச் செல்லத் தேவையில்லை என்றால் மேஜைக் கணினி சிறந்தது. மடிக்கணினிக்குக் கொடுக்கும் அதே விலையில் அதைவிட அதிகத் திறன் கொண்ட மேஜைக் கணினியை வாங்கலாம்.

சரி, எந்த மேஜைக் கணினியைத் தேர்வு செய்வது.? எனக்கு விலை குறைவாக, ஆனால் சிறப்பான மேஜைக் கணினி வேண்டும் என்றால் மேக் மினி என்ற ஆப்பிள் நிறுவனத் தயாரிப்பைப் பார்க்கலாம்.

எதை வாங்குவது..?

முப்பதாயிரம் ரூபாயிலிருந்து மேஜைக் கணினிகள் கிடைக்கிறது என்றாலும், குறைந்தது இன்டெல் கோர் 5 (Intel Core i5) என்னும் மையச் செயலகம் (சி.பி.யு.) மற்றும் 8ஜீபி நினைவகம் (மெமரி), 128 ஜீபி சேமிப்பகம் (ஸ்டோரேஜ்) இருக்கும் கணினியை வாங்கினால்தான் அன்றாட வேலைகள் எல்லாவற்றையும்

செய்யலாம். இவை ஐம்பதாயிரம் ரூபாயிலிருந்து கிடைக்கிறது. இவற்றில் விண்டோஸ் இயங்குதளம் வரும். கணினி வாங்கிய போது இருந்த அதே வேகம் வருடங்கள் ஆனாலும் இருக்கச் சேமிப்பகம் எஸ்.எஸ்.டி. எனப்படும் சிலிக்கான் சில்லுக்களால் ஆன டிரைவாக (சேமிப்பகம்) இருப்பது நல்லது. அதற்கு இன்னும் ஐந்தாயிரம் ரூபாய் ஆகும். மொத்தம் ஐம்பத்தைந்தாயிரம் ஆகும்.

சில நிறுவனங்கள் இந்த விலைக்கு 21 இன்ச் திரையையும், விசைப்பலகை மற்றும் சுட்டியையும் சேர்த்துக் கொடுப்பார்கள். இல்லையென்றால் அவற்றை நீங்கள் தனியாக வாங்க வேண்டும்.

மேக் மினி

ஆப்பிள் நிறுவனப் படைப்புகள் என்றாலே விலையுயர்ந்தவை என்று நினைத்திருப்போம். ஆனால் அவர்களின் ஆரம்ப மேஜைக் கணினியான மேக் மினி வெறும் அறுபதாயிரம் ரூபாயிலிருந்து கிடைக்கிறது. இந்த விலைக்கே அவர்களின் புத்தம் புதிய, அதிகச் சக்தி வாய்ந்த எம்-2 மையச்செயலகம் கிடைக்கிறது. இன்டெல் கோர் 7 என்னும் சி.பி.யு.க்களைவிடச் சக்தி வாய்ந்தவை இவை. இதே வகையான எம்-2 சிலிக்கான் சில்லுகள் தான் அவர்களின் பல லட்சம் ரூபாய் வகைத் தயாரிப்புகளிலும் வருகிறது. அதோடு நாம் வேண்டும் என்று ஏற்கனவே சொன்ன அளவில் அதாவது 8ஜீபி நினைவகம், 256 ஜீபி சேமிப்பகமும் வருகிறது.

இவற்றில் வருவது விண்டோஸ் இயங்குதளம் அல்ல, மேக் ஓ.யெஸ். என்னும் இயங்குதளம், ஐபோனில் வருவதைப் போன்ற ஆனால் அதைவிட மிக அதிகத் திறமையான இயங்குதளம்.

திரை (மானிட்டர்)

மடிக்கணினியைப் போல மேக் மினிக்கு திரை (டிஸ்ப்ளே) கிடையாது. திரையைத் தனியாக இணைப்பதால் பெரியளவு திரையை மேக் கணினிக்கு வாங்கலாம். இதனால் அதிக விவரங்களைப் பார்க்கலாம். கண்களுக்கு அலுப்புக் குறையும். நாம் கணினியில் வரும் காட்சிகளைப் பார்க்க 21 இன்ச் திரையை ரூபாய் எட்டாயிரத்திலிருந்து வாங்கலாம். ஆனால் குறைந்தது 27

இன்ச் அளவு திரை இருந்தால் பார்க்க, அதிக நேரம் பயன்படுத்த வசதியாக இருக்கும். இவை பன்னிரெண்டாயிரம் ரூபாயில் கிடைக்கிறது. கணினியில் பொதுவான வேலைகள் செய்ய 1080பி வகைத் திரைகள் போதும், நிறைய யூ-ட்யூப் அல்லது நெட்ப்ளிக்ஸில் திரைப்படங்கள் பார்க்க வேண்டுமென்றால் 4கே (4K) துல்லியத்தரத்தில் இருக்கும் திரைகள் வேண்டும். இவற்றின் விலை இரட்டிப்பாக இருக்கும்.

விசைப்பலகை

மடித்து எடுத்துச் செல்ல வசதியாக மடிக்கணினியில் சிறியளவு விசைப்பலகை வரும், ஆனால் மேஜைக் கணினியில் கைக்கு வசதியாக பெரிய விசைப் பலகையைத் தேர்வு செய்யலாம். நாள் முழுக்கத் தட்டச்சு செய்ய இவை ஆரோக்கியமானது, உங்களின் மணிக்கட்டு நன்றி சொல்லும். நல்ல தரத்திலிருக்கும் விசைப் பலகையை மற்றும் சுட்டியையும் சேர்த்து ஆயிரம் ரூபாய்க்கு வாங்கலாம்.

யூ.பி.எஸ். (UPS)

மேஜைக் கணினிகளில் மின்கலம் கிடையாது. அதனால் மின்சாரம் தடைப்பட்டால் நாம் வேலை செய்து கொண்டிருக்கும் தரவுகள் சேமிக்கப்படாமல் தொலைந்துவிடலாம். அதனால் கணினியை நேரடியாக மின்சார பொருத்துக் குழியில் இணைக்காமல் ஒரு யூ.பி.எஸ். (UPS) என்னும் பேட்டரிகளைக் கொண்ட மின்சாரச் சேமிப்பகத்தை நடுவில் வைக்கலாம். மூவாயிரம் ரூபாயில் 600VA அளவு கொண்ட யூ.பி.எஸ்.கள் கிடைக்கும், மின்சாரம் நின்றாலும் இவை உங்கள் கணினியை, கணினித் திரையைச் சுமார் அரைமணி நேரம் வரை வேலை செய்ய வைக்கும்.

அடிக்குறிப்பு: மேக் மினி கணினி அறுபதாயிரம் ரூபாய், 27 இன்ச் திரை பன்னிரெண்டாயிரம் ரூபாய், விசைப்பலகை மற்றும் மவுஸ் ஆயிரம் ரூபாய், யூ.பி.எஸ். மூவாயிரம் ரூபாய் என ஆக மொத்தம் சுமார் எழுபத்தாறாயிரம் ரூபாய்க்கு ஒரு சிறந்த மேஜைக் கணினியை வாங்கலாம். இந்த முதலீடு செய்து வாங்கிய கணினி அடுத்த ஐந்து ஆண்டுகள் வரை நன்றாக வேலை செய்யும்.

47. விக்கி : கைக்குள் ஒரு களஞ்சியம்

இணையத்தைப் பயன்படுத்தும் அனைவருக்கும் தெரிந்த தளமென்றால், கூகுளுக்கு அடுத்தபடியாக கட்டற்ற கலைக்களஞ்சியம் என்ற விக்கிப்பீடியா தான். தெரிந்தோ தெரியாமலோ இதன் பக்கங்களைப் படிக்காதவர்கள் மிகக் குறைவு. மாணவர்களுக்கு இது ஒரு பொக்கிஷம்.

மனித குலத்தின் அவலம் சமூக வலைத்தளங்களில் பெருகி வரும் வன்மம் என்றால், அதே மனித குலத்தின் மகத்தான படைப்பு விக்கிப்பீடியா. எந்த விஷயத்தை எடுத்தாலும் அதைப் பற்றி விக்கிப்பீடியாவில் படிக்கலாம். கட்டணமோ, சந்தாவோ கிடையாது, ஏன் விளம்பரங்களோ, நம் விவரங்களை நமக்குத் தெரியாமல் விற்கும் முயற்சியோகூடக் கிடையாது. ஆங்கில விக்கிப்பீடியாவில் மட்டுமே அறுபத்து இரண்டு இலட்சம் கட்டுரைகள் இருக்கிறது. இதை அச்சடித்தால், ஒரு பாகத்தில் எழுநூறு பக்கம் என்ற அளவில் சுமார் மூவாயிரத்து முந்நூறு பாகங்கள் வரும். இருப்பதிலேயே அதிகம் இருப்பது வாழ்க்கை வரலாறுகளைப் பற்றிய கட்டுரைகள். 270க்கும் அதிகமான மொழிகளில் கட்டுரைகள் இருக்கிறது. தமிழில் பார்த்தால் ஒன்றரை இலட்சம் கட்டுரைகள். இவை எல்லாமே தன்னார்வலர்கள் இலவசமாக எழுதியது.

இப்படியான விக்கிப்பீடியாவை நடத்த, அதாவது தேவையான கணினி வளங்களுக்குச் செலவு செய்ய உதவுவது நன்கொடைகள் மட்டுமே - பெரு நிறுவனங்கள், அரசுகள், உலகம் முழுக்க இருக்கும் பொதுமக்கள் எனப் பலரும் கொடுப்பதைக் கொண்டு இது நடக்கிறது. விக்கிப்பீடியாவில் இருக்கும் கட்டுரையை யார் வேண்டுமானாலும் திருத்தலாம், மாற்றலாம் - சில நேரங்களில் இதை விஷமிகள் தவறாகப் பயன்படுத்தி பொய்களைப் பரப்புகிறார்கள் என்றாலும் இதுதான் விக்கிப்பீடியாவின் தனிச்சிறப்பு. இதைப் போலவே விக்கிப்பீடியாவில் யார் வேண்டுமானாலும் ஒரு புதுக் கட்டுரையை எழுதலாம். இணையதளம் என்பதைத் தாண்டி, விக்கிப்பீடியாவுக்கு என்று செயலி இருக்கிறது, இந்தச் செயலியில் இருக்கும் பிரபலமாகாத வசதிகளை இங்கே பார்க்கலாம்.

விக்கிப்பீடியா செயலி

ஐஃபோன், ஆன்ட்ராய்ட் இரண்டுக்கும் இலவசமாக விக்கிப்பீடியா செயலி கிடைக்கிறது. முதல் முறை இயக்கும் போது நமக்குத் தெரிந்த மொழிகளைத் தேர்வு செய்யலாம். உதாரணமாகத் தமிழ், ஆங்கிலம் என்றால் அந்த இரண்டு மொழிகளில் வந்திருக்கும் கட்டுரைகளை செயலியின் முகப்புத் திரையில் பார்க்கலாம்.

முகப்புத் திரையில் முதலில் வருவது விக்கி ஆசிரியர்கள் உங்களுடைய இடத்திற்கு, மொழிக்கு என்று இன்றைக்குத் தேர்வு செய்திருக்கும் கட்டுரைகள். அவற்றைப் படிக்கலாம். அடுத்து இன்றைக்கு அதிகமானோர் படித்த பக்கங்கள் வரும். உதாரணமாக இந்தக் கட்டுரை எழுதும் சமயத்தில் இந்திய பிரிமியர் லீக் கிரிக்கெட் போட்டியின் விக்கி பக்கம் தான் முதலில். இதைத் தொடர்ந்து நீங்கள் தேர்வு செய்த அடுத்த மொழியில் இன்றைக்கு அதிகம் வாசித்த பக்கங்கள் பட்டியலிடப்பட்டிருக்கும். பிறகு இன்றைக்கான படம். அதைத் தொடர்ந்து உங்களுக்கான சிறப்புக் கட்டுரைத் தேர்வுகள் - இது பேஸ்புக் பக்கம் மாதிரியான ஒரு வசதி, ஆனால் பயனுள்ள படிக்க வேண்டிய, அறிவை வளர்க்க கூடிய பக்கங்களைக் கொண்ட பட்டியல்.

அடுத்தது இன்றைக்கு விக்கியில் வந்த செய்திகளில் முக்கியமானதாக இருப்பவை. அதைத் தொடர்ந்து இன்றைய தேதியில் முன்னொரு வருடத்தில் நடந்த வரலாற்று நிகழ்ச்சியின் பக்கங்கள். இறுதியில் வருவது உங்களுக்கான ஒரு வேண்டுகோள், அங்கொன்றும் இங்கொன்றுமாக விக்கி செயலியே தேர்வு செய்த கட்டுரைகள் உங்களின் பார்வைக்கு. இவற்றில் ஏதாவது ஒன்றில் உங்களுக்கு தேர்ச்சியிருந்தால் அதைப் பற்றி நீங்கள் எழுதலாம், புதுத் தகவல்களைச் சேர்க்கலாம். இப்படி செய்வது சமூக சேவை போன்ற செயல்.

பிறகு படிக்க (ரீட் லேட்டர்)

பல சமயங்களில், படிக்க வேண்டிய, அருமையான கட்டுரைகள் விக்கியில் கண்ணில்படும். ஆனால் அப்போது நேரமிருக்காது. அப்படியான சமயத்தில் அந்தக் கட்டுரையின் கீழே விக்கி செயலியின் சேவ் (Save) என்கிற பொத்தானை அழுத்தினால், அந்தப் பக்கத்தின் முகவரி சேமிக்கப்படும். பிறகு விக்கி செயலியின் முகப்பு திரையின் கீழேயிருக்கும் சேவ்டு (Saved) என்கிற பக்கத்தில் இப்படிச் சேமித்த பக்கங்களின் பட்டியலில் இருந்து விருப்பமானவற்றைத் தொடர்ந்து படிக்கலாம்.

கண்காணிக்கவும் (வாட்ச்)

ஒரு முக்கியமான கட்டுரையைப் படிக்கிறோம், அல்லது நமக்குப் பிடித்த நடிகரைப் பற்றிய பக்கமென்றால் அந்தப் பக்கத்தை வாட்ச் என்று சொல்லிவிட்டால் எந்த புதுத் தகவல் விக்கியில் அதைப் பற்றி வந்தாலும் நமக்கு உடனே விக்கி செயலியில் அறிவிப்பு வந்துவிடும்.

அதேபோல, ஒரு பக்கத்தில் ஏன் இந்தக் குறிப்பிட்ட தகவல்கள் இருக்கின்றன, அல்லது தவறாக இருக்கின்றன, யார் இதை எழுதினார்கள் என்று தெரிந்து கொள்ள விரும்பினால் 'பக்கத்தைத் திருத்திய வரலாறு' (Edit History) என்கிற வசதியைச் சொடுக்கினால் அந்தப் பக்கம் உருவாக்கப்பட்டதில் (எத்தனை ஆண்டுகள் முன்னர் என்றாலும்) இருந்து நடைபெற்ற மாறுதல்களைப் பார்க்கலாம், தவறாக இருந்தால் மாற்றவும் செய்யலாம்.

மொழி மாற்றவும்

ஆங்கிலத்தில் ஒரு கட்டுரையைப் படிக்கிறோம், நமக்குச் சரியாகப் புரியவில்லை இதே பக்கம் தமிழில் இருந்தால் நன்றாக இருக்கும் என்று நினைக்கிறோம். நாமாகத் தமிழ் விக்கிக்குச் சென்று அந்தக் குறிப்பிட்ட தலைப்பை மீண்டும் தேடித் தமிழில் படிக்க வேண்டுமென்றால் சிரமம். ஆங்கிலத்தில் படிக்கும் கட்டுரையின் கீழேயிருக்கும் மொழி என்கிற பொத்தானை அழுத்தி தமிழ் அங்கே வரும் பட்டியலில் வந்தால், அதைத் தேர்வு செய்து உடனடியாகப் படிக்கலாம்.

48. சிறு வியாபாரிகளும் கலக்கலாம்!

இன்று சிறு கூட்டல் செய்யக்கூடச் செல்பேசியோ கணினியோ தேவை. எழுதி ரசீது கொடுப்பதெல்லாம் காலாவதியான விஷயம். கணினி வேலை செய்யவில்லை என்றால் சின்னக் கடையில்கூட- பெட்டிக் கடையைத் தவிர- எந்தப் பொருளையும் வாங்க முடியாது. ஆனால் இப்படியான சிறு, குறு நிறுவனங்களும், ஏன்... தனி ஒருவர் செய்யும் வியாபாரங்களும்கூடச் சில எளிய செயலிகளைப் பயன்படுத்தத் தொடங்கினால் நேரத்தை மிச்சப்படுத்தி, வாடிக்கையாளர்களை மகிழ்விக்கலாம். இவற்றில் பலவும் இலவசமாகக் கிடைக்கின்றன.

ஜோகோ இன்வாய்ஸ்

கடைகளில் ரசீது கொடுக்க இன்று பலரும் ஏதாவது ஒரு பாயிண்ட் ஆஃப் சேல் (PoS) என்னும் விற்பனை முனையக மென்பொருட்களை, உதாரணமாக கோ-ஃப்றுகல் (GoFrugal) பயன்படுத்துகிறார்கள். இன்வாய்ஸ் என்பது பெரும்பாலும் தொழிற்சாலைகளிலிருந்து அல்லது கிடங்குகளிலிருந்து அனுப்பப்படும் அதிக எண்ணிக்கையான பொருள்களை விற்க, அல்லது செய்த சேவையைப் பட்டியலிட்டு விற்கப் பயன்படுத்தப்படுவது. குறு நிறுவனங்கள், சிறு ஒப்பந்தக்காரர்கள், பேச்சாளர்கள், எழுத்தாளர்கள் போன்றவர்கள் அவர்களின் இன்வாய்ஸ்களைப் பெரும்பாலும் மைக்ரோசாப்ட் எக்செல்

அல்லது கூகுள் டாக்ஸ் செயலிகளில் எழுதி உருவாக்குகிறார்கள். தாமே எழுதுவதால் இதில் தவறுகள் வரும். சில விவரங்கள் ஒரு சமயம் விடுபட்டுவிடும். இந்த ஆண்டு அனுப்பிய எல்லா இன்வாய்ஸையும் ஒரே இடத்தில், ஒரு வாடிக்கையாளருக்கு மட்டும் அனுப்பிய இன்வாய்ஸைகளை மட்டும் பார்ப்பது போன்றவற்றைச் செய்வது கடினம். இன்வாய்ஸின் வரிசை எண்ணில் தவறு வரலாம். எந்தத் தவறு வந்தாலும் சரக்கு மற்றும் சேவை வரி (ஜிஎஸ்டி) அதிகாரிகளிடம் பதில் சொல்வது கடினம். ஒரு தரமான கணக்கு வழக்கு மென்பொருளைப் பயன்படுத்தித்தான் இன்வாய்ஸ்களை உருவாக்குகிறோம் என்றால் அரசு அதிகாரிகளும் நம்மை அதிகம் நம்புவார்கள்.

இதற்காக டாலி (Tally) போன்று அதிக விலை கொடுத்து வாங்கி, கற்றுக்கொள்ளப் பல காலம் ஆகும் செயலிகளுக்குப் போக வேண்டாம். ஜோகோ இன்வாய்ஸ் என்னும் இணையச் செயலி இலவசமாகக் கிடைக்கிறது. எதையும் பதிவிறக்கி நிறுவ வேண்டாம். கூகுள் க்ரோம் வலையுலாவி இருந்தாலே போதும். இதில் உங்கள் பெயரை அல்லது நிறுவனத்துப் பெயரை, முகவரியை, வருமான வரி பான் எண்ணை, ஜிஎஸ்டி எண்ணை, வாடிக்கையாளரின் பெயரை, அவரின் முகவரியை, அவரின் வருமான வரி பான் எண்ணை, அவரின் ஜிஎஸ்டி எண்ணை முதல் முறை உள்ளீடு செய்தால் போதும்.

புதிதாக இன்வாய்ஸை உருவாக்குவது என்பது அந்தக் குறிப்பிட்ட பொருள்களின் விவரங்களை, விலையை உள்ளிட்டால் போதும், வேலை மிக எளிதாகிவிடும். ஜிஎஸ்டி வரி விகிதத்தை, வருமான வரி பிடித்த விகிதத்தைத் தேர்வு செய்தால் அதைக் கணக்கிட்டு அதற்கான அதிகாரப்பூர்வ எண்களை (HSN/SAC) மொத்தத்தையும் கூட்டல், பட்டியல் இடுதல் போன்றவற்றை அதுவே செய்துவிடும். கூடுதலாக ஜோகோ இன்வாய்ஸையே வாடிக்கையாளரின் மின்-அஞ்சலுக்கு இன்வாய்ஸை அனுப்பச் சொல்ல முடியும், அதோடு கிடைத்த இன்வாய்ஸில் இருந்தே ஒரே சொடுக்கில் பே-பால், பே-டி-எம் சேவைகளைக் கொண்டு கடன்-அட்டை, யு-பி-ஐ போன்றவற்றைப் பயன்படுத்தி வாடிக்கையாளர் பணம் செலுத்த வகை செய்ய முடியும்.

மைக்ரோசாப்ட் புக்கிங்

நீங்கள் இணைய வழிப் பாடம் எடுக்கிறீர்கள் அல்லது முடிதிருத்தகம் நடத்துகிறீர்கள் என்று வைத்துக் கொள்வோம். ஒரு நாளைக்கு உங்களின் நேரத்தை எந்தெந்த வாடிக்கையாளருக்கு எப்படி ஒதுக்கீடு செய்வது, ஒவ்வொருவரின் விருப்ப நேரத் தேர்வை உங்களின் நேரத்தோடு எப்படி இணைப்பது என்பது மிகக் கடினமான செயல். இதை ஒழுங்காகச் செய்யவில்லை என்றால் ஒரே நேரத்தில் இரண்டு வாடிக்கையாளர் வந்து விடுவார், இல்லை சில மணி நேரத்தில் யாருமே இருக்க மாட்டார்கள். உங்களுக்கு நஷ்டம்.

இதைத் தவிர்க்க மைக்ரோசாப்ட் புக்கிங் செயலியைப் பயன்படுத்தி நீங்கள் அல்லது உங்களின் பணியாளர்கள் வேலை செய்யும் நேரங்களை உள்ளிட்டால் உங்களின் வாடிக்கையாளர்கள் இணைய வழியாக அவர்களின் விருப்ப நேரத்தைத் தாங்களாகவே ஒதுக்கிக் கொள்ளலாம். மாறுதல்களையும் உங்களைத் தொடர்பு கொள்ளாமலே செய்து கொள்ளலாம். தவிர்க்க முடியாத காரணத்தால் ஒதுக்கிய நேரத்தை நீங்கள் மாற்றினால் சம்பந்தப்பட்ட வாடிக்கையாளர்களுக்குத் தகவல் அனுப்பவும் முடியும். இந்தச் செயலி மைக்ரோசாப்ட் டீம்ஸ் காணொலிச் செயலியோடு தானாகவே இணைந்து கொள்ளும்.

உங்களிடம் மைக்ரோசாப்ட் **365** சந்தா இருந்தால் அதில் இந்தச் செயலி ஏற்கனவே இருக்கும். இந்தச் செயலியைப் போன்றே மேலே பார்த்த ஜோகோவும் ஒரு பதிவுச் செயலிச் சேவையை அளிக்கிறது.

ஃபிரெஷ் வொர்க்ஸ் சி.ஆர்.எம்.

உங்களின் நிறுவனத்தில் நூறு வாடிக்கையாளர்களுக்கு மேல் இருக்கிறார்கள் என்றால் உங்களுக்கு சி.ஆர்.எம். எனப்படும் வாடிக்கையாளர் தொடர்பு மேலாண்மை மென்பொருள் அவசியம். இந்த வகை மென்பொருள்களைப் பல ஆண்டுகளாக மைக்ரோசாப்ட், சேல்ஸ்-ஃபோர்ஸ் போன்றவர்கள் வழங்குகிறார்கள். அவை பெரு நிறுவனங்களுக்காக வடிவமைக்கப்பட்டது. அவற்றை நிறுவி, உங்கள் நிறுவனத்திற்கு

ஏற்ற வகையில் மாற்ற நிறையச் செலவாகும். அதைத் தவிர்த்துச் சிறு வியாபாரங்களும் வாடிக்கையாளர் தொடர்பு மேலாண்மை மென்பொருளைப் பயன்படுத்த சமீப காலங்களில் நம் சென்னையிலிருந்து இரண்டு நிறுவனங்கள் செயலிகளை உருவாக்கி இருக்கிறார்கள். ஒன்று மேலே பார்த்த ஜோகோவின் சி.ஆர்.எம்., மற்றொன்று ஃபிரெஷ் வொர்க்ஸ்.

இந்த இரண்டுமே ஒரே மாதிரியானவை. பதிப்புகளில் வேண்டுமானால் மாறுதல்கள் இருக்கலாம். சில யூ-ட்யூப் காணொலிகளைப் பார்த்து உங்களுக்குப் பிடித்ததைத் தேர்வு செய்யலாம். இவற்றால் என்ன பயன்?

உங்களின் வாடிக்கையாளர்கள் அனைவரின் முகவரிகளை ஒரே இடத்தில் உங்கள் நிறுவனத்தில் பணிபுரியும் அனைவரும் பார்க்கலாம். சில மேல் பதிப்புகளுக்கும் சந்தா செலுத்தினால் உங்கள் நிறுவனத்து அனைத்துச் சந்தைப்படுத்தல் (மார்க்கெட்டிங்) முயற்சிகளையும் இந்த சி.ஆர்.எம். மென்பொருள்களைக் கொண்டு ஒருசேரச் செய்ய முடியும். வாடிக்கையாளர்களைக் குறிவைத்த நடவடிக்கைகளில் ஆரம்பித்து, சமூக வலைத்தளங்கள், கூகுள் விளம்பரங்கள் எனத் தொடங்கி, அவர்களின் விருப்பத்தை அறிந்தவுடன் அவர்களைத் தொடர்பு கொள்வது, அவர்களின் தேவைக்கு ஏற்ப செயற்குறிப்பு மற்றும் விலையை முன்மொழிந்து கடைசியில் விற்பனையை முடிப்பது என முழுப் பயணத்தையும் சி.ஆர்.எம். மென்பொருள்கள் ஆவணப்படுத்தும்.

விற்பனைக்குப் பிறகு சமூக வலைத்தளங்கள், மின்-அஞ்சல், தொலைபேசி, இணையம் என எந்த ஊடகம் மூலமாகவும் வாடிக்கையாளர்கள் உங்கள் நிறுவனத்தில் யாரோடெல்லாம் என்ன விஷயமாக, என்று, எவ்வளவு முறை தொடர்பு கொண்டார்கள் எனப் பார்க்கலாம். அவர்களுக்கு உங்கள் பணியாளர்கள் என்ன பதில் சொன்னார்கள், என்ன சேவை செய்தார்கள் என்றும் தெரிந்து கொள்ளலாம்.

மேலே பார்த்தவை மூன்று செயலிகள்தான். உங்களின் வியாபார வகைக்கு ஏற்ற சிறப்புச் செயலிகள் இணையத்தில் கிடைக்கலாம், கொஞ்சம் நேரம் செலவு செய்து தேடிப் பிடித்தால் உங்களின் செயலாற்றல் கூடும், வாழ்த்துகள்.

49. கூகுள் ஜீபூம்பா

கடந்த சில மாதங்களில் ஓபன் ஏ.ஐ. நிறுவனத்தின் சாட்-ஜி-பி-டி (ChatGPT) தொழில்நுட்பத்தை மைக்ரோசாப்ட் தனது பிங்க் தேடுபொறிச் செயலியில் இணைத்துப் புதுமை செய்ததிலிருந்து கூகுள் கொஞ்சம் அரண்டு போயிருக்கிறது. இந்தப் போட்டியை அது எப்படி எதிர்கொள்ளப் போகிறது என்று அனைவரும் அந்த நிறுவனத்தின் வருடாந்திர மென்பொறியாளர்களின் மாநாடான கூகுள் ஐ.ஓ.வைக் கவனித்தார்கள். அப்படி அந்த மாநாட்டில் என்ன புதுமைகள் வெளிவந்தன என்று இந்தக் கட்டுரையில் பார்ப்போம்.

எழுத எனக்கு உதவவும்

மாநாட்டில் கூகுள் தலைவர் திரு.சுந்தர் பிச்சை முதலில் அறிவித்தது ஜீ-மெயில் செயலிக்கு ஹெல்ப்-மீ-ரைட் எனும் வசதி. நாம் தினமும் எழுதும் பல மின்-அஞ்சல்களில் புதுமை எதுவும் இருக்காது, ஒரே மாதிரியான வடிவத்தில் இருக்கும். ஆனாலும் வெற்றுத் தாளில் யோசித்து எழுதத் தொடங்குவது கடினம். இத்தகைய சூழ்நிலையில் ஹெல்ப்-மீ-ரைட் பெரிதும் உதவும். உதாரணமாக நீங்கள் முன்பதிவு செய்திருந்த விமானச்சீட்டு ரத்து செய்யப்பட்டு விட்டது என்று ஓர் அஞ்சல் வருகிறது. அதற்கு விமானச் சேவை நிறுவனத்திடம்

நீங்கள் அளித்திருந்த பணத்தை, இன்னொரு சீட்டாகத் தர வேண்டாம், உங்களின் வங்கிக் கணக்குக்குத் திருப்பித் தரச் சொல்லி ஒரு பதில் எழுத வேண்டும். இதைச் செய்ய ஹெல்ப்-மீ-ரைட் வசதிக்கான பட்டனை அழுத்தி, ‘பணமாகத் திருப்பித் தரவும்’ என்று ஆங்கிலத்தில் கட்டளையிட்டால், வந்திருந்த மின்-அஞ்சலின் விவரங்களைக் கொண்டு கூகுளின் ஜெமினி-2 எனும் மிகப்பெரிய மொழிமாதிரி பதிலை முழுமையாகத் தானாகவே உருவாக்கிக் கொடுக்கும். சரியாக இருக்கிறதா என்று பார்த்து ஒரே நொடியில் இந்த வேலையை முடித்து விடலாம்.

கூகுள் மாப்ஸ்

ஓர் இடத்திலிருந்து இன்னோர் இடத்துக்குப் போக வேண்டும் என்றால் கூகுள் மாப்ஸ் நமக்கு வழியை விவரங்களாகச் சொல்லி விடும். கூகுள் மாப்ஸ் உலகம் முழுவதுமாக இரண்டாயிரம் கோடி கிலோ மீட்டர் தூரத்துக்கான வழியை ஒவ்வொரு நாளும் தந்து உதவுகிறது. இருந்தும் என்னதான் விவரங்கள் தெரிந்தாலும் இதற்குமுன் அந்த வழியில் நாம் போனதில்லை என்றால் தடம் எப்படி இருக்கும், கார் போகும் அளவு இடமிருக்குமா, எங்கே சரியாகத் திரும்ப வேண்டும் என்று பல சந்தேகங்கள் வரும். இதற்கு விடையாக இம்மர்சிவ் வியூ என்னும் வசதி கூகுள் மாப்ஸில் வருகிறது. இதை இயக்கினால் செயற்கை நுண்ணறிவு நுட்பத்தைக் கொண்டு நாம் போக வேண்டிய வழியை முழுவதுமாக முப்பரிமாண காட்சியாக உருவாக்கப்பட்டுத் திரையிடப்படும். இந்த வசதி விரைவில் பதினைந்து உலக நகரங்களுக்கு வருகிறது. அதைத் தொடர்ந்து இந்தியப் பெருநகரங்களுக்கும் வரக்கூடும்.

மந்திரத் தொகுப்பி

என்னதான் பார்த்துப் பார்த்துப் படம் எடுத்தாலும், யாராவது நடுவில் வந்துவிடுவார்கள், அல்லது வெளிச்சம் குறைவாகப் போய்விடும். இதைப் போன்ற சங்கடங்களைக் களைய கூகுள் போட்டோஸ் செயலிக்கு வருகிறது மேஜிக் எடிட்டர் (மந்திரத் தொகுப்பி). விரைவில் இந்த வசதி கூகுள் பிக்சல் செல்பேசிகளைத் தாண்டி எல்லாவிதச் செல்பேசிகளுக்கும் வரும்.

குறிப்புரை

மிகச் சவாலான புதிருக்கும்கூட மென் பொறியாளர்கள் நிரல்களை (source code) எழுதிவிடுவார்கள். ஆனால் எழுதிய கட்டளைகள் என்ன செய்கின்றன, எதற்காக அப்படி எழுதினார்கள் என்று குறிப்புகளை (comments) எழுத மாட்டார்கள். இதற்கு விடையாக 'கேக்கோ' எனும் மிகப்பெரிய மொழி மாதிரியைக் கொண்டு கூகுள் ஒரு வசதியைக் கொண்டுவருகிறது. இதை இயக்கி ஒரே நொடியில் பல நூறு வரிகள் இருக்கும் நிரலாக்கத்தில்கூடக் குறிப்புரைகளை உருவாக்கிவிட முடியும். உங்களின் நிரலைகளை வேறு மொழி பேசுபவர்களுடன் பகிர, உதாரணமாகக் கொரியன் மொழி தெரிந்தவரிடம் அனுப்ப வேண்டும் என்றால் கேக்கோ உங்களின் முழு நிரலைகளைப் படித்து, அதுவாகவே குறிப்புகளைக் கொரியனில் கொடுத்துவிடும்.

ஏமாற்ற முடியாது

செயற்கை நுண்ணறிவு நுட்பங்களைக் கொண்டு நமக்கு வேண்டிய உரைநடைகளை, படங்களைச் சுலபமாகப் பெற்று கொண்டாலும், சில இடங்களில், கெட்டவர்களால் இது தவறாகப் பயன்படுத்தப் படுகிறது, மாணவர்கள் தாங்கள் படித்துப் புரிந்து கொண்டு எழுத வேண்டிய கட்டுரைகளைக் கணினியை உருவாக்கச் சொல்லி விடுகிறார்கள். நடக்காத விஷயங்களை நடந்ததாகக் காட்ட, பொய்யான படங்களை உருவாக்கி, மக்களைச் சமூக வலைத் தளங்களில் ஏமாற்றுகிறார்கள். இதுவும் இதைவிட மோசமான காரியங்களையும் கண்டுபிடிக்கக் கூகுள் அவர்களின் மிகப்பெரிய மொழிமாதிரிகளைக் கொண்டு உருவாக்கப்படும் எல்லாத் தரவுகளிலும் கண்ணுக்குத் தெரியாத ரகசிய முத்திரைகளை, இடைநிலை விவரங்களைச் சேர்க்க உள்ளார்கள். இதனால் எந்தத் தரவுகள், படங்கள் கணினி உருவாக்கியவை எனக் கண்டறிவது சுலபமாகும்.

கூகுள் தேடுபொறி

மேலே பார்த்த பல வசதிகள் வந்தாலும், முக்கியமானது கூகுள் தேடுபொறியில் வரப்போவது தான். ஏனென்றால் கூகுள் தேடுபொறிதான் அந்த நிறுவனத்தின் முக்கியமான படைப்பு.

இரண்டாவது இதில்தான் மைக்ரோசாப்ட், பிங்க் மூலமாகக் கூகுளுக்குப் போட்டி கொடுக்கத் தொடங்கி இருக்கிறார்கள். இதற்காகவே வரும் மாதங்களில் தங்களின் தேடு பொறியைப் பல விதங்களில் சுலபமாக்குகிறார்கள்.

உதாரணமாக நீங்கள் மேல் படிப்புக்கு எந்தக் கல்லூரியில் என்ன துறையைப் படிக்கலாம் என்று ஆராய்ச்சி செய்ய வேண்டும் என்று வைத்துக் கொள்வோம். ஒவ்வொரு கல்லூரியின் பெயரையும் கூகுள் தேடுபொறியில் உள்ளிட்டு, வரும் பக்கங்கள் ஒவ்வொன்றாக பார்க்க வேண்டாம். புதிதாக வரும் கூகுள் தேடுபொறியில் அவர்களின் செயற்கை நுண்ணறிவு வசதியைக் கொண்டு, உலகில் அல்லது உங்கள் மாநிலத்தில் இருக்கும் எல்லாக் கல்லூரிகளின் விவரங்களைத் தேடி, அதில் உங்களுக்கு உகந்தவற்றைத் தொகுத்து ஒரு பட்டியலாகத் தந்துவிடும். பல பக்கங்களுக்கு நீங்களாகச் சென்று, படித்துத் தொகுக்க வேண்டாம். பல மணி நேரம் மிச்சம்.

50. எங்கெங்கு காணினும் ஆப்புகளடா!

உலகம் செயலி மயமாகிவிட்டது. தொட்டதற்கெல்லாம் செயலிகள். செயலியின்றிச் செயலில்லை. ஆனால் கணக்குப் போட்டுப் பார்த்தீர்கள் என்றால் ஒரு சில நூறு செயலிகளைத்தான் மொத்த உலகமும் திரும்பத் திரும்பப் பயன்படுத்திக்கொண்டிருக்கிறது. உண்மையில் பல லட்சக்கணக்கான செயலிகள் அண்ட வெளியெங்கும் நிறைந்திருக்கின்றன. நாம் பயன்படுத்தத் தவறும், ஆனால் முக்கியமான சில செயலிகளை இங்கே பார்ப்போம்.

எழுதுவதற்கு

ஒரு புத்தகமோ அல்லது கட்டுரையோ எழுத வேண்டுமென்றால் மைக்ரோசாப்ட் வேர்ட் அல்லது கூகுள் டாக்ஸ் தான் வேண்டும் என்றில்லை. அவற்றைத் தாண்டி சில சிறப்புச் செயலிகள் இருக்கின்றன. உதாரணமாக ஸ்கரிவேனர் (Scrivener). இதைக் கொண்டு சிறிய பத்தியோ, பல பக்கங்கள் கொண்ட ஓர் அத்தியாயமோ அல்லது ஒரே ஒரு வரியோ எப்போது தோன்றுகிறதோ உடனே அதைக் கோப்புக்குள் எங்கே வேண்டுமானாலும் எழுதிவிடலாம். பிறகு அதற்கான சரியான இடத்தில் நகர்த்திவிடலாம் - வெட்டி ஒட்டுவதைவிட இது சுலபமானது. ஒரு புத்தகத்தை வரிசையாக எழுதிக் கொண்டு

வரலாம் அல்லது அதன் சுருக்கத்தை, புறவடிவத்தை மட்டும் எழுதிவிட்டு, பிறகு ஒவ்வொரு பாகமாகத் தோன்றும் வரிசையில் எழுதலாம். ஒரு புத்தகத்தை எழுதும் போது பல நூறு தரவுகளைத் தேடிச் சேகரித்து ஆய்வு செய்து, படித்து எழுதுவோம். இந்தத் தரவுகளை, அவை படங்களாக இருக்கலாம், இணைய முகவரிகளாக இருக்கலாம், அல்லது பி.டி.எஃப். கோப்புகளாக இருக்கலாம், வேர்ட் ஃபைல்களாக இருக்கலாம், இவை எல்லாவற்றையும் எழுதும் புத்தகத்துடனே சேர்த்து ஒரே கோப்பில் வைக்கலாம். ஒரே இடத்தில் எல்லா விஷயங்களையும் தேடித் திறந்து படிப்பது எளிதாகும். இந்த ஸ்கரிவேனர் செயலியின் விலை சுமார் ஐயாயிரம் ரூபாய், இது மேக் ஓ.எஸ், விண்டோஸ் மற்றும் ஐபோன் இயங்குதளங்களில் கிடைக்கிறது.

எழுதுவதற்கு இன்னொரு விசேஷச் செயலி ஐ.ஏ. ரைட்டர் (iA Writer). இதுவும் விலை கொடுத்து வாங்க வேண்டிய ஒன்று. இதன் சிறப்பு இதன் திரை எந்தவித இடைஞ்சலும் இல்லாமல் வெற்றாக இருப்பதுதான். இதனால் நம் சிந்தனை சிதறும் வாய்ப்புக் குறைவு. நாம் ஒவ்வொரு பத்தியாக எழுத எழுத, தற்போது எழுதும் பத்தியை மட்டும் அல்லது வரியை மட்டும் வெளிச்சம் போட்டு மற்றவற்றை பழுப்பாக்கிக் காட்டும் வசதி இருப்பது இந்தச் செயலியின் இன்னொரு சிறப்பு. மைக்ரோசாப்ட் வேர்ட் என்றால் DOCX என்கிற கோப்புமுறை, அது போல நிரலர்களின் தேர்வாக இருப்பது மார்க்-டவுன் (md) என்னும் கோப்புமுறை. இந்த வகைக் கோப்புகளை எந்தவிதச் சிறப்புச் செயலிகளும் இல்லாமல், ஏன் அதை உருவாக்கிய செயலியே இல்லாமல் கூடத் திறக்க முடியும். ஐ.ஏ. ரைட்டர் செயலி இந்த வகை மார்க்-டவுன் கோப்பாகத்தான் நாம் எழுதுவதைச் சேமிக்கிறது. நீங்கள் ஆங்கிலத்தில் எழுதினால் உங்களின் எழுத்தில் இருக்கும் தேவையில்லாத வினைச் சொற்களை, மீண்டும் மீண்டும் வரும் சொற்களை, வெறுஞ்சொற்களை அடையாளப்படுத்திக் காட்டும். நீங்கள் எழுதிக் கொண்டு இருப்பதற்குத் துணையாக நீங்கள் தேடிச் சேமித்து வைத்திருக்கும் கோப்புகளை உங்கள் எழுத்தின் நடுவில் தொந்தரவில்லாமல் இணைக்க முடியும்.

புத்திசாலியாகவும்!

சில சமயங்களில் நமக்குப் பழைய யோசனைகள்தான் தோன்றும், புதிதாக ஒன்று தோன்றாது. ஒருவிதக் கூண்டில் அடைந்து இருப்பது போல இருக்கும். அப்படியான சூழ்நிலையிலிருந்து வெளியில் வந்து, நமது ஆக்கத்திறனை ஊக்குவிக்க உருவாக்கப்பட்டது ப்ரெய்ன்-ஸ்பார்க்கர் (BrainSparker) செயலி. இதை இயக்கியவுடன் எந்த வகையான தொகுப்பிலிருந்து வேண்டும் என்று சொல்லிய பிறகு அதிலிருந்து தானாகவே ஒரு கேள்வியை உங்களுக்குக் காட்டும். "நீங்கள் தீர்க்க விரும்பும் உண்மையான பிரச்சனை என்ன?", "தற்போது நீங்கள் சொல்ல விரும்புவது என்ன", "சலிப்பான விஷயத்தை நொறுக்கவும்" என ஒவ்வொன்றாக வரும். இவை விளையாட்டாகத் தோன்றினாலும், இத்தகைய கேள்விகள், வார்த்தைகள், மேற்கோள்கள் உங்களின் படைப்பாக்கத் திறனை அதிகரிக்கிறது என்று ஆராய்ச்சிகள் சொல்கின்றன என்கிறார்கள் இந்த செயலியை எழுதியவர்கள்.

நமக்குத் தோன்றும் பல யோசனைகளை அல்லது சிக்கலான விஷயங்களைப் பற்றிச் சிந்திக்க உதவும் ஒரு முறையின் பெயர் மன வரைபடம் (Mind Map). ஒரு காபிக் கடையைத் திறக்கப் போகிறோம் என்றால், பல விஷயங்களைச் சிந்தித்து, ஆராய்ந்து ஒவ்வொன்றாகச் செய்ய வேண்டும். காபிக் கடை எந்த இடத்தில் இருக்க வேண்டும், அதன் வாடிக்கையாளர்கள் யார் யார், ஊழியர்கள் எவ்வளவு பேர், காபி வகைகள் என்ன என்று பலவகை முதல் கட்ட விஷயங்கள். பிறகு அவை ஒவ்வொன்றின் அடுத்த நிலை விவரங்கள், உதாரணமாக ஊழியர்கள் என்றால் அவர்களின் பயிற்சி எப்படியிருக்க வேண்டும், எந்த வகுப்பு வரை படித்திருக்க வேண்டும், கணினி அறிவோ, முன் அனுபவமோ வேண்டுமா என்று பலப்பல விஷயங்கள். இவை எல்லாவற்றையும் ஒரு வரைபடமாகச் செய்யும் போது நம் சிந்தனை பெருகுகிறது, முக்கிய விஷயங்கள் விடுபடாமல் இருக்கிறது என்று இந்த மன வரைபடம் தரும் பயன்கள் அதிகம். இதைச் சுலபமாகச் செய்ய உதவுவது கூகுல் (coggle.it) என்னும் இணைய தளம். மன வரைபடங்களைச் செய்ய இருக்கும் இன்னொரு சேவை மைண்டு-முப்பு

(mindmup.com), இதைக் கொண்டு செய்யும் வரைபடங்களைச் சுலபமாக அல்லது பி.டி.எஃப். கோப்புகளாகச் சேமிக்கலாம், வெளியிலிருந்து படங்களை வரைபடங்களுக்குள் ஒட்டலாம்.

ஆரோக்கியமாக இருக்கவும்

தினம் உடற்பயிற்சி செய்வது நல்லது என்று எல்லோருக்கும் தெரியும், ஆனாலும் நம்மில் பலரும் சோம்பேறித்தனமாக அதைச் செய்வதில்லை, நமக்கு நாமே நேரமில்லை என்று சாக்கு சொல்லிக் கொள்வோம். இதற்காகவே அமெரிக்காவில் **2013**-ஆம் ஆண்டு இரண்டு பயிற்சியாளர்கள் தினம் வெறும் ஏழே நிமிடங்களில் செய்யக் கூடிய ஒரு வகையான பயிற்சியை உருவாக்கினார்கள். இதில் இருக்கும் பன்னிரண்டு பயிற்சிகளைச் செய்ய எந்த விதமான உபகரணங்களும் தேவையில்லை, ஒவ்வொரு பயிற்சியும் வெறும் முப்பது வினாடிகள் செய்தால் போதும், நடுநடுவில் பத்து வினாடி ஓய்வும் உண்டு. இந்த வகைப் பயிற்சியை நமக்குச் சொல்லி கொடுத்து, கூட இருந்து செய்ய உதவும் செயலி தான் ஜான்சன் அண்ட் ஜான்சன் நிறுவனத்தின் செவன்-மினிட்-வொர்க்அவுட் (Johnson & Johnson 7 Minute Workout).

51. ஜன்னலைத் திறந்தால் என்ன கிடைக்கும்?

உலகம் முழுவதும் செல்பேசிக்கு அடுத்துப் பல கோடி மக்கள் தினம் பயன்படுத்தும் கணினிகள் என்றால் அது மைக்ரோஃசாப்ட் நிறுவனத்தின் விண்டோஸ் இயங்குதளத்தைக் கொண்டவை தான். அந்த விண்டோஸில் என்ன புதுமைகள் இந்த ஆண்டு வருகின்றன, எல்லாவற்றிலும் இடம் பெறுகின்ற செயற்கை நுண்ணறிவு இதிலும் வருகிறதா என்பதைத் தெரிந்துகொள்ள அந்த நிறுவனத்தின் வருடாந்திர மென் பொறியாளர்களின் மாநாடான மைக்ரோஃசாப்ட் பில்ட் 2023-ல் என்னென்ன சொல்லப்பட்டன என்பதை இக்கட்டுரையில் பார்ப்போம்.

விண்டோஸ் கோ-பைலட்

இன்றைக்குச் செல்பேசியாகட்டும் கணினியாகட்டும்... அவற்றில் இருக்கும் வசதிகள் பல ஆயிரம். என்னென்ன வசதிகள் இருக்கின்றன, அவற்றை எங்கே போய் இயக்குவது, எப்படி பயன்படுத்துவது என்று எல்லாவற்றையும் தெரிந்து வைத்துக் கொள்வது இயலாத செயல். தேடுபொறியில் தேடிக் கண்டு கொண்டாலும் அவற்றைச் சரியாக இயக்குவது கடினம். இந்தக் குறையைக் களைய, 'மைக்ரோசாப்ட் துணை விமானி' (கோ-பைலட்) என்னும் சேவையை விண்டோஸில் கொண்டு வருகிறார்கள். இதைக் கொண்டு என்ன செய்யலாம்?

இந்தச் சேவை ஓர் உதவியாளர் போலச் செயல்படக் கூடியது. பல ஆண்டுகளுக்கு முன்பே விண்டோஸில் கோர்ட்டனா என்ற செயலி, பயனர்களுக்கு உதவி செய்ய இருந்தது. இது ஐபோனில் இருக்கும் சிறி, ஆண்ட்ராய்ட் அசிஸ்டண்ட் போன்றது. அவற்றைப் போலவே கோர்ட்டனாவின் செயல்பாடு மற்றும் நாம் சொன்னதை அவை புரிந்து கொள்ளக் கூடிய திறன் மிகக் குறைவாகவே இருந்தன. அதனால் இவை பயனர்களுக்கு ஏமாற்றமளித்தன. இதனால் கோர்ட்டனா சேவையைச் சில ஆண்டுகளுக்கு முன்னர் மைக்ரோஃசாப்ட் நிறுத்திவிட்டது. ஆனால் தற்போது கொண்டு வரப்படும் விண்டோஸ் கோ-பைலட், புரட்சிகரத் தொழில்நுட்பமான ஈனும் செயற்கை நுண்ணறிவு நுட்பத்தால் ஆனது, ஏற்கனவே இதன் அதீதச் செயல் திறனை சாட்-ஜி-பி-டி மற்றும் பிங்க் சாட்டில் பார்த்திருக்கிறோம்.

மிக முக்கியமான கடிதத்தை எழுதத் தொடங்கப் போகிறீர்கள், அதற்கு முன் விண்டோஸ் கோ-பைலட்டை அழைத்து, அதாவது விண்டோஸ் ஸ்டார்ட் பட்டனுக்கு பக்கத்தில் இருக்கும் கோ-பைலட் பட்டனை அழுத்தி, “அடுத்த இரண்டு மணி நேரத்துக்கு உன்னிப்பாக வேலை செய்யப் போகிறேன்” என்று ஆங்கிலத்தில் (தமிழில் எழுதும் வசதி பின்னர் வரும்) சொன்னால் கோ-பைலட் விண்டோஸில் வரும் அறிவிப்புகளை அது மின்-அஞ்சலாகட்டும், வாட்ஸ்-ஆப் சமிக்ஞைகளாகட்டும், எல்லாவற்றையும் அடக்கி வைக்கட்டுமா என்று கேட்கும். ஆம் என்று கட்டளையிட்டால் நீங்கள் தொந்தரவு இன்றி வேலை செய்யலாம். சில ஆண்டுகளாகவே இந்த வசதி விண்டோஸில் இருக்கிறது, ஆனால் பலருக்கும் இது தெரியாது, ஆனால் கோ-பைலட்டின் உதவியால் எல்லோரும் இதைப் பயன்படுத்துவது எளிது. இதைப் போலவே நாளைக் காலை பத்து மணிக்கு ஒலி எழுப்பவும் என்றால் இதை விண்டோஸ் அலார்ம் செயிலிக்கு கட்டளையாக கோ-பைலட் கொடுத்துவிடும், நாம் அந்தச் செயலியைத் தொடங்கித் தட்டிக் கொண்டிருக்க வேண்டாம், நேரம் மிச்சம்.

அடுத்து... இரவில் வேலை செய்கிறீர்கள், திரையின் வெளிச்சம் கண்ணில் கூசுகிறது. இதைத் தவிர்க்கத் திரையில் கறுப்புப்

பின்னணியில் வெள்ளை எழுத்துகள் வரும்படி செய்யலாம், இதற்கான கட்டளையைத் தேட வேண்டாம். விண்டோஸ் கோ-பைலட்டை அழைத்து டார்க் தீம் என்று சொல்லிவிட்டால், அதுவே அப்படியாகச் செய்து விடும். இது மட்டுமில்லாமல் விண்டோஸில் இருக்கும் எல்லா அமைப்புகளையும் சுலபமாகப் பேச்சு மொழியிலேயே விண்டோஸ் கோ-பைலட்டிடம் சொன்னால் அதுவே அவைகளுக்கான கட்டளைகளை இயங்கு தளத்திடம் கொடுத்துவிடும்.

கோப்புகளைப் புரிந்து கொள்ளுங்கள்

ஒரு சமயத்தில் இருநூறு பக்கங்கள் கொண்ட ஒரு பி.டி.எஃப். கோப்பு வருகிறது. அதை உடனடியாகப் படித்து, அதன் சாராம்சத்தைப் புரிந்து கொள்ள வேண்டும். இருக்கவே இருக்கிறது விண்டோஸ் கோ-பைலட்! வந்த கோப்பை அதனிடம் தந்து சுருக்கத்தைக் கொடுக்கவும் என்றால், நொடியில் அழகான சுருக்கம் கிடைத்து விடும். இதைப் பல வகையான கோப்புகளுக்குச் செய்யலாம். கோப்பில் இருக்கும் முக்கியப் பகுதிகளைச் சொல்லவும், வேறு மொழியில் மொழி பெயர்க்கவும், இளைஞர்கள் பேசும் மொழியில் மாற்றி எழுதவும் என்று பலவிதமாகக் கேட்கலாம், விடை உடனடியாக வரும்.

வரும் காலங்களில் இது படங்களையும், ஏன் காணொலிகளையும் கூடப் புரிந்து கொள்ளும். கோப்புறையில் இருக்கும் பல கோப்புகளையும் தொகுத்து ஒரே சுருக்கமாகவும் கொடுக்கும்.

பாடல்களைக் கேட்கலாம்

எனக்கு இப்போது மகிழ்ச்சியாக இருக்கிறது. இதுவரை நான் கேட்காத வெளிநாட்டுக் காதல் பாட்டு வேண்டும் என்று விண்டோஸ் கோ-பைலட்டைக் கேட்டால் அது ஸ்போட்டிபை செயலியோடு பேசி அத்தகைய பாடல்களை ஒலிக்கச் செய்யும்.

அடோபி போட்டோ எக்ஸ்பிரஸ் செயலியில் வேலை செய்கிறீர்கள். அதில் உருவாக்கிய ஒரு படத்தை உடனடியாக உங்கள் நண்பர்களுக்கு மைக்ரோசாப்ட் டீம்ஸ் மூலம் அனுப்ப வேண்டும். அப்படியே இதை விண்டோஸ் கோ-பைலட்டிடம் சொன்னால், வேலை முடிந்தது.

இதையும் தாண்டி, தற்போது காஷ்மீர் ஜம்முவில் என்ன வானிலை, மூன்று நாட்கள் விடுமுறையில் பேருந்தில் மட்டுமே சென்று அங்கே என்னவெல்லாம் பார்க்கலாம் என்று எனக்காக ஒரு பட்டியலைத் தயாரிக்கவும் என்றால், இதற்காக மைக்ரோசாப்ட் பிங்க் தேடுபொறியின் உதவியை அதுவாகவே நாடி அதையும் செய்யும் விண்டோஸ் கோ-பைலட்.

மைக்ரோசாப்ட் ஸ்டோர் என்னும் செயலிகள் இணையக் கடையில் பல்லாயிரம் செயலிகள் இருக்கின்றன. ஒவ்வொரு செயலிக்கும் பல நூறு பயனர் கருத்துக்கள் வந்திருக்கும், அவற்றை ஒவ்வொன்றாகப் படித்து இந்தச் செயலி நல்லதா என்று தேடுவதைச் சுலபமாக்க, ஒவ்வொரு செயலியின் விவரங்களுக்குக் கீழேயே எல்லாக் கருத்துகளையும் தொகுத்துச் சுருக்கத்தைச் செயற்கை நுண்ணறிவைக் கொண்டு மைக்ரோசாப்ட் கொடுக்க இருக்கிறார்கள்.

இந்த விண்டோஸ் கோ-பைலட் எப்படி வேலை செய்யும் என்று இன்றைக்கே புரிந்து கொள்ள, தற்போது கிடைக்கும் பிங்க் சாட் வசதியை மைக்ரோசாப்ட் எட்ஜ் வலையுலாவியில் பயன்படுத்திப் பார்க்கலாம் - எட்ஜை தாண்டி முழு விண்டோஸ் இயங்கு தளத்திலும் இயங்கினால் அதுவே விண்டோஸ் கோ-பைலட்.

52. ஜன்னல் ரகசியங்கள்

இன்று பெரும்பாலான கணினிகளில் இருக்கும் இயங்குதளம் மைக்ரோசாப்ட் விண்டோஸ் 10 அல்லது விண்டோஸ் 11. இவை இரண்டிலும் நமக்கு அதிகம் தெரியாத வசதிகள் நிறைய இருக்கின்றன. அவற்றில் சிலவற்றை இங்கே காணலாம்.

செல்பேசியை இணைக்கவும்

குறுஞ்செய்திகளைப் பார்க்க, தொலைபேசி அழைப்புகளைப் பேச, காமிராவில் எடுத்த படங்களைப் பார்க்க என்று ஒரு நாளில் பல தடவை நாம் செல்பேசியை எடுத்து எடுத்துப் பார்ப்போம். இப்படிச் செல்பேசியைக் கையில் எடுக்காமல், கணினியில் இருந்தே உங்கள் செல்பேசியில் இருக்கும் தரவுகளை, வசதிகளைப் பயன்படுத்திக்கொள்ள விண்டோஸ் 10-ல் இருக்கிறது யுவர் ஃபோன் (Your Phone) அல்லது ஃபோன் லிங்க் (Phone Link) என்னும் செயலி. இதைக் கொண்டு உங்களின் ஆன்ட்ராய்ட் செல்பேசியை உங்களின் விண்டோஸ் கணினியோடு இணைத்துப் பயன்படுத்தலாம். இதைக் கொண்டு உங்கள் செல்பேசியை எடுக்காமலேயே அதில் வந்திருக்கும் குறுஞ்செய்திகளைப் பார்க்கலாம், பதில் போடலாம், அழைப்புகளைப் பேசலாம், படங்களைப் பார்க்கலாம், அழிக்கலாம்.

உங்களிடம் சாம்சங் போன் இருந்தால் யுவர் ஃபோன் செயலியின் மூலம் அதில் இருக்கும் ஆன்ட்ராய்ட் செயலிகளை விண்டோஸில் இருந்தே இயக்கலாம், செயலியின் திரையைப் பார்க்கலாம், உள்ளிடலாம்.

விண்டோஸ் 11-இல் வரும் ஃபோன் லிங்க், ஆப்பிள் ஐ -போனோடு வேலை செய்ய தொடங்கியுள்ளது. ஐ-போனில் இருக்கும் படங்களைப் பார்க்க, குறுஞ்செய்திகளைப் படிக்க, பதில் சொல்ல, அழைப்புகளைப் பெற என்று சில வசதிகளை போனைக் கையில் எடுக்காமலே கணினியில் இருந்தே செய்யலாம். ஆனால் ஆன்ட்ராய்ட் செல்பேசிகளோடு இருக்கும் நெருக்கும் ஐ-போனோடு விண்டோஸுக்கு வராது. ஆப்பிள் நிறுவனம் அவர்களின் மேக் கணினியோடு மட்டுமே எல்லா வசதிகளையும் அனுமதிக்கிறார்கள்.

சிறப்பு விசைத் தொகுப்புகள்

விண்டோஸைப் பயன்படுத்தும்போது நாம் ஒரு பொருளை, வார்த்தையைத் தேர்வு செய்து விசைப்பலகையில் Ctrl, C என்கிற இரண்டு விசைகளையும் சேர்த்து அழுத்தினால் அந்த வார்த்தைகள், படங்கள், கோப்புகள் இயங்குதளத்தின் நினைவில் வைத்துக் கொள்ளப்படும். பின்னர் Ctrl, V என்கிற இரண்டு விசைகளையும் சேர்த்து அழுத்தினால் புதிய இடத்தில் அவை பிரதி எடுக்கப்பட்டு விடும். இதேபோல விண்டோஸில் பல சிறப்பு விசைத் தொகுப்புகள் இருக்கின்றன. இவற்றை நினைவில் வைத்துக் கொண்டால் நம் வேலைகள் எளிதாகும்.

மொத்தக் கணினியில் அல்லது ஒரு செயலியில் நீங்கள் செய்வதை அடுத்தவருக்குக் காட்ட, அதாவது... செய்முறைக் காணொலியைப் படம் பிடிக்கத் தனியாகச் செயலிகள் தேவையில்லை. விண்டோஸ் மற்றும் ஜி (Windows+G) என்பதை ஒன்றாக அழுத்தி வரும் எக்ஸ்-பாக்ஸ் செயலியை உபயோகப்படுத்தி பதிவு செய்யலாம்.

இன்று வாட்ஸ்-ஆப்பில் உணர்வுருக்கள் (இ-மோஜி) இல்லாமல் எந்த அரட்டையும் இல்லை. இதேபோல, விண்டோஸில் எழுதும்போது, விண்டோஸ் கணினியில் இருந்து பேஸ்-புக் பதிவிடும்போது எப்படி உணர்வுருக்களை வரவைப்பது?

அதற்கு இருக்கிறது Windows + Fullstop, அதாவது விண்டோஸ் (விசைப்பலகையில் வெற்றிடக் கட்டைக்கு அருகில் இரண்டு பக்கமும் இருக்கும்) மற்றும் புள்ளி (.) இந்த இரண்டு விசைகளையும் சேர்த்து அழுத்தினால் ஆன்ட்ராய்டில் வருவது போன்ற உணர்வுருக்கள் பட்டியல் வந்துவிடும். நம் இஷ்டம் போல அவற்றை உள்ளிட்டுக் கொள்ளலாம்.

கணினிப் பயன்பாட்டில் அதிகத் தடவை நாம் பயன்படுத்துவது கோப்புகள் (ஃபைல் எக்ஸ்ப்ளோரரர்) செயலியை. இதைத் தொடங்க ஒவ்வொரு முறையும், ஸ்டார்ட் பட்டனை அழுத்தி, செயலியைத் தேர்வு செய்து இயக்க வேண்டாம். விண்டோஸில் எங்கே இருந்தாலும் விண்டோஸ் மற்றும் இ (Windows, E) விசைகளைச் சேர்த்து அழுத்தினால் கோப்புகள் செயலி உடனே வந்துவிடும்.

விண்டோஸ் மற்றும் எச் (Windows, H) விசைகளை அழுத்தினால் பேச்சு அறிதல் செயலி வந்துவிடும் என்பதை நாம் முன்னொரு கட்டுரையில் பார்த்துவிட்டோம்.

பலமணி நேரம் கணினியைப் பயன்படுத்திக் கொண்டிருந்தால் பல ஜன்னல்கள் (செயலிகளின் திரைகள்) திறந்திருக்கும். நாம் தேடும் செயலியின் ஜன்னல் எதுவென்றே தெரியாது. இதற்காக எல்லாச் செயலிகளையும் மூடிவிட முடியாது. அவற்றின் ஜன்னல்களை (திரைகளை) மட்டும் பார்வையிலிருந்து விலக்கிவிட்டால் போதும். அப்படி ஒரேயடியாக எல்லா ஜன்னல்களையும் விலக்கி விண்டோஸ் முகப்புத் திரைக்கு நம்மைக் கொண்டு செல்ல இருக்கிறது விண்டோஸ் மற்றும் டி (Windows, D) என்னும் சிறப்பு விசைத் தொகுப்பு. திரும்ப எல்லா ஜன்னல்களும் பழைய (இருந்த இடத்தில்) வர மீண்டும் அதே விசைகளை அழுத்தவும்.

திறந்திருக்கும் எல்லாச் செயலிகளின் திரைகளை ஒரே பக்கத்தில் பார்த்து நமக்கு வேண்டிய செயலிக்குத் தாவ இருக்கும் வசதிக்கு பெயர் டாஸ்க் வியூ. இதை இயக்க விண்டோஸ் மற்றும் டாப் (Tab, இது Q எழுத்துக்கு இடதில் இருப்பது) விசைகளைச் சேர்த்து அழுத்த வேண்டும்.

விண்டோஸ் அமைப்புகள் (Settings) செயலிக்கு உடனடியாகச் செல்ல இருக்கும் சிறப்பு விசைத் தொகுப்பு - விண்டோஸ் மற்றும் ஐ (Windows, I).

திரையில் தெரியும் ஜன்னல்களின் தற்போதைய படத்தை (ஸ்கிரீன்-ஷாட்) எடுக்க விண்டோஸ், ஷிப்ட் மற்றும் எஸ் (Windows, Shift, S) என்கிற மூன்று விசைகளையும் சேர்த்து அழுத்தினால், ஒரு கூட்டல் கூறி வரும், மவுஸ்ஸை கொண்டு நமக்கு வேண்டிய இடத்தைத் தேர்வு செய்து படம்பிடிக்கலாம்.

ஒரு கலந்தாய்வு அறையில் பேசப் போகிறோம், நமது கணினித் திரையில் இருப்பதை அறையின் பெரிய திரையில் ஒளிவீச செய்ய விண்டோஸ் மற்றும் பி (Windows, P) சிறப்பு விசை தொகுப்பு.

உங்கள் மேஜையிலிருந்து எழுந்து போகும்முன் விண்டோஸ் மற்றும் எல் (Windows, L) என்பதை சேர்த்து அழுத்தி விட்டால் உங்கள் கணினி பூட்டப்படும். உங்களின் கடவுச்சொல்லை அல்லது கடவு எண்ணை உள்ளிட்டுத்தான் திறக்க முடியும். இதனால் நீங்கள் இல்லாதபோது வேறு எவரும் கணினியைப் பயன்படுத்த முடியாது.

கடைசியாக ஒரு வீட்டுப் பாடம்: விண்டோஸ் மற்றும் எக்ஸ் (Windows, X) விசைகளைச் சேர்த்து அழுத்திப் பாருங்கள், என்ன வருகிறது?

பழுது பார்க்கவும்

சில ஆண்டுகளாகக் கணினியைப் பயன்படுத்துகிறீர்கள் என்றால் கணினியின் வேகம் குறைந்து, மெதுவாக இருப்பதுபோல இருக்கும். அப்படியென்றால் நீங்கள் செய்ய வேண்டியது: முதலில் தேவையில்லாத செயலிகளை நீக்கிவிடவும்.

சில ஆண்டுகளுக்கு முன்னர் வரை, ஓரிரு மாதங்களுக்கு ஒரு முறை விண்டோஸ் டிஃப்பிரகு (Windows Defrag) என்னும் இயங்கு தளத்தின் பிரத்தேயகச் செயலியைப் பயன்படுத்தி கணினியின் வட்டு இயக்ககத்தை ஒழுங்குபடுத்தவும் என்று சொல்வார்கள். இப்போதெல்லாம் விண்டோஸே அதை அவ்வப்போது செய்து கொள்ளும். இப்போதெல்லாம் வரும்

புதிய கணினிகளில் திடநிலை இயக்ககம் (எஸ்-எஸ்-டி என்னும் Solid State Drive) இருக்கும். இவற்றுக்கு இந்த விண்டோஸ் டிஃப்பிரகு ஒழுங்குபடுத்தல் தேவையேயில்லை.

உங்கள் கணினியில் பழைய வட்டு இயக்ககம் (Hard Drive) இருந்தால் உடனே ஒரு எஸ்-எஸ்-டியை பொருத்தவும். இதன் விலை இரண்டாயிரம் ரூபாயில் இருந்து தொடங்குகிறது. பொருத்தும் நிபுணரே உங்களின் பழைய வட்டு இயக்ககத்திலிருந்து தரவுகளை, விண்டோஸை இந்த புதிய எஸ்-எஸ்-டியில் மாற்றிக் கொடுத்து விடுவார்கள். அதற்குக் கூடுதலாக ஆயிரம் ரூபாய் ஆகலாம். இதைப் பொருத்தியவுடன் உங்களின் கணினியின் வேகத்தில் நல்ல வித்தியாசம் தெரியும்.

இதற்கு அடுத்து கணினியின் நினைவகத்தின் (RAM) கொள்ளளவை அதிகப்படுத்தவும். இதன் விலை கணினியின் பதிப்பைப் பொறுத்து, அளவை பொறுத்து இரண்டாயிரம் ரூபாயில் இருந்து தொடங்குகிறது.

இவையெல்லாம் செய்தும் விண்டோஸ் மக்கர் செய்தால், கணினியில் இருந்து அதை முழுவதுமாக நீக்கிவிட்டு மீண்டும் நிறுவலாம். இதைச் செய்ய விண்டோஸ் அமைப்பில் (செட்டிங்ஸ்) "ரீசெட் மை பிஸி" (Reset my PC) என்னும் வசதியிருக்கிறது. இதைச் செய்வது சுலபம், ஆனால் சிலமணி நேரமாகும். உங்களால் கணினியை அதுவரை பயன்படுத்த முடியாது. நீங்கள் நிறுவியிருந்த எல்லாச் செயலிகளையும் மீண்டும் பதிவிறக்கி நிறுவ வேண்டும்.

இவற்றில் எதையும் செய்யும் முன்னர், கணினியில் இருக்கும் உங்களுக்குத் தேவையான எல்லாக் கோப்புகளையும் ஒரு பிரதி எடுத்து மேக கணினிமையிலோ அல்லது எக்ஸ்டர்னல் டிரைவ்வில் (External Hard drive) படியெடுத்து வைக்கவும்.

---

www.ingramcontent.com/pod-product-compliance
Ingram Content Group UK Ltd.
Pitfield, Milton Keynes, MK11 3LW, UK
UKHW042134021026
15589UKWH00003B/825

9 789395 511957